வ.உ.சி.யின்
வாழ்க்கை வரலாறும்
இலக்கியப் பணிகளும்

டாக்டர். அ. சங்கரவள்ளிநாயகம்

MB
மலர் புக்ஸ்

வ.உ.சி.யின் வாழ்க்கை வரலாறும்
இலக்கியப் பணிகளும்
டாக்டர். அ. சங்கரவள்ளிநாயகம்©
மலர் புக்ஸ் முதல் பதிப்பு: பிப்ரவரி 2022

வெளியீடு: மலர் புக்ஸ்
விற்பனை உரிமை: பாரிசல் புத்தக நிலையம்
235, P. பிளாக் MGR முதல் தெரு,
MMDA காலனி, அரும்பாக்கம், சென்னை – 600 106.
பேச: 9382853646, 8825767500
மின்னஞ்சல்: parisalbooks@gmail.com

அச்சுக்கோப்பு: வி. தனலட்சுமி

அச்சாக்கம்: கம்ப்யூ பிரிண்டர்ஸ், சென்னை – 600 086.
பக்கம்: 314

விலை ரூ: 330

V.O.C. Vazhkai Varalarum Ilakiya Panikalum

Dr. A. Sankaravallinayagam ©

Malar books First Edition: February 2022

Published by: Malar Books
Right to Sell: Parisal Putthaga Nilayam
No. 235, 'P' Block, MGR First Street,
MMDA Colony, Arumbakkam, Chennai - 600 106.
Mobile: 9382853646, 8825767500
Email: parisalbooks@gmail.com

DTP: V. Dhanalakshmi

Printed at: Compu Printers, Chennai - 86.

ISBN: 978-93-91947-12-5

Pages: 314

Price Rs. 330

அணிந்துரை

டாக்டர் மோ. இசரயேல்,
பேராசிரியர் தலைவர்.
மொழியியல் துறை.
மதுரை காமராசர் பல்கலைக்கழகம்,
மதுரை–625021.

'சிறந்த இந்தியச் சுதந்திரப் போராட்ட வீரர்; அப்போராட்ட காலத்தில் சிறை சென்று செக்கிழுத்த செம்மல்; ஆங்கிலேயர்க்கு எதிராகக் கப்பலோட்டிய தீரத் தமிழன்' எனத்தான் வ.உ.சிதம்பரனாரை நாட்டு மக்களுக்கு நன்கு தெரியும். ஆயினும் அவர்தம் அரசியல் வாழ்க்கையின் இடையே சிறந்த இலக்கியப் பணியும் செய்த அறிஞராகவும் அவர் இருந்திருக்கிறார் என்பது பலரும் அறியாதது. இங்ஙனம் பலரும் அறியாத, பலரும் அறியவேண்டிய வ.உ.சி.யின் இலக்கியப் புலமையையும், இலக்கிய ஆக்கங்களையும், இலக்கிய இலக்கண விளக்கங்களையும் முழுமையாகவும் விளக்கமாகவும் ஆய்வு நிலையில் எடுத்துக்காட்டி இச்சிறந்த நூலினை உருவாக்கியிருக்கிறார் அறிஞர் அ. சங்கரவள்ளி நாயகம்.

இந்நூல் வ.உ.சி.யின் இலக்கியப் பணியை முதனிலைப்படுத்தி எழுதப்பெற்றிருந்தாலும், அவருடைய முறைப்பட்ட வாழ்க்கை வரலாற்றுச் செய்தியையும் உள்ளடக்கியிருக்கிறது. எனவே வ.உ.சி.யின் வாழ்க்கைச் சிறப்பு, இலக்கியப்பணி என்றிரு திறத்தையும் எடுத்துக்காட்டுவதாக அமைகிறது இந்நூல்.

கட்டமைப்பு, கருத்தமைப்பு என்ற நிலையில் இதன் முதற் பகுதி வ.உ.சி.யின் வாழ்க்கை பற்றி அமைந்துள்ளது. ஏனைய பகுதிகள் இலக்கியப்பணி பற்றியன. முதற்பகுதி வ.உ.சி.யின் வாழ்க்கை, அவருடைய இலக்கியப் பணிக்குப் பின்புலமாக அமைந்தமையை எடுத்துக்காட்டுகின்றது.

இலக்கியப்பணி என்ற நிலையில் வ.உ.சி.. படைப்பாசிரிய ராக விளங்கியிருக்கிறார்; சில நூல்களுக்கு உரை எழுதியிருக்கிறார்; சில நூல்களைப் பதிப்பித்திருக்கிறார்; சில ஆங்கில நூல்களைத் தமிழ் மொழியாக்கம் செய்திருக்கிறார். 'மெய்யறிவு', 'மெய்யறம்' என்பன இவரது படைப்பு நூல்களில் சிறந்தன. 'மெய்யறிவு' நூலில் மருத்துவக் கருத்துக்கள், உடலியற் கருத்துக்கள், சமுதாய அறக்கருத்துக்கள் போல்வன இடம் பெறுகின்றன. 'மெய்யறம்' என்பது திருக்குறளின் வழிநூல் போல அமைவது; திருக்குறள் கூறும் அறக்கருத்துக்களின் அடிப்படையில் இக்கால மக்கள் வாழ்க்கைக்கும் உணர்விற்கும் அறங் கூறும் நூல் இது. மேலும் வ.உ.சி. தம் வாழ்க்கை வரலாற்றைச் 'சுயசரிதை' யாகக் கவிதை வடிவில் ஒரு நூலாக எழுதியிருக்கிறார். இந்நூலாசிரியர் அறிஞர் (சங்கரவள்ளி தாயகம் அவர்கள் இவற்றைத் தக்கவாறு எடுத்துக்காட்டி, இவற்றின் அமைப்புநிலை, கருத்துநிலை, இலக்கியத்தகுதியின் சிறப்புநிலை ஆகியவற்றையெல்லாம் பயன் கொள்ளும் வகையில் விளக்கியிருக்கிறார்.

இன்னிலை விருத்தியுரை. திருக்குறள் அறத்துப்பால் விருத்தியுரை, சிவஞானபோத உரை என்பன வ.உ.சி. எழுதிய உரை நூல்கள், இவற்றுடன் திருக்குறள் அறத்துப்பால் மணக் குடவர் உரை, தொல்காப்பிய எழுத்ததிகாரம், பொருளதிகாரம் – இளம்பூரணர் உரை ஆகியவற்றையும் இவர் பதிப்பித்திருக்கும் சிறப்பினை எல்லாம் இந்நூலாசிரியர் எடுத்துக்காட்டி விளக்கி யிருப்பது போற்றுதற்குரியது.

வ.உ.சி. தமிழ் மொழியாக்கம் செய்த, சேம்சு ஆலன் என்னும் ஆங்கில அறிஞரின் நான்கு நூல்களான 'மனம் போல வாழ்வு' (Asa raan th nketh), 'அகமே புறம்' (Out from the Heart), 'வலிமைக்கு மார்க்கம்' (The path of Prosperity), 'சாந்திக்கு மார்க்கம்' (the way of peace) ஆகியன அவர்தம் தமிழ்ப் புலமையோடு கூடிய ஆங்கிலப் புலமையை வெளிக்காட்டுவன. இவற்றில் வ.உ.சி.யின்

மொழியாக்க நூல்களின் சிறப்புக்களையும், தகுதிப்பாடுகளையும் இந்நூலாசிரியர் எடுத்துக்காட்டியிருக்கிறார்.

வ.உ.சி.க்கு அரசியல் வாழ்க்கையில் எவ்வளவு சிறப்பும் பெருமையும் உண்டோ அவ்வளவு சிறப்பும் உயர்வும் அவர் தம் இலக்கியப் பணிகளுக்கும் உண்டு. அதனை எடுத்துக்காட்டும் வகையில் இந்நூலாசிரியர் இதனை உருவாக்கியிருக்கிறார்.

வ.உ.சி.யின் இலக்கியப் படைப்புக்கள் சிறந்த கருத்துடையன; அவர் உரை எழுதுதற்கும், பதிப்பித்ததற்கும், தமிழ் மொழியாக்கம் செய்ததற்கும் எடுத்துக்கொண்ட நூல்களும் சிறப்பிற்குரியன. வ.உ.சி. ஆங்கிலேயரின் ஆட்சியையும் அதிகாரத்தையும் எதிர்த்தாரேயன்றி, அவர்தம் நல்ல இலக்கியங்களைப் போற்றினார் என்பது கருதத்தக்கது.

இந்நூலாசிரியர் தமிழ் மொழியின் மீது ஆழ்ந்த ஈடுபாடும் பற்றும் உடையவர்; நல்ல தமிழில் பேசி, நல்ல தமிழில் எழுதித் தமிழ் வளர்ப்பவர். அவர், மதுரை காமராசர் பல்கலைக் கழகத் தின் பி.எச்டி. பட்டத்திற்காக. என் மேற்பார்வையின் கீழ் செய்த ஆய்வே இந்நூலாக வெளிவருகிறது. அவர் தம் ஆய்வேடு பலரும் பயன்பெறும் வகையில் அச்சு வடிவில் வெளிவருவது குறித்து மிக்க மகிழ்ச்சியடைகிறேன்; அவர் தம் வாழ்வில் இன்னும் நலம்பல பெற்றுச் சிறக்க வாழ்த்துகின்றேன்.

மோ. இசரயேல்

நன்றியுரை

இவ்வாய்வை மதுரை காமராசர் பல்கலைக்கழகச் சார்பில் நடத்த உரிமை வழங்கிய முன்னாள் தமிழ்த்துறைத் தலைவர் அறிஞர் முத்துச்சண்முகனார் அவர்களுக்கு என் நன்றி என்றும் உரியது.

இவ்வாய்விற்கு மேற்பார்வையாளராக அமைந்து முறையாய் நெறிப்படுத்தியதுடன் தொடர்ந்து உரனும் திறனும் நல்கிய அறிஞர் மோ. இசரயேல் அவர்களுக்கு நெஞ்சார்ந்த நன்றி யினைப் புலப்படுத்துகிறேன்.

மேற்கண்ட ஆய்விற்கு ஆய்வுக்குழுவின் உறுப்பினராக இருந்து, காணும்போதெல்லாம் இதமாகவும் பதமாகவும் நெறிப்படுத்திய அறிஞர் தே. ஆண்டியப்பன் அவர்களுக்கும் என் – நன்றி உரியதாகுக.

கலந்துரையாடலின் பொழுது சீரியமுறையில் கருத்துக்களை வழங்கிய மதுரை காமராசர் பல்கலைக்கழகத் தமிழ்த் துறையின் இணைப் பேராசிரியர் அறிஞர் மா. நவநீத கிருட்டிணன், அத்துறையின் விரிவுரையாளர் அறிஞர் – மு. மணிவேல் ஆகியோருக்கும் என் நன்றியினை உரித்தாக்கு கின்றேன்.

என் அறிவு மேம்பாட்டில் ஆர்வம் காட்டி வரும் மதுரை. காமராசர் பல்கலைக்கழகத் தமிழ்த்துறைத் தலைவர் அறிஞர் தமிழண்ணல் அவர்கட்கும், தமிழ்த்துறைப் பேராசிரியப் பெருமக்கட்கும் என் நன்றி என்றும் உரியதாகும்.

இவ்வாய்விற்கு நேர்முகம் நல்கி உதவிய வ.உ.சியின் மைந்தர் வ.உ.சி. சுப்பிரமணியம், தூத்துக்குடிக் கல்வித் தந்தை

மறைந்த ஏ.பி.சி. வீரபாகு ஆகியோருக்கும் என் நன்றியினை உளப்படுத்திக் கொள்கின்றேன்.

ஆய்வுத் தலைப்பினைத் தெரிந்தெடுத்தலிலும், தலைப்புத் தொடர்பான செய்திகளைத் திரட்டியதிலும் பெரிதும் துணை நின்ற கோயிற்பட்டித் திருவள்ளுவர் மன்றப் புரவலர்கள் திருவாளர்கள் சி. பழ. இராமகிருட்டினன், வெ. சங்கரலிங்கம் ஆகியோர்க்கும், அம் மன்றச் செயலர் புலவர் திருமிகு மு. படிக்க ராமு, அம் மன்றக் கவிஞர் ஆ. முத்துராமலிங்கம், கோயிற்பட்டி அரசு மருத்துவர் திரு. மு. கிருட்டிணமூர்த்தி, கோ . வெ . நா . கல்லூரி விலங்கியல் துறைப் பேராசிரியர் அறிஞர் கு சந்தானக் குமார், அக்கல்லூரியின் பொருளாதாரப் பேராசிரியர் எஸ். இராமதாசு, இராசபாளையம் வள்ளுவர் மன்றப் புரவலர் திரு. ம. பொன்னையா ஆகியோர்க்கும் என் நன்றி உரித்தாகுக.

வ.உ.சி எழுதிய நூல்களைத் தந்துதவிய பொம்மையாபுரம் திரு. சு. சிவசுப்பிரமணியனார், புலவர் திரு. இரா. இளங்குமரன், உத்தமபாளையம் தமிழறிஞர் கா.சி. முகமது இசுமாயில், குளித்தலைத் தமிழறிஞர் திரு. இளமுருகு பொற்செல்வி, சைவசித்தாந்த நூற்பதிப்புக் கழக ஆட்சியாளர் திரு. இரா. முத்துக்குமாரசாமி, குலசேகரன்பட்டினம் திருவருள் உயர் நிலைப் பள்ளித் தலைமையாசிரியர் திரு. ஓ. வீரபாகு. கோயிற்பட்டிக் கல்லூரி நூலகர் திரு. திருஞானசம்பந்தம் ஆகியோருக்கும் நனி நன்றியன் ஆவேன்.

ஆய்வேட்டுப் படிகளில் திருத்தங்கள் செய்ய உதவி புரிந்த செல்வி செல்வமணி, திருமதி விசயலக்குமி நவநீதன் ஆகியோர்க் கும், என் நன்றி உ.ரியதாகுக.

அ. சங்கரவள்ளிநாயகம்

பொருளடக்கம்

ஆய்வுப்பொருள் அறிமுகம்	9
1. வ.உ.சி.யின் வாழ்க்கை வரலாறு	19
2. படைப்புப் பணி	34
2.1 சுயசரிதை	36
2.2 மெய்யறிவு	71
2.3 மெய்யறம்	108
2.4 பாடற்றிரட்டு	153
3. உரைவளப் பணி	185
3.1 இன்னிலை உரை	187
3.2 திருக்குறள் உரை	201
3.3 சிவஞானபோத உரை	235
4. வ.உ.சி.யின் பதிப்புப் பணி	248
4.1. திருக்குறள் பதிப்பு	250
4.2. தொல்காப்பியப் பதிப்பு	259
5. மொழிபெயர்ப்புப் பணி	273
முடிவுரை	291
பின்னிணைப்பு	297
நேர்முகங்கள்	297
முதன்மை நூற்பட்டியல்	306
துணைநூற் பட்டியல்	308

வ.உ.சி. வாழ்க்கை வரலாறும் இலக்கியப் பணிகளும்

ஆய்வுப்பொருள் அறிமுகம்

முன்னுரை		10
1.	ஆய்வுப் பொருள்	10
2.	ஆய்வின் நோக்கம்	10
3.	ஆய்வுப் பரப்பு	10
3.1	படைப்பு நூல்கள்	11
3.2	உரை நூல்கள்	11
3.3	பதிப்பு நூல்கள்	11
3.4	மொழிபெயர்ப்பு நூல்கள்	11
4.	ஆய்வு அணுகுமுறை	11
5.	ஆய்வுப் பகுப்பு	11
6.	ஆய்வுச் செய்திகள்	12
6.1.	வாழ்க்கை வரலாறு	12
6.2	படைப்புப் பணி	12
6.2.1	சுய சரிதை	12
6.2.2	மெய்யறிவு	13
6.2.3	மெய்யறம்	13
6.2.4	பாடற்றிரட்டு	13
6.3	உரைவளப் பணி	14
6.3.1	இன்னிலை விருத்தியுரை	14
6.3.2	திருக்குறள் அறத்துப்பால் விருத்தியுரை	15
6.3.3	சிவஞானபோதவுரை	16
6.4	பதிப்புப் பணி	16
6.4.1	திருக்குறள் அறத்துப்பால் மணக்குடவர் உரை	16
6.4.2	தொல்காப்பியம் எழுத்து. பொருளதிகாரங்கள் – இளம் பூரணருரை	17
6.5	மொழிபெயர்ப்புப் பணி	17
7.	பிற செய்திகள்	18

முன்னுரை

1. ஆய்வுப் பொருள்

வ.உ.சி.யின் தமிழ்ப்பணி பற்றி ஆய்வு நூல் எதுவும் இது வரை வெளிவரவில்லை. வ.உ.சி.யின் வாழ்க்கையின் பல்வேறு காலகட்டங்களில் நிகழ்ந்த பல நிகழ்ச்சிகள் அவரது இலக்கியப் பணிக்குத் தூண்டுதலாகவும் துணையாகவும் இருந்திருக்கின்றன. இப் பின்புலத்தின் அடிப்படையில் வ.உ.சி.யின் வாழ்க்கை வரலாறும் இலக்கியப் பணியும்' என்பது ஆய்வுத் தலைப்பாக எடுத்துக் கொள்ளப்படுகிறது. வ.உ.சி. ஆற்றிய இலக்கியப் பணி விரிவாக ஆய்வு செய்யப்படுகின்றது.

2. ஆய்வின் நோக்கம்

இதுவரை வ.உ.சி. பற்றி எழுந்துள்ள வரலாற்று நூல்கள் அனைத்தும் அவர் அரசியலில் ஆற்றிய அருஞ்செயல்களை விரித்துக் காட்டுகின்றன. ஆனால் அவை அவரது இலக்கியப் பணியினை முழுமையாகக் காட்டவில்லை. வ.உ.சி.யைச் சிறந்த அரசியல் தொண்டர் என்று நாட்டினர் அறிந்திருக்கின்ற னரே ஒழிய, அவர் தமிழ்த்தொண்டரும் ஆவார் என்னும் உண் மையினை அறிந்திலர். அரசியல் துறைக்கு அவர் ஆற்றிய பணிகளைவிடத் தமிழ் மொழிக்குப் பல்வேறு நிலைகளில் அவர் ஆற்றிய பணிகளைக் காட்டுவதே இவ்வாய்வின் நோக்கமாகும்.

3. ஆய்வுப் பரப்பு

வ.உ.சி. படைத்துள்ள நூல்கள், உரை எழுதியுள்ள நூல்கள், பதிப்பித்துள்ள நூல்கள், மொழிபெயர்த்துள்ள நூல்கள் ஆகியவை ஆய்விற்கு அடிப்படையாகக் கொள்ளப்படுகின்றன

3.1 படைப்பு நூல்கள்

சுயசரிதை, மெய்யறிவு, மெய்யறம், பாடற்றிரட்டு ஆகியன வ.உ.சி. படைத்துள்ள நூல்களாகும்.

3.2 உரை நூல்கள்

வ.உ.சி. இன்னிலை, திருக்குறள் அறத்துப்பால் ஆகிய வற்றிற்கு விருத்தியுரையும் சிவஞான போதத்திற்கு உரையும் எழுதியுள்ளார்.

3.3 பதிப்பு நூல்கள்

அவர் திருக்குறள் அறத்துப்பால் – மணக்குடவர் உரை, தொல்காப்பியம் எழுத்ததிகாரம், பொருளதிகாரம் – இளம்பூரணர் உரை ஆகிய நூல்களைப் பதிப்பித்துள்ளார்.

3.4 மொழிபெயர்ப்பு நூல்கள்

மனம் போல வாழ்வு, அகமே புறம், வலிமைக்கு மார்க்கம். சாந்திக்கு மார்க்கம் ஆகியன வ.உ.சி.யின் மொழிபெயர்ப்பு நூல்கள் ஆகும்.

4. ஆய்வு அணுகுமுறை

இவ்வாய்வில் வ.உ.சி.யின் வாழ்க்கை வரலாறும் அவர் தம் இலக்கியப் பணியும் விளக்கவியல், பகுப்பியல், ஒப்பீட்டியல் என்னும் மூன்று முறைகளில் ஆராயப்படுகின்றன. படைப்பு நூல்களில் அவரது நூற்பொருள் விளக்கத்திற்கு விளக்கவியல் ஆய்வு பயன்படுத்தப்படுகின்றது. கருத்துக்களின் வகைமைக்குப் பகுப்பியல் ஆய்வும் அறநூல் ஆசிரியர்களுடனும் முந்தைய உரையாசிரியர்களுடனும் வ.உ.சி. உடன்பட்டும் வேறுபட்டும் மறுத்தும் செல்லும் நிலைக்கு ஒப்பியல் ஆய்வும் மேற்கொள்ளப் படுகின்றன

5. ஆய்வுப் பகுப்பு

இவ்வாய்வு வாழ்க்கை வரலாறு, படைப்புப் பணி, உரை வளப் பணி, பதிப்புப் பணி, மொழிபெயர்ப்புப் பணி என ஐந்து இயல்களாகப் பகுக்கப்பட்டுள்ளது.

6. ஆய்வுச் செய்திகள்

6.1 வாழ்க்கை வரலாறு

வ.உ.சி. ஆற்றிய அரசியல் தொண்டுகள், தமிழ்த் தொண்டுகள் ஆகியவற்றின் அடிப்படையில் அவரது வாழ்க்கை எட்டுக் காலக்கட்டங்களாகப் பகுக்கப்படுகின்றது. அவ்வக் காலக் கட்டங்களில் அவருக்கிருந்த அரசியல் ஈடுபாடு, அவர் நிகழ்த்திய அருஞ்செயல்கள், அவர் சிறைப்பட்டமை, சிறைவீடு பெற்றமை, அரசியல் துறவு ஆகியவை அவரது தன் வரலாறு கொண்டும் அவரைப் பற்றிய பிறர் எழுதிய வாழ்க்கை வரலாற்று நூல்களின் துணைக்கொண்டும் ஆராயப்படுகின்றன.

ஒவ்வொரு காலக்கட்டத்திலும் அவர்தம் இலக்கியப்பணி அரும்பியமை. வளர்ந்தமை. முதிர்ந்தமை ஆகியன தக்க சான்று களுடன் விளக்கப்படுகின்றன. அரசியல் துறையில் அவர் புரிந்த தொண்டினைக்காட்டிலும் தமிழ்த் துறையில் அவர் செய்த பணியே மிகுதியெனக் காட்டி, அவரைத் தமிழ் வாழ்வினராகக் கொள்ளுதலின் பொருத்தம் விளக்கப்படுகின்றது. இளமையில் அவர் பயின்ற நூல்கள், அற நூல்களில் அவர் கொண்ட பற்று, மதுரைத் தமிழ்ச்சங்கத்தில் அவர் பெற்றிருந்த பங்கு ஆகியன அவரது தொண்டிற்கு ஏதுவாக விளங்கியுள்ளமை எடுத்துக் காட்டப்படுகின்றது. அரசியல் குற்றத்திற்காக அவர் பெற்ற சிறை வாழ்வில் தொடங்கிய அவரது தமிழ்ப்பணி இறுதி வரையில் நிகழ்ந்தமை ஒழுங்காக நிரல்படக் குறிக்கப்படுகின்றது.

6.2 படைப்புப் பணி

6.2.1 சுயசரிதை

சிறை செல்வதற்கு முன்னரே கவிபாடும் திறனை இயல்பாக வ.உ.சி. பெற்றிருந்தார். எனவே சிறையிலிருந்தபொழுது தம் வரலாற்றினைக் கவிதையில் எழுதத் தொடங்கினார். சிறை விடுதலைக்குப் பின்னும் தொடர்ந்து எழுதித் தமது சுயசரிதை நூலை வ.உ.சி. முடித்துள்ளார். அவரது வாழ்க்கை வரலாறு குறித்து எழுந்துள்ள இரு நூல்களுடன் இந்நூல் ஒப்பீடு செய்யப்படுகிறது. வாழ்க்கை வரலாறு தன் வரலாற்றிலிருந்து வேறுபடும் தன்மை ஆய்வுக்குறிய நூல், அவ்வாய்விற்குத்துணை புரிந்த நூல்கள் ஆகியவை காட்டும் சான்றுகள் வழியாக

விளக்கப்படுகிறது. வ.உசி,யின் வழித்தோன்றல், வ.உ.சி.க்கு நெருக்கமானவர் ஆகியோரைச் சந்தித்துப்பெற்ற செய்திகளின் அடிப்படையில் வ.உ.சி.யின் சுயசரிதைச் செய்திகளின் உண் மைத் தன்மை, பிற நூலாசிரியர்கள் குறிப்பிடாத செய்திகள் ஆகியன திறனாய்வு செய்யப்படுகின்றன.

6.2.2 மெய்யறிவு

சிறையிலிருந்த பொழுது வ.உ.சி எழுதி முடித்த மெய்யறிவு என்னும் அறநூல் கவிதை நடையில் அமைந்ததாகும். இந் நூலில் பிற அறநூற் கருத்துக்களின் தாக்கம் எவ்வளவு நிகழ்ந்துள்ளது என ஆய்வு செய்யப்படுகின்றது. இந்நூலும் பிற அறநூல்களும் கருத்தால் ஒன்றுபடுவதும் சில இடங்களில் வேறுபடுவதும் உணர்த்தப்படுகின்றன. பிற அறநூலறிஞர்கள் குறிக்காத செய்திகள் இந்நூலில் இடம்பெற்றுள்ளமை காட்டப்படுகின்றது. தம் கருத்துக்களைக் கூறுவதற்கு அவர் கையாண்டுள்ள பல் வேறு உத்திகளும் நூற்சான்றுகளுடன் ஆராயப்படுகின்றன. இந்நூலில் அவர் பயன்படுத்தியுள்ள சொல்லாட்சி பற்றிய விளக்கமும் ஆய்வு நிலையில் தரப்படுகின்றது.

9.2.3 மெய்யறம்

சிறையிலிருந்தபொழுது சிறைக்கைதிகள் மெய்யுணர்வு பெற மெய்யறம் என்னும் கவிதை நூலை வ.உ.சி. இயற்றினார். திருக்குறளின் வழி நூலாக இந்நூலை வ.உ.சி. கருதுகிறார். இந்நூலின் செய்திகள் கருத்து அடிப்படையில் பகுப்பாய்வு செய்யப்படுகின்றன. மரபுவழிப்பட்ட கருத்துக்கள், அவர் படைத்துள்ள புதுக்கருத்துக்கள், அவரது காலத்தைத் தழுவிய கருத்துக்கள் ஆகியன ஒப்பீட்டு முறையில் ஆராயப்படுகின்றன. அறத்தினை உணர்த்த அவர் கையாண்டுள்ள உத்திமுறைகளும் நன்கு விளக்கப்படுகின்றன.

6.2.4 பாடற்றிரட்டு

சிறைக்குச் செல்வதற்கு முன்பும் சிறையிலிருந்தபொழுதும் வ.உ.சி. எழுதிய பாடல்களின் தொகுப்பு ‘பாடற்றிரட்டு’ என்னும் நூல் வடிவில் அமைந்துள்ளது. இந்நூல் வ.உ.சி.யின் பல்வேறு இயல்புகளைப் பல்வேறு கோணங்களில் வெளிப்படுத்துகின்றது. யாப்பின் வடிவங்கள் பல இந்நூலில் பயன்படுத்தப்பட்டுள்ளன.

இந்நூலின் பாடல்கள் அறநெறி, இறைநெறி ஆகிய இருநெறிகளில் ஆய்வு செய்யப்படுகின்றன. அறநெறிகளைக் கூறுவதில் வெளிப்படும் மரபு தழுவிய கருத்துக்களும். அவரது புதிய எண்ணங்களும் புலப்படுத்தப்படுகின்றன. இறை நெறிப்பாடல்கள் வாயிலாக அவர் கொண்ட இறை நம்பிக்கை, இறை உண்மையை நிலைநாட்ட அவர் காட்டும் நுட்பச் சான்றுகள், இறைவன், உயிர் ஆகியவற்றின் இயல்பு பற்றிய அவரது விளக்கம், அவரது இறைநெறிக் கோட்பாடு, அதனை அவர் பயன்படுத்தியுள்ள பாங்கு ஆகியன உணர்த்தப்படுகின்றன.

கடித வடிவப் பாடல்கள், இரங்கற் பாடல்கள், புலம்பற் பாடல்கள் ஆகியவை வ.உ.சி.யின் இயல்புகளை விளக்கம் செய்வதால் இவை தன்னிலை விளக்கப்பாடல்கள் என்னும் பகுப்பில் ஆராயப்படுகின்றன. இவற்றால் புலனாகும் வ.உ.சி.யின் குடும்பநல உணர்வு, விரிந்த எண்ணப்போக்கு, நன்றி பாராட்டும் நல்லியல்பு, தமிழ் நூல்கள் பற்றிய நாட்டம், நெருக்கடி அனுபவங்கள் ஆகியனவும் அவர்தம் இல்லறச் சிறப்பு, நட்புப் பாராட்டும் நல்லுணர்வு, அவர்க்குச் சிறை தந்த கொடுமைகள், அவர்தம் நெஞ்சு விழைந்த விருப்பங்கள் ஆகியனவும் எடுத்துக்காட்டுக்களுடன் விளக்கப்படுகின்றன. எஞ்சிய பாடல்கள் வாழ்த்துப் பாடல்கள், பல்சுவை நறுக்குகள், தன்னாற்றல் காட்டும் பாடல்கள் என்னும் பகுப்புக்களில் அணுகப்பட்டுக் கவிஞனுக்குரிய தகுதிப்பாடுகள் விளக்கப்படுகின்றன.

6.3 உரைவளப் பணி

6.3.1 இன்னிலை விருத்தியுரை

இன்னிலையென்னும் அறநூலிற்கு வ.உ.சி. உரை எழுதியுள்ளார். அவர் இன்னிலையினைப் பதினெண் கீழ்க்கணக்கு நூல்களுள் ஒன்றாகச் சேர்த்துள்ளார்; மதுரையாசிரியரை இந் நூலின் தொகுப்பாசிரியராகக் காட்டியுள்ளார்; பொய்கையாரை இதன் ஆசிரியராகக் குறித்துள்ளார்; பாரதம் பாடிய பெருந் தேவனாரை இந்நூலிற்குக் கடவுள் வாழ்த்துப் பாடியவராகக் கருதியுள்ளார். இச்செய்திகள் குறித்த வன்மை, மென்மைகள், ஆராயப்படுகின்றன. இலக்கணக் கருத்துக்களைப் பொருத்திக் காட்டுதல், யாப்பிலக்கணத்தினைப் பாடல்களுடன் பொருத்திக்

காட்டுதல், தேவைப்படும் அருஞ்சொற்களுக்குப் பொருளுரைத்தல், நூலாசிரியர் காட்டும் பொருள்களுக்கு நுணுகிய விளக்கம் வழங்குதல், நூலின் செய்திகளுக்குப் பிற நூல்களைச் சான்றாக்கிக் காட்டுதல், விளங்கா இடங்களுக்குச் சொற்களை வருவித்துப் பொருளுரைத்தல் என்னும் பகுப்புக்களில் அவரது உரைச் சிறப்பு தக்க சான்றுகளுடன் ஆராயப்படுகின்றது.

6.3.2 திருக்குறள் அறத்துப்பால் விருத்தியுரை

உரையாசிரியர்கள் நடை படிப்போர்க்கு விளங்காமல் இருந்தமையினால் குறளுக்கு எளிய உரை எழுதவேண்டும் எனக் கருதிய வ.உ.சி அறத்துப்பாலிற்கு விருத்தியுரையுள்ளார். நூல் முகப்பாயிரத்தில் அறன் வலியுறுத்தல் முதலாகக் கடவுள் வாழ்த்து, வான் சிறப்பு, நீத்தார் பெருமை ஆகிய மூன்றதிகாரங்களும் திருவள்ளுவரால் இயற்றப்படவில்லை என்னும் புதிய செய்தியினைப் புலப்படுத்தி அதற்குக் காரணங்களும் காட்டியுள்ளார். அக்காரணங்களின் பொருத்தமின்மை தக்க எடுத்துக்காட்டுக்களுடன் ஆராயப்படுகின்றது. இதன் அமைப்பில், அதிகாரப் பெயரில், அதிகார வைப்பில், குறள் வைப்புமுறையில் அவர் புகுத்தியுள்ள புதுமை காட்டுகின்றது. பொருள் உரைக்கும் முறை மிக விரிவாக ஆராயப்படுகின்றது. பொருள் விளங்காத அருஞ்சொற்களுக்குப் பொருளினை ஆங்காங்கே அவர் தந்துள்ளமை சுட்டப்படுகின்ற அவர் எழுதிய புதிய உரை பல குறள்கட்கு எடுத்துக்காட்டப்படுகின்றது. சில இடங்களில் அவரது விளக்கம் நுணுகி அமைத்திருத்தல் சான்றுகளுடன் காட்டப்படுகின்றது. பொருள் விளங்கிக்கொள்ள இடர்ப்படும் குறள்கட்குத் தமது சொற்களை வருவித்துப் பொருள் உரைத்துத் தெளிவுபடுத்தும் அவற்றின் முயற்சி குறிக்கப்படுகிறது. அருஞ்சொற் புணர்ப்புக்கலைச் சொற்களைப் பிரித்துக்காட்டி அவற்றை எளிமைப்படுத்தியுள்ளமை எடுத்து காட்டப்படுகின்றது. பொருளைச் சிறக்கச் செய்யுமாறு கொண்டு கூட்டிப் பொருள் உரைத்திருத்தலும் இன்றியமையாதவற்றிலும் இலக்கணக் குறிப்பினைச் சுட்டியிருத்தலும் உணர்த்தப்படுகின்றன. எடுத்துக்கொண்ட குறட்பாவின் பொருளை, அதன் தொடர்புடைய பிறிதொரு குறட்பாவின் துணைக்கொண்டு விளக்கம் செய்துள்ளமையும் தமது உரையினை நிறுவ இலக்கிய மேற்கோள் காட்டப்பெற்றுள்ளமையும் விளக்கப்படுகின்றன.

பரிமேலழகர் உரைப்பொருள்களில் வ.உ.சி. ஏற்றுக்கொள்வதுவும் மறுப்பனவும் தெளிவு செய்யப்படுகின்றன. அவரது மறுக்கும் போக்கு ஆறு வகைகளாகப் பகுக்கப்பட்டு ஆராயப்படுகின்றது. மூலத்தில் அவர் தாமாகக் காட்டியுள்ள நாற்பத்து நான்கு பாட வேறுபாடுகளின் தகுதிப்பாடு ஆராயப்படுகின்றது.

6.3.3 சிவஞானபோதவுரை

வ.உ.சி. மெய்கண்டதேவரின் சிவஞான போதம் என்னும் மெய்ப்பொருள் நூலிற்கு உரை வகுத்துள்ளார். கல்லாதாரும் கற்றாரும் புரிந்து கொள்ளும் நிலையில் இவ்வுரை மிக எளிமையாய் அமைந்துள்ளது. இந்நூலிற்கு எழுந்துள்ள பிற உரைகளில் காணப்படும் மதக்கோட்பாடுகளும் அவற்றின் கண்டனங்களும் இவ்வுரையில் இடம்பெறவில்லை. மெய்கண்டதேவரால் இயற்றப்பட்டதாகக் கருதப்படும் வார்த்திகப் பொழிப்புரை அவரால் இயற்றப்படவில்லை என்பது வ.உ.சி.யின் கருத்தாகும். சொற்களை வருவித்துப் பொருளுரைத்தல், சொற்களைக் கொண்டு கூட்டிப் பொருளுரைத்தல், சொற்களுக்கும் சொற்றொடர்களுக்கும் பொருள் விளக்கம் தரல், எடுத்துக்காட்டுக்களால் உரைப் பொருளை ஆழப்படுத்தியிருத்தல், இலக்கணக் குறிப்பினைத் தேவைப்படும் இடங்களில் சுட்டியிருத்தல், பாடவேறுபாடு காட்டியிருத்தல் ஆகிய உரைச் சிறப்புக்கள் சான்றுகளுடன் ஆராயப்படுகின்றன. நூலின் பின்னிணைப்புச் செய்திகள் அவரது சமயப் பொறையைக் காட்டுவனவாக அமைந்துள்ளது அவரது உரையின் தகுதி பிற உரைகளுடன் ஒப்பீடு செய்யப்படு கின்றது.

6.4 பதிப்புப் பணி

6.4.1 திருக்குறள் அறத்துப்பால் - மணக்குடவர் உரை

திருக்குறளுக்குள்ள பழைய உரைகளில் மணக்குடவர் உரையினை நேரிய உரையாக வ.உ.சி. கருதுகின்றார். அம்மணக் குடவர் உரையினை அறத்துப்பாலுக்குப் மட்டும் வ.உ.சி. பதிப்பித்துள்ளார். இஃது அவரது முதற்பதிப்பாகும். குறள்களையும் உரையினையும் சந்தி பிரித்துப் பதிப்பித்திருத்தல், பதவுரை தந்திருத்தல், தமது கருத்துக்களை இடையிடையே சேர்ந்திருத்தல், சொற்களை வருவித்துப் பொருள் விளக்கம் செய்திருத்தல், இலக்கணக் குறிப்பினைச் சுட்டியிருத்தல்,

உரையாசிரியர் விடுத்தவற்றைத் தமது விளக்கத்தால் நிரப்பியிருத்தல் ஆகிய வ.உ.சி..யின் உரைப் புதுமைக் கூறுகள் விரிவாக ஆராயப்படுகின்றன.

6.4.2 தொல்காப்பியம் எழுத்து. பொருளதிகாரங்கள் - இளம் பூரணருரை

தொல்காப்பிய உரைகளில் இளம்பூரணர் உரையினைச் சிறந்ததாக வ.உ.சி. மதிக்கின்றார். எனவே தொல்காப்பியம் எழுத்ததிகாரத்திற்கும் பொருளதிகாரத்தின் அகத்திணை, புறத்திணை ஆகிய இரண்டு இயல்களுக்கும் இளம்பூரணர் உரையினை வ.உ.சி. பதிப்பித்துள்ளார். பொருளதிகாரத்தின் பிற இயல்களை வையாபுரிப்பிள்ளையின் துணைகொண்டு அவர் பதிப்பித்துள்ளார். எழுத்ததிகாரத்தின் பின்னை ஏழு இயல்களின் பதிப்பிற்கும் சிறந்த பதிப்புரையினை வ.உ.சி. வழங்கியுள்ளார். தொல்காப்பியர் தமது நூலில் ஆரியர் பழக்கவழக்கங்கள் சிலவற்றையும் ஆரியக் கொள்கைகள் சிலவற்றையும் நுழைத்திருப்பதாகப் பதிப்புரையில் இவர் குறிப்பிட்டுள்ளமை மறுக்கப்படுகின்றது. பாட வேறுபாடு தருதல், அருஞ்சொற் பொருளுரைத்தல், பதவுரை தருதல், விளக்கமில்லா இடங்கட்கு விளக்கம் தருதல், உரை வேறுபாடு காட்டல், இயலகராதி தருதல், சூத்திரத்தொகை தருதல் ஆகிய சிறப்புக்கூறுகள் அவரது எழுத்ததிகாரப் பதிப்பில் அமைந்திருத்தல் எடுத்துக் காட்டப்படுகின்றது. பாட வேறுபாடு தருதல், உரை சிதைந்த இடங்களில் உரையினை முழுமையாக்குதல். உரையாசிரியர் அறைகுறையாகக் காட்டியுள்ள மேற்கோள் பாடல்களை முழுமையாக்கித் தருதல் ஆகிய சிறப்புக்கூறுகள் அவரது பொருளதிகாரப் பதிப்பில் இடம் பெற்றுள்ளமை ஆராயப்படுகின்றன.

6.5 மொழிபெயர்ப்புப் பணி

அனைத்து நிலைகளிலும் உலக நாடுகள் தம்முள் ஒருங்கிணைந்து ஒன்றையொன்று சார்ந்திருக்கும் இந்நாளில் மொழிபெயர்ப்புப் பணி ஓர் இணைப்பு வாயிலாகப் பயன்படுகின்றது. இதனைக் கருத்திற்கொண்ட வ.உ.சி.யும் மொழிபெயர்ப்புத் துறையிலும் தம்மை ஈடுபடுத்தியுள்ளார் எனக் கருத இடமுண்டு. இங்கிலாந்து நாட்டைச் சார்ந்தவரான சேம்சு ஆலன் என்னும் மெய்யறிவாளரின் நூல்கள் நான்கினை

வ.உ.சி. மொழிபெயர்த் துள்ளார். சேம்சு ஆலனின் 'As a man thinke:h' என்னும் நூலினை, 'மனம் போல வாழ்வு' என்று தமிழ் வழக்கிற்கேற்பத் தலைப்புத் தந்து வ.உ.சி. மொழி பெயர்ந்துள்ளார். 'Out from the heart' என்னும் நூலினை 'அகமே புறம்' எனத் தமிழ் வழக்கிற்கு இயைபப் பெயரிட்டு வ.உ.சி. மொழி ஆக்கம் செய்துள்ளார். 'From poverty 10 power' என்னும் நூலின் முதற் பகுதியாகிய The path of prosperity' என்பதனை 'வலிமைக்கு மார்க்கம்' என்னும் நூலாகவும் அந்நூலின் இரண்டாம் பகுதியான 'The way of peace' என்பதனைச் சாந்திக்கு மார்க்கம்' என்னும் நூலாகவும் வ.உ.சி. தமிழாக்கம் செய்துள்ளார்.

வ.உ.சி. மொழிபெயர்த்துள்ள இந்நான்கு நூல்கள் வாயிலாக அவரது மொழிபெயர்ப்புத் திறன் ஆராயப்படுகின்றது. முதனூலில் இல்லாத அவரது சொந்தச் சேர்ப்புக்கள் சுட்டப்படுகின்றன. தமிழ் மரபிற்கேற்ற மொழியாக்கம், மொழியாக்கத்தில் அவர் காட்டியுள்ள மெய்ம்மையும் அழகும், முதநூலில் காணப்படும் இணைவுச் சொற்களை அவர் காட்டியிருத்தலின் பொருத்தம் ஆகியவை சான்றுகளுடன் ஆராயப்படுகின்றன. மொழி மரபும் இலக்கணமும் சில இடங்களில் பேணப்படாமை. ஒரே சொல்லிற்குப் பொருந்தாத முறையில் பல பொருள்கள் வழங்கியுள்ளமை, பல சொற்களுக்குப் பொருள் நுணுக்கம் பாராது ஒரே பொருள் நுணுக்கம் ஒரே பொருள் தந்துள்ளமை, சில சொற்களுக்கு அவற்றின் நேரிய பொருள் புரியாமை ஆகிய குறைகளும் சுட்டிக் காட்டப்படுகின்றன. மொழிபெயர்ப்பில் அவர் பயன்படுத்தியுள்ள நடை தனித்தமிழ் நடையாக அமையாது வடசொற்கள் மிகுதியாகக் கலந்த நடையாக உள்ளமையும் கட்டப்படுகிறது.

7. பிற செய்திகள்

வ.உ.சியின் மைந்தரிடமிருந்தும் நெருக்கமானவர்களிட மிருந்தும் நேர்முக வழிப்பெற்ற கருத்துக்கள் பின்னிணைப்பில் நிரல்படத் தரப்படுகின்றன. அடிப்படை ஆய்வு நூல்களின் சான்றுகள் கட்டுரையின் உள்ளேயே தரப்படுகின்றன. அவை சில நூல்களுக்குப் பக்க எண் என்ற முறையிலும் பாடல் எண் என்ற முறையிலும் கட்டுரையில் தரப்படுகின்றன.

1. வ.உ.சி.யின் வாழ்க்கை வரலாறு

வ.உ.சி.யின் வாழ்க்கை வரலாறு

1.0	முன்னுரை	23
1.1	தமிழில் வாழ்க்கை வரலாற்று இலக்கியம்	23
1.2	வ.உ.சி.யின் வாழ்க்கையும் இலக்கியப் பணியும்	25
1.2.1	பிறப்பு, கல்வி (1872 – 1895)	
1.2.1.1	இலக்கியவுணர்வுப் பின்புலம்	26
1.2.2	தொழில், திருமண வாழ்வு (1895–1905)	26
1.2.2.1	இலக்கியப் பயிற்சியும் படைப்புத் திறனும்	27
1.2.3	அரசியலில் மிகுதியான ஈடுபாடு (1905–1908)	28
1.2.3.1	அரசியலில் ஈடுபாடு	
1.2.4	சிறை வாழ்க்கை (1908–1912)	29
1.2.4.1	சிறையில் தமிழ்ப்பணி	29
1.2.5	விடுதலையும் சென்னை வாழ்க்கையும் (1912–1919)	30
1.2.5.1	விடுதலைக்குப்பின் தமிழ்ப்பணி	30
1.2.6	கோவை வாழ்க்கை (1919–1922)	31
1.2.6.1	அரசியல் துறவு	31
1.2.7	கோயிற்பட்டி வாழ்க்கை (1922–1932)	31
1.2.7.1	பதிப்புப்பணி	
1.2.8	தூத்துக்குடி வாழ்க்கை (1932–1936)	32
1.2.9.1	உரையாசிரியப் பணி	
	முடிவுரை	32

1. வ.உ.சி. வாழ்க்கை வரலாறும் இலக்கியப் பணிகளும்

1.0 முன்னுரை

ஒரு தனிமனிதனின் வாழ்க்கைக் கதையை விளக்கி உரைக்கும் வாழ்க்கை வரலாறும் ஒரு வகையில் ஒரு நாட்டின் அல்லது சமுதாயத்தின் வரலாறு போன்றதாகும். பொதுவான வரலாற்றைவிட வாழ்க்கை வரலாற்று இலக்கியம் பன்மடங்கு உயர்ந்ததாகும். "ஒரு தனிமனிதனின் வாழ்க்கை நிகழ்ச்சிகளை. அவை நடந்த வரிசைப்படி அடைவுபடக் கோத்து, அவற்றின் மூலம் அந்தத் தனி ஒருவனின் குணச்சித்திரம் முழுமை பெற்றுத் தோன்றுமாறு கலையழகுடன் வரையப்படுவதே வாழ்க்கை வரலாறு"[1] எனப் பிரித்தானியக் கலைக் களஞ்சியம் வாழ்க்கை வரலாற்றினை வரையறுத்துக் காட்டுகின்றது. வாழ்க்கை வரலாறுகளில் விளக்கப்படும். நிகழ்ச்சிகளும் உணர்ச்சிகளும் வாழ்விற்கு வழிகாட்டுவதால் அவற்றிற்கிணையான இலக்கியம் வேறிருக்க முடியாது என்பது சாலினி இளந்திரையனின் கருத்தாகும்.[2]

1.1 தமிழில் வாழ்க்கை வரலாற்று இலக்கியம்

"வாழ்க்கை வரலாறு என்னும் இலக்கிய வகை, பத்தொன்பதாம் நூற்றாண்டில், தமிழில் முழுமையான அமைப்போடு வெளிவரத் தொடங்கியிருந்தாலும், இந்த இலக்கியத்திற்கான கருவும் அதன் சில வளர்ச்சிக் கூறுகளும்

பழைய இலக்கியங்கள், கல்வெட்டுகள் முதலியவற்றிலேயே இடம் பெற்றுள்ளன."[3] தொல்காப்பியப்புறத்திணை இயலில் அமைந்துள்ள நடுகல், மன்னைக் காஞ்சி ஆகியன வாழ்க்கை வரலாற்று இலக்கியத்தின் சில பண்புகளைக் கொண்டனவாக உள்ளன.[4] சங்க இலக்கியங்களுள் ஒன்றாகக் கருதப்படும் புறநானூற்றில் அதியமானைப் பற்றி ஔவையார் பாடியனவாக உள்ள பாடல்களை வரிசைப்படுத்தி அமைக்கும்பொழுது அவனைப் பற்றிய ஒரு முழுமையான வரலாறே நமக்குக் கிடைத்து விடுகின்றது.[5] சிலம்பிலுள்ள வரந்தரு காதையில் தெய்வமுற்ற தேவந்தியின் மூலமாகத் தம் வரலாற்றின் சுருக்கமொன்றை இளங்கோவடிகள் தருகின்றார்.[6] இளமையில் முதியவர் உளங்கொள்ளுமாறு வழக்கிற்கு முடிவு செய்த கரிகால்வளவன், முல்லைக்குத் தேரீந்த பாரி, மயிலுக்குப் போர்வை தந்த பேகன். பகைவர் மூட்டிய நெருப்பிலிருந்து உயிர் தப்பிய கரிகால் வளவனின் ஆட்சிக்குத் துணை நின்ற அவன் மாமன் இரும்பிடர்த் தலையார், வறுமைக் காலத்திலும் பாணனுக்குப் பொன்னைச் சமைத்து உணவாக நல்கிய பாரி மகள் ஆகியோர் பற்றிய குறிப்புகளைப் பழமொழி நானூற்றில் காணலாம்.[7] கி.பி 7ஆம் நூற்றாண்டில் வாழ்ந்த அப்பரும் திருஞானசம்பந்தரும் தத்தம் வாழ்க்கை நிகழ்ச்சிகளுள் சிலவற்றைத் தங்கள் தேவாரப் பதிகங்களில குறிக்கிறார்கள். கி.பி. 9ஆம் நூற்றாண்டைச் சேர்ந்தவரான சுந்தரரின் பாடல்கள் பலவற்றில் அவருடைய வாழ்க்கை நிகழ்ச்சிகள் நேரிடையாகப் பாடப்பட்டுள்ளன.[8] மெய்க்கீர்த்தியும் வாழ்க்கை வரலாற்று இலக்கியத் துறையில் ஒரு குறிப்பிடத்தக்க வளர்ச்சியாகும். "வீரராசேந்திரனின் (கி பி 1063–1070) மெய்க்கீர்த்தி அவன் செய்த போர் நிகழ்ச்சிகளை மிக விரிவாகவும் தெளிவாகவும் விவரிக்கின்றது. தோற்றவன் அறை கூவியது, வீரராசேந்திரன் அதை மகிழ்வோடு எதிரேற்றது, அவன் குறித்த நாள்வரை போர்க்களத்திலேயே காத்திருந்தது, சாளுக்கிய ஆகவமல்லன் வாராமையால் மேற்சென்று அவனை அழித்து அவன் நாட்டை மற்றொருவனுக்கு வழங்கித் தனது பேரரசு எல்லையை விரிவுபடுத்தியது என்னும் நிகழ்ச்சிகள் விவரிக்கப்பட்டுள்ள முறையிலும் இந்த மெய்க்கீர்த்திப் பகுதி அவனுடைய வாழ்க்கை வரலாற்று நூலின் ஒரு பகுதியோ என்று எண்ணும்படி அமைந்துள்ளது."[9]

சிற்றிலக்கியங்களில் அடக்கிக் காட்டப்படும் வரலாற்று வஞ்சி, பரணி, உலா, பிள்ளைத்தமிழ் முதலியன வாழ்க்கை வரலாற்றுப் பண்புகளைக் கொண்டிலங்குகின்றன. கலிங்கத்துப் பரணியின் இராசபாரம்பரியப் பகுதி முதற்குலோத்துங்கச் சோழன் பிறந்து வளர்ந்து உயர்ந்து சிறந்தமை பற்றிக் கூறுகின் றது. [10] சேக்கிழார் இயற்றிய பெரியபுராணம் சிவனடியார்களின் வரலாற்றுத் தொகுப்பேயாகும்.[11]

இந்த நெடிய வரலாற்றினைத் தாண்டித்தான் பத்தொன்ப தாம் நூற்றாண்டின் பிற்பகுதி தொடங்கிச் சுமார் ஒரு நூறு ஆண்டுகளாக முழுமையான வாழ்க்கை வரலாற்று இலக்கியம் உருவாகியுள்ளது. "இந்தப் பெரிய மாறுதலுக்கு நாட்டு விடுதலையை ஒட்டி எழுந்த தமிழ் உணர்ச்சி ஒரு காரணமாகலாம்.[12] இங்ஙனம் தமிழ்த் தேசிய உணர்ச்சி பெருகிய காலக் கட்டத்தில் வ.உ.சி.யின் வாழ்க்கை வரலாற்று நூல்களும் வெளி வரத்தொடங்கின.

1.2 வ.உ.சி.யின் வாழ்க்கையும் இலக்கியப்பணியும்

வ.உ.சி.யின் வாழ்க்கையினைப் பிறப்பு, கல்வி (18721895). தொழில், திருமணவாழ்வு (1895–1905), அரசியலில் மிகுதியான ஈடுபாடு (1905–1908). சிறை வாழ்க்கை (1908–1912), விடுதலையும் சென்னை வாழ்க்கையும் (1912–1919), கோவை வாழ்க்கை (1919–1922), கோயிற்பட்டி வாழ்க்கை (1922–1932), தூத்துக்குடி வாழ்க்கை (1932–1936) என எட்டுக் காலக்கட்டங்களாகப் பகுத்து, அக்காலக்கட்டங்களில் அவரது வாழ்க்கையில் நிகழ்ந்த குறிப்பிடத்தகுந்த செய்திகள் அவர் தமிழ் இலக்கியத்துறைக்கு ஆற்றிய பணிகளுடன் தொடர்புபடுத்தி ஆராயப்பட்டுள்ளன.

1.2.1 பிறப்பு, கல்வி (1872-1895)

வ.உ.சியின் பிறப்பு, கல்வி, அவர் சிறந்த இலக்கியவாதியாக விளங்கியமைக்குத் துணைநின்ற பின்புலம் ஆகியன இப் பகுதியில் விளக்கப்படுகின்றன. வ.உ.சி. நெல்லை மாவட்டம். ஒட்டப்பிடாரத்தில் 1872– ஆம் ஆண்டு செப்டம்பர் மாதம் 5–ஆம் நாள் உலகநாத பிள்ளைக்கும் பரமாயி அம்மையாருக்கும் மகனாகத் தோன்றினார். அவருக்கு உடன் பிறந்தோர் எழுவர். தந்தை உலகநாத பிள்ளையின் தமையன் சிதம்பரம் என்பவரின்

நினைவாக அவருக்கும் சிதம்பரம் என்ற பெயர் சூட்டப்பட்டது. வ.உ.சி. வீரப்பெருமாள் அண்ணாவியிடம் தொடக்கக் கல்வி பெற்று, கிருட்டிணன் என்பவரிடம் ஆங்கிலம் பயின்று, ஒட்டப்பிடாரத்தில் தமது நடுத்தரக் கல்வியை முடித்துத் தூத்துக்குடியில் உயர் நிலைக் கல்வியில் தேர்ச்சி பெற்றார்; அக்கல்வித் தகுதியுடன் அவர் ஒட்டப்பிடாரத்தில் வட்டார அலுவலகத்தில் எழுத்தராகப் பணியாற்றினார். பின்னர்த் திருச்சிராப்பள்ளியில் சட்டக் கல்வி பயின்று, 1895 – ஆம் ஆண்டில் அத்தேர்வில் வெற்றி பெற்றார்.

1.2.1.1 இலக்கியவுணர்வுப் பின்புலம்

இளமையில் வ.உ.சிக்குக் கற்பித்த ஆசிரியர்கள் தமிழ் இலக்கிய இலக்கணங்களில் தேர்ச்சி பெற்றவர்கள் ஆதலால் இயல்பாக இலக்கிய நூல்களைப் பயிலும் வாய்ப்பினை அவர் பெற்றார். ஆத்திசூடி, உலக நீதி முதலிய ஒழுக்க நூல்களைப் பலமுறை கேட்டுப் பயின்றதுடன், கொன்றை வேந்தன், வெற்றி வேற்கை, நளவெண்பா, மூதுரை ஆகிய நூல்களை அந்நூலாசிரியர்கள் எண்ணிய பொருளுடன் தாம் பயின்றதாக வ.உ.சி. குறிக்கின்றார்.[13] பாட்டனுடன் சென்று சுப்பிரமணிய பிள்ளையால் படிக்கப்பட்ட பாரத வாசகத்தினைத் தொடர்ந்து கேட்டதாகவும் பாட்டி கூறிய திருவிளையாடல் முதலிய நீதிக்கதைகளைக் கேட்டதாகவும் பாட்டன் விளக்கிய இராகவன் கதையினைக் கேட்டு மனத்தில் இருத்தியதாகவும் வ.உ.சி. தாம் எழுதிய தன் வரலாற்றில் குறிப்பிடுகின்றார்.[14] இங்ஙனம் இளமையிலேயே அவர் பெற்ற இலக்கிய அறிவு பிற்காலத்தில் அவரைச் சிறந்த இலக்கிய வல்லுநராக ஆக்கத்தக்க பின்புலமாக இருந்ததை உணரலாம். அறநூல்களில் அவர்க்கிருந்த இளமைக்காலத் தோய்வே, பின்பு அறம் பற்றியும் ஒழுக்கம் பற்றியும் நூல்கள் எழுதக் காரணமாக இருந்தது.

1.2.2 தொழில், திருமண வாழ்வு (1895-1905)

சட்டக் கல்வியில் வெற்றி பெற்ற வ.உ.சி. 1895 – இல் தூத்துக்குடியில் வழக்குரைஞர் தொழிலைத் தொடங்கலானார். 1895 – ஆம் ஆண்டில் வள்ளியம்மை எனும் அம்மையார் அவருக்கு வாழ்க்கைத் துணைவியாய் அமைந்தார். 1900– இல்

அவரின் மனைவி இம்மண்ணுலக வாழ்வினை நீத்ததால் வ. உசி. மீனாட்சி என்னும் அம்மையாரை இரண்டாம் மனைவியாகத் திருமணம் செய்து கொண்டார்.[15] இக்காலக் கட்டத்தில் வ.உ.சி.க்கு அரசியல் ஈடுபாடு மெல்ல அரும்பலாயிற்று. வழக்குரைஞர் தொழிலை ஆற்றிவந்தாலும் நாட்டின்பாலும் மொழியின்பாலும் அவர்க்கு ஈர்ப்பு உண்டாயிற்று.

1.2.2.1 இலக்கியப் பயிற்சியும் படைப்புத் திறனும்

ஓய்வுப் பொழுதில் தமிழ் இலக்கிய இலக்கண நூல்களை. வ.உ.சி பிறர் துணையின்றியே பயின்றார். தத்துவ நூல், இலக்கிய நூல் ஆகியவற்றைக் கருத்தூன்றி எண்ணியதாகவும் அவற்றிற்குப் புலவரும் உரையாத அரும்பொருள்களைத் தாமே கண்டு உரைத்ததாகவும் வ.உ.சி. தன்வரலாற்றில் விளக்குகின்றார்.[16] எதற்கும் புதுப்பொருள் காணும் இவ்வுணர்வே புத்தறம், புதுச்செய்திகள் ஆகியவற்றை அவர் எழுதிய நூல்களில் சுட்டுவதற்கு அவருக்கு ஊக்கம் தந்துள்ளது; திருக்குறளுக்குப் பரிமேலழகர் உரைத்துள்ள பொருள்களோடு வேறுபட்டுப் புதுப்பொருள் காணும் எண்ணத்தினையும் அவர்க்குத் தந்துள்ளது. கைவல்லியம், விசாரசாகரம் முதலிய தத்துவ நூல்களில் அவர்க்கிருந்த ஆர்வமே தத்துவ அறிஞரான சேம்சு ஆலன் நூல்களை மொழிபெயர்ப்பதற்கும் சித்தாந்த நூலான சிவஞான போதத்திற்கு உரை எழுதுவதற்கும் அவரைத் தூண்டியது.

வ.உ.சி..யின் தமிழ் நூற்பயிற்சியே 190 – இல் மதுரைத் தமிழ்ச் சங்கத்தின் பொறுப்பாளர்களில் ஒருவராக அவரை உயர்த்துணை புரிந்தது. இத்தமிழ்ச்சங்க உறவே பின்னாளில் அவரைப் பெருங்கவிஞராகவும் ஆக்கியது. திருக்குறளை அடிக்கடி பயின்றும் பிறர்க்குப் பயிற்றுவித்தும் அவர் தமிழ்ப் பணி செய்துள்ளார்.[17] அங்ஙனம் பயிலும்பொழுதும் பயிற்று விக்கும் பொழுதும் திருக்குறளுக்கெழுந்துள்ள பல உரைகளைக் கண்டு ஆய்ந்ததில் மணக்குடவர் உரையே தமிழ் மரபுரையாக அவர்க்குவிளங்கியதால் மணக்குடவர் உரை யினைப் பதிப்பிக்கும் விருப்பம் அவருக்கு உண்டாயிற்று. சோழவந்தான் அரசஞ் சண்முகனாரிடம் தொல்காப்பியத்தை முறையாகக் கற்ற பொழுது,[13] தொல்காப்பிய உரைகளுள்

இளம்பூரணர் உரை: அவரைப் பெரிதும் கவர்ந்ததால் அவ்வுரை யினைப் பதிப்பித்தலில் நாட்டம் கொண்டார்.

சிறை செல்வதற்கு முன்பே வ.உ.சி. கவிபாடும் திறமை பெற்றிருந்ததால் தம் மூத்த மனைவி வள்ளியம்மை இறந்தமை குறித்துப் பாடிய பாடல்களும், நல்லொழுக்கம் அறங்கள் ஆகியவை பற்றிப் பாடிய பாடல்களும் மெய்ப்பொருளாம் இறைவன் தொடர்பாகப் பாடிய பாடல்களும். உறவினர், நண்பர்கட்குக் கடித வடிவில் எழுதிய பாடல்களும் அவரது

நூலாகிய பாடற்றிரட்டில் இடம் பெற்றுள்ளன. சிறை செல்வதற்கு முன் அவர் இயற்றிய பாடல்கள் எல்லாம் சிறை மீண்ட பின் நூலாக வெளிவந்தன.[19]

எனவே அவர் கவிஞராகப் பல நூல்கள் இயற்றியதற்கும் உரையாசிரியராகப் பல நூல்களுக்கு உரை எழுதியதற்கும் பதிப்பாசிரியராகப் பல நூல்களைப் பதிப்பித்தமைக்கும் மொழி பெயர்ப்பாளராகச் சில நூல்களை மொழிபெயர்த்தமைக்கும் இக்காலக்கட்டத்தில் வ.உ.சி. பெற்றிருந்த இலக்கியப் பல்துறை அறிவே வித்திட்டதெனலாம்.

12.3 அரசியலில் மிகுதியான ஈடுபாடு (1905-1908)

வ.உ.சி.யின் அரசியல் வாழ்வில் 1905 முதல் 1908 வரையிலான நான்கு ஆண்டுகளும் துடிப்புள்ள ஆண்டுகளாகும். இவ்வாண்டுகளில் முளைவிட்ட அவரது அரசியல் ஈடுபாடு இவ்வாண்டுகளுக்குள்ளேயே முதிர்ந்து, முடிந்துவிட்டது எனக் குறிப்பிடலாம், அதன் பின்னரே அவர் முழுமையான இலக்கிய அறிஞராக விளங்கலானார்.

1.2.3.1 அரசியல் ஈடுபாடு

1906-இல் தூத்துக்குடியில் 'சுதேசிக் கப்பல் குழு' அவரது துணையால் அமைக்கப்பட்டது 1907- இல் சூரத் காங்கிரசு கூட்டத்தில் அவர் ஆற்றிய தொண்டு குறிப்பிடத்தக்கது. 1908- இல் நெல்லையில் 'தேசாபிமான சங்கம்' அமைய அவர் காரணமாயிருந்தார். அதே ஆண்டில் தூத்துக்குடி, 'கோரல் ஆலைத்' தொழிலாளர்கள் நடத்திய வேலை நிறுத்தத்திற்கு அவர் ஆதரவு தந்து, தொழிலாளர்களின் தேவைகள்

நிறைவேறத் துணை புரிந்தார். *1908 பிப்ரவரி 3 முதல் மார்ச் 9 வரை* சுப்பிரமணிய சிவாவுடன் இணைந்து அவர் ஆற்றிய தொடர் பொழிவுகள் தமிழக அரசியலில் புதுத்திருப்பத்தினை உருவாக்கின. 1903 மார்ச் 9–இல் அரசாங்கத் தடையினை மீறிப் பிபின் சந்திரபாலின் விடுதலையைப் பாராட்டிப் பேசிய யமைக்காக அவ்வாண்டில் மார்ச்சு 12–இல் அரசாங்கத்தினர் அவரைக் கைது செய்தனர். இக்காலக்கட்டத்தில், அரசியல் சுடுபாடு வ.உ.சி.க்கு மிகுதியானதால் இலக்கியத் துறையில் கருத்தூன்றியிருந்தாலும் இலக்கியப் பணியாற்ற அவர்க்கு வாய்ப்பில்லாது போயிற்று எனக் கருதலாம்.

1.2.4 சிறை வாழ்க்கை (1808-1912)

வ.உ.சி. பெற்ற சிறை வாழ்க்கையே அவரைச் சிறந்த இலக்கியப் பற்றாளராகவும் நூலாசிரியராகவும் உருவாக்கியது. அவர்க்கெதிராக வழக்கினைத் தொடுத்த அரசாங்கத்தார் அவர்க்கு நாற்பதாண்டுகள் சிறைத் தண்டனை வழங்கினர்; பின்னர் மேல் முறையீட்டில் நாற்பதாண்டுத் தண்டனையை ஆறாண்டுத் தண்டனையாகக் குறைத்தனர். முதலில் விசாரிக்கப்படும் வரை கோவைச் சிறையிலும் விசாரணை முடிந்தபின் கண்ணனூர்ச் சிறையிலும் வ.உ.சி. தமது சிறை நாளைக் கழித்தார்.

12.4.1 சிறையில் தமிழ்ப்பணி

சிறை நாள் வீணாகக் கழிவதை விரும்பாத வ.உ.சி. சீரிய நூல்கள் எழுதுவதற்கும் சிறந்த கவிதைகளை யாப்பதற்கும் அந் நாட்களைப் பயன்படுத்தினார். பாலகங்காதர திலகர், மாண்டலே சிறையில் இருந்தபொழுது 'கீதை இரகசியம்' என்னும் பெருநூலை எழுதி வந்தார். நேருவோ தாம் சிறையில் இருந்த பொழுது தமது வரலாற்றினை எழுதினார். இறுதியிலே அவர் ஆமதுநகரக் கோட்டைக் காவலில் இருந்தபொழுது, இந்தி யாவை உணர்ந்து அறிந்தது என்னும் நூலை எழுதினார்.[20] வ.உ.சி.யும் தாம் எழுதிய தன் வரலாற்றின் முதற் பாகத்தினைச் சிறையிலிருந்தே எழுதியதாக அவர் மைந்தர் 'தன் வரலாறு' நூற் பதிப்புரையில் குறிப்பிடுகின்றார்.[21] சிறைக் கொடுமை யினைக் குடும்பத்தினருக்கும் நண்பர்க்கும் உணர்த்த வ.உ.சி.

தரமான கவிதைகளையே பயன்படுத்தியுள்ளார்; சேம்சு ஆலன் நூல்களை[22] 'மனம் போல வாழ்வு', 'அகமே புறம்', 'வலிமைக்கு மார்க்கம்', சாந்திக்கு மார்க்கம்' என்ற தலைப்புக்களில் மொழி பெயர்க்கத் தொடங்கினார்; அவற்றுள் 'மனம் போல வாழ்வு' என்னும் நூலினைச் சிறையில் எழுதி முடித்தார்;[23] கண்ணனூர்ச் சிறையில் கைதிகள் மறம் விடுத்து அறம் உணர, 'மெய்யறிவு', 'மெய்யறம்' ஆகிய இரு நூல்களையும் எழுதினார்.[24]

1.2.5 விடுதலையும் சென்னை வாழ்க்கையும் (1912-1919)

சிறைத் தண்டனை பெற்ற வ.உ.சி. 1912 டிசம்பர் 12–இல் விடுதலை பெற்றார். சிறையிலிருந்து வெளிவந்த வ.உ.சி.யின் அரசியல் தொண்டினை நாடு ஏற்றிப் போற்றவில்லை. அவர் சிறையிலிருந்து விடுதலை பெற்றுச் சொந்த ஊர் செல்லாமல் குடும்பத்துடன் சென்னையில் குடியேறினார். அரசியலுக்காக அவர் ஆற்றிய பணிகள் மக்களால் மதிக்கப்படாமற் போகவே, அரசியல் துறவினை மெதுவாக மேற்கொள்ளத் தொடங்கினார். இருப்பினும் 1919–இல் திலகரின் வேண்டுகோளை ஏற்றுப் பம்பாய் சென்று அவரைச் சந்தித்துச் செர்மனியின் உதவியுடன் இந்தியாவில் புரட்சி நடத்துவது பற்றி உரையாடியுள்ளார்; 1919–இல் சென்னை வந்த காந்தியடிகளை வரவேற்றுப் பேசியுள்ளார்; அவ்வாண்டில் சென்னை வந்த திலகரையும் சந்தித்துக் கருத்துப் பரிமாற்றம் செய்துள்ளார்.

1.2.5.1 விடுதலைக்குப்பின் தமிழ்ப்பணி

அரசியல் துறவுணர்வு அவரது இலக்கிய ஈடுபாட்டினையும் தமிழ்த் தொண்டினையும் மிகுதிப்படுத்தியது. சிறை விடுதலைக் குப்பின் வ.உ.சி. ஒரு புது மனிதராக மாறிவிட்டார் என வையா புரிப்பிள்ளை குறிப்பிடுகின்றார்.[25] சென்னையில் வாழ்ந்த பொழுது, திரு. வி. கல்யாணசுந்தர முதலியார், செல்வக்கேசவ ராய முதலியார் ஆகிய தமிழறிஞர்களின் நட்பு வ.உ.சிக்குக் கிடைத்தமையால் அவர் தமிழில் சிறந்த நூல்களை வெளியிடத் தொடங்கினார்.[26] தொல்காப்பியம், திருக்குறள் ஆகியவற்றின் பதிப்புப் பணியினையும் வ.உ.சி. தொடர்ந்தார். அவர் சென்னையில் இருந்தபொழுது 'அகமே புறம்', 'வலிமைக்கு மார்க்கம்' ஆகிய அவரது மொழிபெயர்ப்பு

நூல்களும் மெய்யறிவு' என்னும் அறநூலும் வெளியாயின. சிறை செல்லும் முன்னும் சிறையிலிருந்த பொழுதும் அவர் பாடிய தனிப்பாடல்கள் பாடற்றிரட்டு' என்னும் நூலாக 1915–ஆம் ஆண்டில் உருவாகியுள்ளது. வ.உ.சி. எழுதிய 'மெய்யறமும் அவர் உரை எழுதிய. இன்னிலையும்' அவர் பதிப்பித்த 'திருக்குறள் மணக்குடவர் உரையும்' 197–ஆம் ஆண்டில் தமிழ் உலகத்திற்கு அறிமுகம் ஆயின.

'அரசியல் உலகு வ.உ.சி..யைப் புறக்கணிக்கத் தொடங்கியது எனவே தமிழ் வளர்ச்சிப் பணியை முழுநேரப் பணியாகக் கொண்டார். திரு. சிதம்பரம் பிள்ளையின் தமிழ்க் காதலையும், ஆராய்ச்சித் திறனையும்கூட லேசாக மதிப்பிடுவது சரியன்று. சிறையிலிருந்து விடுதலை பெற்றபின் இவர் வறுமைக்கு உட் பட்டிருந்தார். தமிழ் நாடு இவருக்கும் இவரது முயற்சிகளுக்கும் ஆதரவு தரவில்லை. அப்படியிருந்தும், தமிழ்க் காதலிலே, தமிழ் ஆராய்ச்சியிலே தமது துயர்களை மறக்க முயன்றார்[27] எனப் பி.ஸ்ரீ. குறிப்பிடுகின்றார்.

1.2.6 கோவை வாழ்க்கை (1919-1922)

சென்னையில் தொடர்ந்து வாழ முடியாமல் நண்பர்களின் வேண்டுகோளை ஏற்றுக் கோவையில் வ.உ.சி. வாழத் தொடங்கினார். கோவையில் வாழ்ந்தபொழுதுதான் அரசியல் துறவினை வ.உ.சி. முழுமையாக மேற்கொண்டார்.

1.2.6.1 அரசியல் துறவு

1920–இல் கல்கத்தாவில் கூடிய காங்கிரசு கூட்டத்தில் மிதவாதிகள் செல்வாக்கினைப் பெற்றதால், தீவிரவாதியான வ.உ.சி தாம் சார்ந்திருந்த காங்கிரசு இயக்கத்திலிருந்து தம்மை. விடுவித்துக் கொண்டார். கோவையில் வாழ்ந்த காலத்தில் அவரது எழுத்துப் பணி தொடர்ந்தது. இருப்பினும் அவர் எழுதியவற்றுள் எதுவும் நூலாக வெளிவரவில்லை.

1.2.7 கோயிற்பட்டி வாழ்க்கை (1922-1932)

வழக்குரைக்கும் உரிமையினை இழந்திருந்த வ.உ.சி. அவ்வுரிமையினை மீண்டும் பெற்று 1922–இல் கோயிற்பட்டியில் குடியேறி வழக்குரைஞர் தொழிலை நடத்தலானார்.[28]

ஏழாண்டுகள் வரை தம்மை எவ்வித அரசியல் பணிகளுக்கும் உட்படுத்திக் கொள்ளாத வ.உ.சி. *1927*–இல் மீண்டும் காங்கிரசு இயக்கத்தில் உறுப்பினராகி, அவ்வாண்டில் சேலத்தில் நிகழ்ந்த மாவட்ட அரசியல் மாநாட்டினைத் தலைமையேற்றுச் சிறப்பித்தார்.

1.2.7.1 பதிப்புப் பணி

'தொல்காப்பிய எழுத்ததிகாரத்திற்கும்' பொருளதிகாரத்தின் 'அகத்திணை', 'புறத்திணை' ஆகிய இரண்டு இயல்களுக்கும் உரிய இளம்பூரணர் உரையினை *1918*–இல் வ.உ.சி. பதிப்பித்து வெளியிட்டார்.

1.2.8 தூத்துக்குடி வாழ்க்கை (1932-1936)

1932–இல் ஆட்சித் துணைத்தலைவரின் தலைமையிடம் கோயிற்பட்டியிலிருந்து தூத்துக்குடிக்கு மாற்றப்பட்டதால் வ.உ.சி.யும் தூத்துக்குடியில் குடியேறி உடல் நலிவிற்கிடையில் வழக்குரைஞர் தொழிலை இயலும்பொழுதெல்லாம் அங்கு ஆற்றி வந்தார். *1933*–ஆம் ஆண்டு அரிசனக் கொள்கையினைத் தமிழ்நாட்டில் பரப்பி வந்த காந்தியடிகளைக் காரைக்குடியில் வரவேற்பதற்காக நிகழ்ந்த கூட்டத்திற்கு வ.உ.சி. தலைமை தாங்கினார்.

1.2.8.1 உரையாசிரியப்பணி

1934–ஆம் ஆண்டில் திருச்செந்தூரில் அரங்கேற்றம் செய்யப்பட்ட வ.உ.சி.யின் 'திருக்குறள் அறத்துப்பால் விருத்தியுரை' *1935*–இல் நூலாக வெளி வந்தது. 'சிவஞான போதம்' என்னும் சைவ சித்தாந்த நூலிற்கு அவர் எழுதிய உரையும் அவ்வாண்டிலேயே நூலுருவம் பெற்றது.[29] இங்ஙனம் அரசியல் துறையில் தொடங்கி, இலக்கியத் துறையில் முழுமை பெற்ற வ.உ.சி. *1936* நவம்பர் *18*–இல் பூதவுடல் நீத்துப் புகழுடம்பு எய்தினார்.

முடிவுரை

இளமையிலேயே வ.உ.சி. தமிழ் மொழியின் சிறந்த இலக்கிய இலக்கணங்களில் பயிற்சியும் தேர்ச்சியும் பெற்றிருந்தாலும் அவர்

வாழ்ந்த காலக் கட்டத்தில் அரசியல் நுழைவு செல்வாக்குப் பெற்றிருந்ததமையால் இலக்கிய உணர்வு அவரது உள்ளத்தில் மறைந்திருந்து, அவர் கொண்டிருந்த நாட்டார்வம் தலைதூக்கி நின்றது. அரசியல் துறையில் அவர் கொண்டிருந்த ஈடுபாடு நான்கு ஆண்டுகளே உயிர்ப்புப் பெற்றிருந்தது. வ.உ.சி யிடம் வெளிப்பட்டு நின்ற அவ்வரசியல் துடிப்பு, சூழலால் உயிர்ப் படங்கத் தொடங்கவே அவரது உள்ளத்தில் மறைந்திருந்த இலக்கிய ஆர்வம் உயிர்பெற்று உருப்பெற்றது. ஏறத்தாழ இருபத்தெட்டாண்டுகள் (1908-1936) வெளிப்படையாகவும் அதற்கு முந்திய நிலையில் அடக்கமாகவும் வ.உ.சி. ஆற்றியுள்ள தமிழ்ப் பணியினைக் கருதும்பொழுது வ.உ.சி. அரசியல் பணியினைவிட இலக்கியப் பணியில் விஞ்சி நிற்கின்றார் என்பது புலனாகின்றது.

குறிப்புக்கள்

1. Encyclopaedia Britannica, Vol. 3, p.636.
2. சாலினி இளந்திரையன், வாழ்க்கை வரலாற்று இலக்கியம், ப. 16.
3. சாலினி இளந்திரையன், மு.நூ., ப. 11.
4. தொல்காப்பியம், 1005, 1024.
5. புறநானூறு, பா. 87-95;97-101.
6. சிலப்பதிகாரம், வரந்தரு காதை. 173-182.
7. பழமொழி நானூறு, பா.6,74, 239, 381.
8. சாலினி இளந்திரையன், மு, நூ., பக். 130, 131.
9. தி.வை சதாசிவப் பண்டாரத்தார், பிற்காலச் சோழ வரலாறு, ப. 99.
10. கலிங்கத்துப்பரணி, தாழிசை, 232 – 256.
11. அ.ச. ஞானசம்பந்தன், தேசிய இலக்கியம், ப. 56
12. சாலினி இளந்திரையன், மு.நூ. ப. 180.
13. வ.உ.சி.தம்பரம் பிள்ளை, சுயசரிதை, பக்.7.
14. மேலது, ப. 18.
15. மேலது, பக். 24, 32.
16. மேலது, ப. 34.
17. கெ. அனந்தராமய்யங்கார். தமிழில் தோய்ந்த உள்ளம் 'வ.உ.சிதம்பரம் பிள்ளை நூற்றாண்டு மலர்', ப. 26
18. வ.உ.சிதம்பரம் பிள்ளை, சுயசரிதை, ப. 40.

19. வ.உ.சிதம்பரம்பிள்ளை, பாடற்றிரட்டு, பாயிரம்.
20. எம். எஸ். சுப்பிரமணிய ஐயர், வீரசிதம்பரனார், ப.
21. வ.உ.சிதம்பரம் பிள்ளை, சுயசரிதை, முகவுரை, ப.
22. As a man thinketh Out from the heart, The Pa Prosperity, The Way of Peace.
23. வ.உ.சிதம்பரம் பிள்ளை, சுயசரிதை, ப. 119.
24. மேலது, ப. 146.
25. எஸ். வையாபுரிப் பிள்ளை, சிறை வாழ்க்கைக்குப் பின் வ.உ.சி, வ.உ. சிதம்பரம் பிள்ளை நூற்றாண்டு மலர்', ப. 20.
26. இ.மு. சுப்பிரமணிய பிள்ளை, வீரர் வ.உ. சிதம்பரம் பிள்ளை, 'நெல்லைத் தமிழ்ப் புலவர்கள்', ப. 69.
27. பி.ஸ்ரீ... வ.உ.சி. – சில நினைவுகள், 'வ.உ.சிதம்பரம் பிள்ளை நூற்றாண்டு மலர், ப. 15.
28. ம.பொ. சிவஞானம், கப்பலோட்டிய தமிழன், பக். 93, 94.
29. இ.மு. சுப்பிரமணிய பிள்ளை, மு. நூ, பக் 80, 87.

2. படைப்புப்பணி

2.1.	சுயசரிதை	36
2.1.0	முன்னுரை	36
2.1.1	நூல் பற்றிய செய்திகள்	37
2.1.2	தன்வரலாறும் வாழ்க்கை வரலாறும்	37
2.1.2.1	தன் வரலாறு – வாழ்க்கை வரலாறு – வேறுபாடுகள்	38
2.1.2.1.1	அமைப்பு	38
2.1.2.1.2	அவையடக்கம்	39
2.1.2.1.3	மறைப்பில் விழிப்பு	39
2.1.2.1.4	கூச்சவுணர்வு	40
2.1.2.1.5	திறனாய்வு	41
2.1.2.1.6	உயர்வு நவிற்சி	42
2.1.2.1.7	உண்மைத் தன்மை	43
2.1.2.1.8	சுருங்கச் சொல்லுதல்	45
2.1.2.1.9	நிகழ்ச்சிக்கு முதன்மை தருவதில் வேறுபாடு	47
2.1.2.1.10	தன் வெளிப்பாடு	52
2.1.2.1.11	உண்மை வரலாற்றை அறிவிக்கும் கருவி	53
2.1.2.1.12	அகல்விளக்கும் மின்விளக்கும்	54
2.1.3	உணர்த்தும் முறை	56
2.1.3.1	உவமை	57

2.1.3.1.1 வ.உ.சி. கையாளும் உவமைகள்	*57*
2.1.3.1.2 வாழ்க்கை வரலாற்று நூல்களில் அமைந்துள்ள உவமைகள்	*58*
2.1.3.2 உருவகம்	*59*
2.1.3.2.1 வ.உ.சி. கையாளும் உருவகங்கள்	*59*
2.1.3.2.2 வாழ்க்கை வரலாற்று நூலில் அமைந்துள்ள உருவகங்கள்	
2.1.3.3 முரண் தொடை	
2.1.3.3.1 வ.உ.சி. கையாளும் முரண்தொடைகள்	
2.1.3.3.2 வாழ்க்கை வரலாற்று நூல்களில் அமைந்துள்ள முரண்தொடைகள்	
2.1.3.3.4 சிலேடை	
2.1.3.5 தற்குறிப்பேற்ற அணி	*60*
2.1.5.5.1 வ.உ.சி. கையாளும் தற்குறிப்பேற்ற அணி	*60*
2.1.3.5.2 வாழ்க்கை வரலாற்று நூல்களில் அமைந்துள்ள தற்குறிப்பேற்ற அணி	*62*
2.1.4 தன்வரலாற்றுச் செய்திகளும் நேர்காணல் வழிபெற்ற செய்திகளும்	*61*
முடிவுரை	*62*
பின்னிணைப்பு	*64*

2. படைப்புப்பணி

வ.உ.சி. வெறும் அரசியல் தலைவர் மட்டுமல்லர்; சிறந்த இலக்கியக் கலைஞருமாவார். தொல்காப்பியம் முதலிய இலக்கண நூல்களையும் திருக்குறள் முதலிய நீதி இலக்கியங்களையும் கம்பராமாயணம், திருவிளையாடற்புராணம் முதலிய சமய இலக்கியங்களையும் வ.உ.சி. தமது இளமைக் காலத்திலேயே திரிபு அறக்கற்றவர் ஆவார். இலக்கிய இலக்கணப் புலமை பெற்ற வ.உ.சி. படைப்பாசிரியராகவும் உரையாசிரிய ராகவும் பதிப்பாசிரியராகவும் மொழிபெயர்ப்பாசிரியராகவும் பணியாற்றித் தமிழ் மொழிககுப் பெருமை சேர்த்துள்ளார்.

அரசியலில் அவர் செய்த தொண்டினை மக்கள் அறிந்த அளவிற்கு அவரது இலக்கியத் தொண்டினை அறியவில்லை. எனினும், நாட்டுத் தொண்டுடன் இலக்கியத் தொண்டும் ஆற்றிப் புகழ்பெற்ற வ.வே.சு. ஐயர், பாரதி போன்றவர்களுக்கெல்லாம் வ.உ.சி. முன்னோடியாக இருந்திருக்கிறார் என்று கூறுவது மிகையாகாது.

அவர் சுயசரிதை, மெய்யறிவு, மெய்யறம், பாடற்றிரட்டு என நான்கு நூல்களைப் படைத்துள்ளார்.

2.1. சுயசரிதை

2.1.0 முன்னுரை

வ.உ.சி. எழுதிய 'சுயசரிதை' என்ற தன்வரலாற்று[1] நூலின் செய்திகள், ம.பொ. (ம.பொ.சி. சிவஞானம்) எழுதிய

'கப்பலோட்டிய தமிழன்', இ.மு.சு. (இ மு. சுப்பிரமணிய பிள்ளை) எழுதிய வ.உ.சிதம்பரம் பிள்ளை (நெல்லைத் தமிழ்ப்புலவர்கள்) ஆகிய நூல்களின் செய்திகளுடன் ஒப்பீடு செய்யப்படுகின்றன. "உண்மை வரலாறு வாழ்க்கை வரலாறே"[2] எனக் கார்லைல் குறிப்பிடுவதைப் போன்றே வ.உ.சி.யின் வாழ்க்கை வரலாறும் உண்மை வரலாறாகவே விளங்குகின்றது. இரு பகுதிகளாக அமைந்திருக்கும் இத்தன்வரலாற்று நூல் அவரது இளமைப் பருவம், அவர் பெற்ற கல்வி, ஆற்றிய தொழில், அரசியல் ஈடுபாடு, அதன் விளைவாக மேற்கொண்ட சிறை வாழ்க்கை, அதன்வழி உணரப்படும் அவர்தம் பல்வேறு பண்பு நலன்கள் ஆகியவற்றை உள்ளடக்கியுள்ளது.

"தீவிர அரசியல்வாதியாக வ.உ.சி. வாழ்ந்த வாழ்வு, அவர் இறப்பதற்குப் பல ஆண்டுகளுக்கு முன்பே முடிந்துவிட்டது. அந்த வாழ்வையே ஒரு முழுமை வாழ்வாகக்கொண்டு மதிப்பிடு வதற்குத் தேவையான எல்லாப் பண்புகளையும் அந்த வாழ்வு தன்னுள் அடக்கியதாகவே உள்ளது"[3] என்று கூறுவதன் வாயி லாகச் சாலினி இளந்திரையன் வ.உ.சி.யின் தன் வரலாற்றை ஒரு முழுமையான இலக்கியமாகக் காட்டுகின்றார்.

2.1.1 நூல் பற்றிய செய்திகள்

சுயசரிதை 1946-ஆம் ஆண்டு வெளியிடப்பட்டது. 'லோகோபகாரி' இதழின் ஆசிரியரான பரலி சு. நெல்லையப்ப ரின் வேண்டுகோளிற்கிணங்க வ.உ.சி. தன் வரலாற்றின் முதற் பகுதியினை எழுதினார். பின்னர்ச் சிறைக்கோட்டத்தை விட்டு வெளிப்போந்தவுடன் தெ.ச. சொக்கலிங்கத்தின் வேண்டு கோளினை ஏற்று இரண்டாம் பகுதி வ.உ.சி.யால் எழுதப்பட்டு முதற்பகுதியுடன் இணைக்கப்பட்டது. இந்நூல் ஆசிரியப்பாவில் அமைந்துள்ள தன் வரலாற்று இலக்கியமாகும். இந்நூலில் காணப்பெறும் தலைப்புக்களை அவர் மைந்தர் முதற்பதிப்பில் எழுதிச் சேர்த்தார். "தலைப்புகள் தான் நான் சேர்த்தவை, படிப்பதற்கு உதவியாக இருத்தற் பொருட்டு"[4] என்கிறார் வ.உ.சி. சுப்பிரமணியம்.

2.1.2 தன்வரலாறும் வாழ்க்கை வரலாறும்

ஒருவர் வரலாற்றை அவரே எழுதுவது தன்வரலாறாகும். தமிழக வரலாற்றில் 18-ஆம் நூற்றாண்டில் 'ஆனந்தரங்கம்

பிள்ளை நாட் குறிப்பு' மிகத் தெளிவான தன்வரலாற்றுப் போக்குகளைப் பதிவு செய்துள்ளது. ஆனாலும் தமிழிலே முழுமையான தன்வரலாற்று இலக்கியம் இந்த இருபதாம் நூற்றாண்டிலேதான் உருவாகியுள்ளது.

பாரதியாரின் வரலாறு முற்றுப்பெறாத நிலையில் கவிதை நடையில் அவரால் எழுதப்பட்டதாகும். 'திரு.வி.க வாழ்க்கைக் குறிப்புகள்' *(1944)*, நாமக்கல்லாரின் 'என் கதை' *(1947)*, தி.சே சௌ ராஜனின் 'நினைவு அலைகள்' *(1947)*, சாமிநாத ஐயரின் 'என் சரித்திரம்' *(1950)*, சுத்தானந்த பாரதியாரின் 'ஆத்ம சோதனை' *(1–50)* ஆகியன இருபதாம் நூற்றாண்டில் வெளியான தன் வரலாற்று நூல்களில் குறிப்பிடத்தக்கனவாகும்.

ஒருவர் வரலாற்றை வேறொருவர் எழுதுவது வாழ்க்கை வரலாற்று நூலாகும். கல்கி எழுதிய 'மாந்தருக்குள் ஒரு தெய்வம்', கனகலிங்கம் எழுதிய 'என் குருநாதர்', ம.பொ. சிவஞானம் எழுதிய 'வீரபாண்டியக் கட்டபொம்மன்', 'கப்பலோட்டிய தமிழன்', மறை திருநாவுக்கரசு எழுதிய 'மறைமலையடிகள் வரலாறு', புலவர் இளங்குமரன் எழுதிய 'கழக ஆட்சியர் வ.சு வரலாறு' போன்றவை வாழ்க்கை வரலாற்று நூல்களில் சிலவாகும்

2.1.2.1 தன் வரலாறு - வாழ்க்கை வரலாறு - வேறுபாடுகள்

அமைப்பு, அவையடக்கம், மறைப்பில் விழிப்பு, கூச்ச வுணர்வு, திறனாய்வு, உயர்வுநவிற்சி, உண்மைத்தன்மை, சுருங்கச் சொல்லுதல், நிகழ்ச்சிகளுக்குத் தரும் முதன்மை தன்வெளிப்பாடு போன்றவற்றில் வாழ்க்கை வரலாறும் தன் வரலாறும் ஒன்றற்கொன்று வேறுபடுவது இப்பகுதியில் விளக்க மாக ஆராயப்படுகிறது.

2.1.2.1.1 அமைப்பு

தன் வரலாறு அகநோக்கில் அமையும்; வாழ்க்கை வரலாறு புற நோக்கில் அமையும் தன் வரலாறு தன்முகத்தைத் தானே கண்ணாடியில் பார்ப்பதைப் போன்றது; வாழ்க்கை வரலாறு பிறர் எடுத்துக்காட்டும் ஒளிப்படத்தைப் போன்றது.

2.1.2.1.2 அவையடக்கம்

தன்வரலாற்று நூலில் அவையடக்கம் இன்றியமையாது இடம்பெறும். வாழ்க்கை வரலாற்றைப் பிறர் எழுதும்பொழுது தம்மைப் பற்றிய விளக்கம் வேண்டுமானால் தேவையாக இருக்கலாமே தவிரத தம்மைக் குறித்த அவையடக்கம் தேவையில்லை. ம.பொ.சி. தாம் எழுதிய கப்பலோட்டிய தமிழன் என்னும் நூலின் முன்னுரைப் பகுதியில், "சிதம்பரனாரின் வீரப் புரட்சியை நாட்டில் பரப்ப வேண்டுமென்று யான் டிஎண்ணினேன்"[5] என்று தம் எண்ணத்தை வெளிப்படுத்தி எழுதியுள்ளார். ஆனால் வ.உ.சி. தம் சுயசரிதையில்,

"நினைவொடு நிற்கும் நெல்லை யப்பநீ
கனிவொடு கேட்டவென் கதைக்கு குறிப் பிஃதே"

(சு.ச.ப.1)

என்று பரலி. சு. நெல்லையப்பர் வேண்டியதால் இந்நூலை எழுதியதாகக் குறிப்பிடுகின்றார். இறந்த அவரது பெரிய தந்தையாரே மீண்டும் பிறந்து வந்ததாகக் கருதும்படியும் அவரது பெயரையே சிதம்பரம் என்று இடும்படியும் பாட்டன், பாட்டியிடம், தந்தை கூறியதாகக் குறிப்பிடும் இடத்தில் அவர் தம் அடக்கத்தைக் காணலாம்.[6]

... 'உம்மகன் பெரும்புகழ்
பதம்பெற மீண்டும் பாரினிற் பிறந்துளன்;
சிதம்பரம் என்று செப்பிடும்' என்ன,
மேலோன் பெயரால் விளம்பினர் என்னை.
மேலோன் என்றே மேன்மையொடு வளர்த்தனர்.
எளியேன் பிறந்தபின் இயன்றன பற்பல.
களியேன் கூறி; காரணம் தற்புகழ்." (சு.ச.ப.6)

வ.உ.சி. தாம் பிறந்ததை அறிமுகப்படுத்தும்பொழுது மிகுந்த அவையடக்கம் காட்டுவதை இதனால் உணரலாம். இத்தகைய உணர்வு தன் வரலாற்றில் தவிர்க்கவியலாததாகும்.

2.1.2.1.3. மறைப்பில் விழிப்பு

தன் வரலாறு எழுதுவோர் தமக்கு விருப்பமில்லாத செய்திகளையும் இழுக்குத்தரும் செய்திகளையும் மறைப்பர்.

இதற்கு விதிவிலக்காக அண்ணல் காந்தியடிகள் தமது 'சத்திய சோதனையில்' 'சொல்லியாக வேண்டிய ஆபாசமான விஷயங்களைக்கூட நான் மறைக்கப் போவதில்லை; குறைத்துக்கூறப் போவதில்லை. என்னுடைய எல்லாக் குற்றங்களையும், தவறுகளையும் வாசகர்க்கு அறிவிப்பேன் என்றே நம்புகிறேன்[7] என வெளிப்படையாகக் கூறுகிறார். வ.உ.சி.யும் தன்வரலாற்றில்,

"என்னுடை குபையால் இடறினேன் பரீட்சையில்." (சு.ச.,ப.11) என்றும்,

அடி பிடி சண்டை அளவில புரிந்தேன்." (சு.ச.ப. 19) என்றும்,

**"மறுவிலா என்னுயர் மனத்தில் என்றும்
சிறுமையும் வெகுளியும் செறிவுறக் கொண்டேன்." (சு.ச.,ப.33)**

என்றும் தம் குறைபாடுகளை வெளிப்படையாகக் கூறுகிறார். ஆனால் வாழ்க்கை வரலாறு எழுதுவோர் வரலாற்றிற்குரியவரின் ஒளிமயமான வாழ்வினைக் காட்டுவரேயன்றி, இருள்மயமான வாழ்வினை அவர்பால் கொண்ட ஈடுபாட்டினால் காட்டுவதில்லை. அதற்கேற்ப, ம.பொ.சி தம் நூலில் வ.உ.சி. உயர் நிலைப் பள்ளிப்படிப்பு முடிந்ததும் கால்டுவெல் கல்லூரியில சேர்ந்து மெட்ரிகுலேசன் தேர்விலும் வெற்றியடைந்தார் என்று எழுதியுள்ளாரே தவிர, அவர் தேர்வில் தோற்றதையோ, அவரிடம் இயல்பாய் அமைந்த குறைகளையோ சுட்டவில்லை.[8] இதன்வழி, சிலவற்றை மறைப்பதில் விழிப்புணர்வு வாழ்க்கை வரலாறு எழுதுகிறவர்களிடம் இருக்குமென்பதையும் தன்வரலாற்றில் அத்தகைய விழிப்புணர்வு சிலர்க்குத் தேவைப்படவில்லை' என்பதையும் உணரலாம். எனவே வாழ்க்கை வரலாறு ஒருவரின் குணங்களை மட்டும் அறிய உதவுமே தவிரத் தன்வரலாறு போன்று அவரின் குறைகளையும் அறிய உதவுவதில்லை.

2.1.2.1.4 கூச்சவுணர்வு

வ.உ.சி.யின் தன்வரலாறு முழுமையும் அவரது சிறை வாழ்க்கையை மையமாகக் கொண்டுள்ளது என்பதை அறியலாம். சிறை வாழ்க்கையினை அவர் மேற்கொள்ளக் காரணமாக இருந்த பின்ஹே (Phinhey) என்னும் நீதிபதியின் தீர்ப்பு அரச நிந்தனைக்கு இருபது ஆண்டுகள், சிவாவுக்கு உடந்தையாக இருந்தமைக்கு இருபது ஆண்டுகள் எனவும் அவற்றை

ஒன்றன் பின் ஒன்றாக வ.உ.சி. அனுபவிக்க வேண்டுமெனவும் கூறியிருந்தது. நீதிபதி தமது தீர்ப்பில், "பிள்ளை பெரிய ராஜத் துரோகி; அவரது எலும்புக்கூடுகூட ராஜவிசுவாசத்திற்கு விரோதுமானது"⁹ என்று வ.உ.சி. தண்டிக்கப்படுவதற்குரிய காரணத்தைக் காட்டியிருந்தார். தன்வரலாற்றில் தற்பெருமையாக எழுதுவதற்குக் கூசுபவரைப் போல,

"கற்றோர் மனமும் கலங்கிடச் சொன்னான்.
இறையும் கலங்கா தென்னுள்ளம் கவர்ந்துள
இறையின் கொடையென ஏற்றேன். ஆயினும்
நீதியை நினைந்து நெஞ்சோடு நகைத்தேன்."

(சு.ச, ப. 102)

என வ.உ.சி அச்செய்தியினை மிகச் சுருக்கமாகக் கூறுகின்றார். தற்புகழ் மொழிகளில் உயர்ந்தவர்களின் கூச்சம் இங்கு வெளிப்படுவதைக் காண்கின்றோம். ஆனால், ம.பொ.சி. இதனை வெளிப்படையாகவே விளக்கிக் காட்டியுள்ளார்.

2.1.2.1.5 திறனாய்வு

தன்வரலாறு எழுதுவோர்க்குத் தம்மைப்பற்றித் தாமே திறனாய்வு செய்து முடிவு கூறுதல் இயலாது. ஆனால் வாழ்க்கை வரலாறு எழுதுவோர் ஒருவரைத் திறனாய்வு செய்து முடிவு கூறும் ஆற்றல் மிக்கவராயிருப்பர்.

'கனநாள் விழித்துக் காலியா' 'லாவோ'
தனநான் தருவதாச் சாற்றிக் கொணர்ந்தேன்."

(சு.சு.,ப.50)

என வ.உ.சி. 'காலியா', 'இலாவோ' என்ற இரு கப்பல்கள் வாங்கிய செய்தியை அருஞ்செயலாகத் தன்வரலாற்றில் குறிப் பிடாமல் அதனை நிகழ்ச்சியாகவே சுட்டியுள்ளார். இது உலக வரலாற்றில் நிகழ்ந்த அருஞ்செயல் என்பதனை அறியலாம். இதனை வரலாற்று இலக்கியம் படைப்போர் சிறப்பாக எழுதிக் காட்டுவர்:

"சிதம்பரனார் 'காலியா', 'இலாவோ' என்ற இரண்டு கப்பல்களை வாங்கிக்கொண்டு தூத்துக்குடிக்கு வந்து சேர்ந்தார். அவர் பம்பாயிலிருந்தபோது அவருடைய தலைமகன்

மகராசன் என்ற உலகநாதன் நோய்வாய்ப்பட்டுத் துன்புற்றான்; அவருடைய மனைவியார் பேறுகால வேளையில் இருந்தார். இவைகளையெல்லாம் அறிந்தும் திரும்பும்படி நண்பரால் தூண்டப்பட்டும் அவர் கப்பல் வாங்கும் வரை பம்பாயிலேயே தங்கினார். அண்டம் இடிந்து விழுந்தாலும் நெஞ்சங் கலங்காத வீரரே ஆண்டவனருளால் எண்ணியவற்றை எண்ணியபடியே அடைவார்கள்"[10] என வ.உ.சி.யின் செயலினை இ.மு.சு திறனாய்வு செய்து காட்டியுள்ளார்.

2.1.2.1.6 உயர்வு நவிற்சி

சிறையிலே செக்கிழுத்த காட்சி, தன் வரலாற்றுக் கண்ணோட்டத்திலும் வாழ்க்கை வரலாற்று இலக்கியக் கண்ணோட்டத்திலும் வேறுபடும் தன்மையினைக் காணலாம்:

> **"திங்கட் கிழமை ஜெயிலர் என்கைத்தோல்**
> **உரிந்ததைப் பார்த்தான். உடன் அவன் எண்ணெய்**
> **ஆட்டும் செக்கினை மாட்டிற்குப் பதிலாப்**
> **பகலெலாம் வெயிலில் நடந்து தள்ளிட**
> **அனுப்பினன் அவனுடை அன்புதான் என்னே!"**

(சு.ச., ப. 116)

என வ உ. சி தாம் செக்கிழுத்த நிகழ்ச்சியினை உயர்வு நவிற்சி கலவாது இயல்பான காட்சியாக்கிக் காட்டியுள்ளார். ஆனால் வாழ்க்கை வரலாறு எழுதுவோர் தமது நெஞ்சை ஈர்க்கும் சிறு நிகழ்ச்சியினையும் மிகுத்துக் காட்டி எழுதுவர். இதற்கேற்ப ம.பொ.சி, "மெய்யறம்" போன்ற நீதிநூல்கள் எழுதிய சிதம்பரனாரின் கைகள் சிறையில் செக்கு வலிப்பதைக் கேட்டுக் கண்ணீர் விட்டார் பாரதியார். தமது அருமைத் தோழர் சிதம்பரனாருக்குற்ற துன்பம் மனித சக்தியால் நீக்க முடியாததென்று எண்ணினார் போலும்! ஆகவே, அவர் சர்வ வல்லமை வாய்ந்த இறைவனிடம் முறையிடலானார்..... சிதம்பரனாரை 'மேலோன்', 'நூலோன்', 'காதல் இளைஞன்' என்றெல்லாம் கூறிக் கடவுளுக்கு அறிமுகப்படுத்துகிறார் பாரதியார். அந்த வீரன் சிறையில் வீழ்ந்து கிடப்பதை, செக்கடியில் நோவதை, மனையாளைத் துறந்ததை, மக்களைப் பிரிந்ததை, கண்ணனூர்ச் சிறையில் கருத்தழிந்து வாடுவதை, 'இறைவா, நீ காணாயோ!' என்று கதறுகின்றார்."[11] என்று பாரதியாரைத் துணைக்கழைத்து

வ.உ.சி. பட்ட துயரத்தை உயர்த்திப் பேசுகிறார்; தியாகத்தை மிகுத்துக் காட்டுகிறார்.

2.121.7 உண்மைத் தன்மை

தன்வரலாறு எழுதுபவர் செய்திகளை உண்மைக்குப் புறம் பாக எழுதுவதில்லை. ஆனால் பிறர் எழுதும் வரலாற்று நூல் களிலோ செய்திகள் சரியாகக் கிட்டாததாலும் செய்தி தருவோர் முறைமாற்றிச் சொல்லக் கூடுமாததாலும் உண்மையிலிருந்து விலகிய செய்திகள் இடம் பெறக்கூடும் வ.உ.சி. துறவியாக! வீட்டைவிட்டு ஓடிப்போன நிகழ்ச்சி பற்றி வ.உ.சி. குறித்திருப் பதற்கும் அவர் வரலாற்றினை எழுதியோர் குறித்திருப்பதற்கும் இடையே வேறுபாடு உள்ளது. ம.பொ.சி, "சிதம்பரம் தமது பள்ளிப் பருவத்தில் கட்டுக்கடங்காத காளையாகத் திரிந்து வந்தார். அவரிடமிருந்த துடுக்குத்தனங்கள் சொல்லி முடியாதன. தந்தை உலகநாதபிள்ளை, சிதம்பரத்திடம் வைத்த பேரன்பு காரணமாக அவரது பிழைகள் அனைத்தையும் சகித்துக் கொள்வார். ஆனால், தம்மால் சகித்துக் கொள்ள முடியாத சந்தர்ப்பங்களில் நையப் புடைத்து விடுவார். தந்தை யார் அடிக்கும் போதெல்லாம் காளை சிதம்பரம் யாரிடமும் சொல்லிக் கொள்ளாமலேயே வீட்டைவிட்டு ஓட்டம் பிடிப்பார். ஒரு நாள் ஏதோ தவறு செய்தமைக்காகச் சிதம்பரத்தை அவரது தந்தையார் கடுமையாக அடித்துவிட்டார்.... மறுகணமே மொட்டை அடித்துக்கொண்டு உடுத்தியிருந்த பட்டாடை களனைத்தையும்களைந்தெறிந்து பருத்தி உடைக் கோவணத்துடன் பட்டினத்தார் போல் வேடம் பூண்டார்"[12] என்கிறார். இங்ஙனம் வ.உ.சி.யைத் துடுக்கானவர் என்றும் அதனால் தந்தை அடித்தார் என்றும் ம.பொ.சி. எழுதுகின்றார். ஆனால் இச்செய்தி உண்மைக்குப் புறம்பான செய்தியாகத் தோன்றுகின்றது. ஏனேனில் வ.உ.சி,

> **தகுதியில் கணவனையென் தமக்கைக் களித்தென்**
> **வீட்டுடன் இருக்க விளம்பினன் தந்தை. யான்**
> **காட்டினிற் சென்றிடுங் கதியினை அடைந்தேன்.**
> **பொறாமை மேற்கொடு புறத்திருந் துற்றவன்**
> **அரும்பல பழிகளை ஆக்கிக் கூறுவன்.**
> **தந்தை என்னைத் தாறுமாறாக**

நிந்தை புரிந்து நினைத்தற் கரிதா
அடிப்பன்; மிதிப்பன். யானுடன் ஓட்டம்
பிடிப்பன். அவன்பின் றொடர்ந்து கொணர்வன்.
எண்ணிலாத் தடவை இப்படி நேர்ந்தன.
கண்ணிலா தொருநாள் கணக்கிலா தடித்தான்
நினைந்தேன் துறவினை; நீக்கினேன் சிகையினை.
புனைந்தேன் கௌபீனம்; பெள்ளென நடந்தேன்.”

(சு.சா., பக். 20,21)

எனத் தமக்கையார் கணவர் முத்துக்குமாரசாமி பிள்ளை பொறாமையினால் தூண்டியதாலேயே, தந்தை அடித்ததாகத் தன்வரலாற்றில் வ.உ.சி. குறிப்பிடுகின்றார். இந் நிகழ்ச்சியில் செய்திகளின் உண்மைத் தண்மையினை உணர்ந்துகொள்ளப் பிறிதொரு குறிப்பும் காணலாம்:

“புனைந்தேன் கௌபீனம்.”

என்றுதான் வ.உ.சி. குறிப்பிடுகின்றார். ஆனால் பட்டாடைகளைந்து பருத்தி உடை கோவணம் அணிந்ததாக ம.பொ.சி. கூறுவதற்குச் சான்று கிடைக்கவில்லை.

சிதம்பரத்தின் துடுக்குத்தனத்தை அடக்க எண்ணித் தந்தை உலகநாதப்பிள்ளை அவரை ஓட்டப்பிடாரம் தாலுக்கா அலுவலகத்தில் குமாஸ்தா வேலையில் அமர்த்தினார். இந்த வேலையில் ஈடுபடச் சிதம்பரத்திற்கு விரும்பமில்லை என்றாலும், தந்தையின் கட்டளைக்குக் கீழ்ப்படிந்தார்”[13] என்ற ம.பொ.சி.யின் செய்திக்கும்,

“ஓதிப் பற்பல உயர்ந்து தாசிலாய்
நீதி புரிந்த நெல்லை யப்பன்
தருவித் தென்னைத் தாலுகா விடத்தினை
மருவிக் கிளார்க்கா வரைந்திடச் சொல்லினன்.
தந்தை அவன் சொல் தட்டமாட் டாமல்
அந்த வேலையில் அமர்ந்திடச் செய்தனன்.”

(சு.ச., ப. 16)

என்ற செய்திக்கும் இடையிலுள்ள உண்மை நழுவலை உணரலாம்.

சிதம்பரனார், வழக்கறிஞர் தொழிலை முதன்முதலில் ஒட்டப்பிடாரத்திலேயே தொடங்கினார் என்று ம.பொ.சி.

குறிப்பிடுகிறார்.[14] வ.உ.சி.யின் கவிதை வரிகளோ திருமந்திரம் எனப்படும் தூத்துக்குடி நகரில்தான் அவர் தொழிலைத் தொடங்கினார் என்று அமைந்துள்ளன.

"என்னுளம் மதிக்கும் ஏசுவின் வருடம்
தொண்ணூற் றைந்தினிற் சொல்லிய பரீட்சையில்
தெளிந்ததற் குரிய சீட்டினைப் பெற்றுத்
தெளிந்தவர் தங்கும் திருமந் திரத்தில்
'சிவில்' 'கிரிமினல்' என்றே செப்பிடும்
தாவா வழக்கும் தண்டமும் புரியும்
இருதிறக் கோர்ட்டினும் இயல்பொடு சென்று"

(சு.ச., ப. 24)

சட்டங் கற்க வ.உ.சி.க்குத் தந்தை உலகநாதரே தூண்டு கோலாய் இருந்துள்ளார். இதனை,

சிந்தையைத் திருப்பித் திருச்சிக் கேகி
நடுவினைத் திறக்கும் நன்னிலைக் கல்வியைக்
கடிதினிற் கல்லெனக் கட்டளை யிட்டனன்."

(சு.ச., ப. 16)

என வ.உ.சி. குறிப்பிடுகின்றார். ஆனால், ம.பொ.சி. "வக்கீல் பரீட்சைக்கு படிக்க எண்ணித் தந்தையின் அனுமதி வேண்டினார்"[15] என்று குறிப்பிடுவதில் தெளிவான வரலாற்று மாற்றம் தெரிகிறது. இங்ஙனம், தன்வரலாற்றில் காணப்படும் செய்திகளின் உண்மைத் தன்மையினின்று வரலாற்று இலக்கியம் வழுவிப்போவதை உணரலாம்.

2.1.2.1.8 சுருங்கச் சொல்லுதல்

தன் வரலாறு எழுதுவோர் உணர்ச்சி கலவாது உள்ளதை மட்டும் கூறவேண்டும் என்ற உணர்வினால் சில நிகழ்வுகளை மிகச் சுருக்கமாகக் குறித்திடுவர். வாழ்க்கை வரலாறு எழுது வோர் அந்நிகழ்ச்சிகளைக் கற்பனை மெருகூட்டி, நாடக முறையில், படிப்போர்க்கு நெகிழ்வு ஏற்படுமாறு உணர்ச்சிச் சொற்களைப் பெய்து விளக்குவர். கோரல் ஆலைத் தொழிலாளர் போராட்டத்தில் தம்மை ஈடுபடுத்திக் கொண்ட செய்தியினை வ.உ.சி. படைத்துக் காட்டியிருப்பதற்கும் அதனையே அவர்

வரலாறு எழுதினோர் காட்டியிருப்பதற்கும் இடையே வேறுபாடு காணப்படுகின்றது.

கோரல் ஆலையிலே போராட்டம் தொடங்கியது. வேலை நிறுத்தச் செய்தி பரவியது; போராட்டம் தீப்பற்றியபோது,

> **“கோரல் மில்லின் கூலி யாட்கள்**
> **வார தில்லை; வயிற்றினி லென்றும்**
> **அடிப்பத னாலும் அளவறத் துன்பம்**
> **தடிப்பதனாலும் சம்பளங் கூட்டித்**
> **துன்பம் நீப்பின் தொடருவோம்...”** (சு.ச...ப.57)

எனப் போராட்டம் பற்றியும் அதன் தன்மை பற்றியும் வ.உ.சி. வெறும் நிகழ்ச்சியாகவே காட்டியிருப்பதால் கற்பனை கலக்காத கருத்து மட்டுமே வெளிப்படுகின்றது.

ஆனால் ம.பொ.சி., தம்முடைய நூலில் இந்நிகழ்ச்சியினை வழக்கறிஞர் அரங்கசாமி என்பவரின் வாழ்வில் நடந்த ஒரு நிகழ்ச்சியின் துணைக்கொண்டு ஒரு நாடகம் போலப் புனைந்து காட்டுகிறார். முகமழிப்புச் செய்யவந்த அரங்கசாமிக்கும் முகமழிப்புச் செய்பவருக்கும் இடையே விடுதலை வீரர்களைக் காவல் துறையினர் நடத்திய முறைமை பற்றி உரையாடல் நிகழ்ந்தது. விடுதலை வீராகள் குறித்துத் தரக்குறைவாக அரங்கசாமி கூறிய கருத்துகளை முகமழிப்புச் செய்பவர் ஏற்கவில்லை.

> **“அடே! அதை நீஏன் கேட்கிறாய்? அது உன் வேலையல்ல’**
> **- அரங்கசாமி.**

> **‘அப்படியானால், உமக்கு க்ஷவரஞ் செய்வதும் என் வேலையல்ல” - முகமழிப்பவர்**

இப்படிப்பட்ட உரையாடல்களை ம.பொ.சி. காட்டியிருப்பது இனிய கற்பனைக் காட்சி ஆகும்.

“பாதி மழிப்போடு வீட்டிற்குள் சென்றால் வைதீகத்திற்கு, விரோதமென மனைவி மறுப்பாள், ஊருக்குள் சென்றால் தேசத் துரோகி என மக்கள் வெறுப்பர். என்செய்வார். ஊருடன் பகைக்கின் வேருடன் கெடும்‘ என்னும் பழமொழி அந்த வழக்கறிஞர்பால் உண்மையாயிற்று. மேலும் கதை தொடர்கிறது.

கலெக்டரிடம் வக்கீல் அரங்கசாமி செல்கிறார். "துரையவர்களே! க்ஷவரத் தொழிலாளர்கள் எல்லாம் என்னைக் கை விட்டனர். தாங்கள்தான் தயவு செய்ய வேண்டும். போலீசுக்கு உத்தரவு கொடுத்தால் போதும்" என்று கலெக்டரிடம் புலம்பினார்.

"அந்த வழிக்கு நான் வரமாட்டேன். என்னை நம்பிப் பயனில்லை" என்று கைவிரித்தார் கலெக்டர். இந்நிலையில், வழக்கறிஞர் திண்டாடித் தெருவில் அலைந்து பின்னர் ரயிலேறித் திருநெல்வேலிக்குச் சென்று மீதியுள்ள சிகையையும் சிரைத்துக்கொண்டு ஊர் திரும்பினார்." இப்படி முடித்து விட்ட ம.பொ.சி., இது கற்பனை அல்ல; உண்மை வரலாறு" என முத்தாய்ப்பும் வைக்கிறார். போலீஸ் பட்டாளத்தை அதிகப்படுத்த வேண்டுமென்று கலெக்டர் சொன்னபோது, வக்கீல் அரங்கசாமி ஆதரித்ததுதான் பெருங்குற்றம் என்று இங்கே காட்டப்பட்டுள்ளது. இந்தக் கதையின் அடிப்படை உண்மையை ஆராய்வது நம் வேலையன்று என ம.பொ.சி. குறிப்பிட்டு க்ஷவரத் தொழிலாளிகூடப் போராட்டத்தில் கலந்து கொதிப்படையக் காரணம் யார்? என்ற வினாவினை எழுப்பி, அதற்கு விடையாக

"இந்த விதமாகத் தொழிலாளர்களுக்குத் தலைமை வகித்து ஊரெல்லாம் புரட்சிக் கனலைக் கிளப்பிய வீரர் யார்? அவர் தான் தேசபக்தர் வ.உ.சி.தம்பரம் பிளளை"[16] என வ.உ.சி.யைப் பெருமைம்படுத்தக் கருதிய ம.பொ சி. ஒரு நாடகக் காட்சிபோல் கற்பனை மெருகூட்டி, மிக நெகிழ்ந்த சொற்கள் வாயிலாக விளக்கியுள்ளார். இக்காட்சிதான் ம.பொ.சி.யின் நூலுக்கே அமைந்த நுழைவாயிலாகும் தன் வரலாற்று ஆசிரியர் சுருங்கச் சொல்லிய நிகழ்ச்சியினை வரலாற்று ஆசிரியர் விளக்கமாகக் காட்டியுள்ளார்.

2.1.2.1.9 நிகழ்ச்சிக்கு முதன்மை தருவதில் வேறுபாடு

தன்வரலாறு எழுதுவோர் எந்நிகழ்விற்கு முதன்மை தரப்படவேண்டும், எதற்குத் தரவேண்டியதில்லை என நினைந்து பார்த்து நிகழ்விற்கு முதன்மை காட்டுவர். ஆனால், வாழ்க்கை வரலாறு எழுதுவோர் வேண்டாத நிகழ்வுகளையும் முதன்மைச் சிறப்புத் தந்து காட்டிவிடுவர். வ.உ.சி. தன்வரலாற்றின்

முதற்பகுதியில், தம் இளமைப்பருவம், தமக்காகத் தந்தை ஒரு பள்ளியையே கட்டிய சிறப்பு, தேர்வில் தோற்றமை, வென்றமை எழுத்தராகப் பணி புரிந்தமை, தமக்கை கணவரால் கோள் சொல்லப்பட்டுத் தந்தை தம்மைத் தண்டித்தமை, இடையிடையே துறவியாதல், வள்ளியம்மையார் திருமணம். விவேகபாநு எனும் இதழாசிரியப்பங்கு, லாவோ, காலியோ ஆகிய கப்பல்கள் வாங்கல், நெல்லைக்கலகம், கலெக்டர் ஆசுவின் கொடுமைகள் ஆகிய இன்றியமையாத நிகழ்ச்சிகள் பற்றிக் குறிப்பிட்டுள்ளார். இரண்டாம் பகுதியில் சிறை வாழ்வு, செக்கிழுத்த வேதனை, கல்லுடைத்த கடுமை, கண்ணனூர்ச் சிறை மாற்றம், ஆசு சுடப்பட்டமை, தமது விடுதலை ஆகிய மிகச் சிறந்த நிகழ்ச்சிகளே இடம் பெற்றுள்ளன. அவருடைய தன்வரலாற்றில் இளம்பருவ வாழ்க்கை நிகழ்ச்சிகளும் சிறை வாழ்வும் சிறப்பிடம் பெற்றிருப்பதைப் படிப்போர் நன்குணர்வர். தம் வாழ்க்கையில் நடந்த பல நிகழ்ச்சிகளுள்ளும் அவரது உள்ளத்தைத் தொட்ட அரிய நிகழ்ச்சிகள் மட்டுமே தன் வரலாற்றில் இடம்பெற்றுள்ளதை வ.உ.சி.யின் தன்வரலாற்று நூல் எடுத்துக் காட்டுகின்றது.

விருதுநகரைச் சார்ந்த இராமையா தேசிகர் என்பவரைத் தம்இல்லத்தில் வைத்து வ.உ.சி. காப்பாற்றி வநதார்; இதையறிந்த அயலார் இழிகுலத்தோனை வீட்டில் வைத்து உண வளித்து வருகிறாரெனப் பழிச்சொல் பகர்வாராயினர்; தம் மனைவி வள்ளியம்மையாரிடம் இதுபற்றிக் கலந்துரையாடினார். “உயிர்கள்தோறும் இறைவன் வீற்றிருக்கின்றான் என்பது தாங்கள் அறிவித்தது தானே? பழிப்பார் பழிக்கட்டும்; நமது மனவழி நாம் நடப்போம்”[17] என வள்ளியம்மையார் சுட்டிக் காட்டினார். தாம்மேற் கொண்ட கொள்கையினை விளக்கு வதால் இந்நிகழ்ச்சிக்கு வ.உ.சி. முதன்மை தந்துள்ளார்.

மீச்சேல் என்ற சிறை அலுவலர் ஒரு கைதியை வ.உ.சிக்கு உணவு வழங்கச் செய்தார், அக்கைதி அவரிடம் சென்று நின்றான். வ.உ.சி.

“... ஜாதி
என்னடா? என்றேன். என்றான் ‘முதலி’.
‘என்னடா முதலிநீ’ என்றேன், விழித்தான்.

> 'பார்ப்பான் அல்லது பாண்டி வேளாளன்
> சாப்பா டாக்கித் தந்தால் உண்பேன்
> என்று ஜெயிலர்பால் இயம்பெனச் சொன்னேன்."
>
> (சு.சா., ப. 134)

என்று கூறிச் சாதி வேறுபாடு தாம் பாராட்டியதையும் காட்டுகின்றார். அதே வ.உ.சி.,

> "மதகுல வேற்றுமை மனத்திலும் கொள்ளேன்." (சு.ச... ப. 34)

எனத் தன் பண்பிற்கு விளக்கம் செய்கிறார் அவருக்குள்ளே சாதி பற்றிய வேறுபாட்டுணர்வு பல கட்டங்களில் இருந்ததைப் புலப்படுத்தவே இந்நிகழ்ச்சியினையும் வ.உ.சி சிறப்பாகக் காட்டியுள்ளார். சிறையில் வ.உ.சி. இருந்த பொழுது, தம் மூத்த மகன் தம்மைக் காண வந்ததுபற்றி,

> "என்னுயிர் முதல்மகன் ஏகினன் தேற்றுள்.
> என்னுயிர் பதைத்தது; என்னுள்ளம் அழிந்தது.
> எடுத்தேன்; முத்தினேன்; என்மடியில் வைத்தேன்;
> கொடுத்தேன் தின்பன; கூறினேன் சிலசொல்"
>
> (சு.ச., ப. 99)

எனக் குறிப்பிட்டு. தம்மை அணைத்த தந்தையிடம்,

> "ஐயா, அம்மையின் றழுகிறாள்? என்றான்." (சு.ச., ப. 100)

என்று செல்வமகன் உரைத்ததாகக் கூறும் வ.உ.சி,

> "ஐயா, நீயும் அழுதையோ?..." (சு.ச., ப 100)

என்று தம் மகனை வினவ, அழவில்லை என மகன் விடையிறுக்க,

> "........................பெருகிய தென்கணீர்
> பரிந்தவன் என்முகம் பார்த்துப் பார்த்துக்
> கண்ணீர் துடைத்தான். கருத்தழிந் தேன்பின்
> மடைமையை உணர்ந்தேன்; மதியுடன் வந்தது.
>
> (சு.ச., ப. 100)

எனக் குறிக்கும் வ.உ.சி.,

> "யாரழு தாலுநீ அழாதே' என்றேன்." (சு.ச., ப. 100)

என்று தாம் அழுதவாறே தம் மகனையும் 'அழாதே' எனக் கூறிப் படிப்பவர்களையும் அழ வைக்கிறார். தமது நெஞ்சின்

டாக்டர். அ. சங்கரவள்ளிநாயகம் ♦ 49 ♦

இறுக்கத்தனைக் காட்டும் நிகழ்ச்சிகளை வ.உ.சி. குறிப்பிடு வதைப் போன்றே, தமது நெஞ்சின் உருக்கத்தினைக் காட்டும் இந்நிகழ்ச்சியினையும் சிறப்பாகவே காட்டியுள்ளார்.

அரசு வழக்கறிஞர் வ.உ.சி யிடம் சிறை வாழ்க்கை எத்தன்மையதாயுள்ளது எனக் கேட்டபோது வ.உ.சி..

சிலநாள் நீயவண் சென்றமர்ந் திருந்தால்
நலமெலாம் காண்பாய் நன்றா' யென்றேன்."

(சு.ச., ப. 126)

என்று கூறுவதும் சிறைக் கண்காணிப்பாளர் சான்று கூறிய சிதம்பரனாரை அச்சுறுத்தக் கரிதி,

".....' சொன்னாய் சாக்ஷியம்;
ஏற்படு வனவெலாம் இனிக்காண்' என்றான்."

(சு.ச., ப. 126)

என்று கூறியதற்கு,

" 'காணவே வந்துள்ளேன்; காண்கிறேன்' என்றேன்."

(சு.ச., ப. 126)

என்று வ.உ.சி. பதிலிறுப்பதும்

" 'கக்குஸ் வேலையும் செயச்சொலு கிறாயா?
செய்யேன் எதுநீ செய்யினும்' என்றேன்."

(சு.ச., ப. 127) -

என்று சிறை அலுவலருக்கு வ.உ.சி. மறுமொழி உரைப்பதும் அவரின் அஞ்சாநெஞ்சினைக் காட்டுவதால், இவ்வுரையாடல் அவரது எழுத்தில் முதன்மை பெற்று விளங்குவதை உணரலாம்.

வாழ்க்கை வரலாற்று ஆசிரியர்களோ, வேண்டாத நிகழ்வுகளைக் கூட இன்றியமையாததெனக் கருதி எழுதக்கூடும்:

"மதுரையிலிருந்து இவர் தஞ்சை சென்று சீனிவாசப் பிள்ளையின் விருந்தினராக இருந்தார். அப்போது இவருக்குப் பால் கொண்டு வந்த பாத்திரத்தில் எறும்புகள் இருந்தன; அவைகளைப் பணியாள் மெல்லப் போக்கினான். அது கண்ட சீனிவாசப் பிள்ளை விரைவில் அவைகளை அகற்ற ஆணை விட்டார்; அப்போது அவர் கண்களில் கண்ணீர்

வடிய 'இப் பணியாள் செய்யம் அன்பு, 'தன்னுயிர் நீப்பினும் செய்யற்க – தான்பிறிது, இன்னுயிர் நீக்கும் வினை' என்ற திருக்குறளுக்கு – எடுத்துக்காட்டாக இருக்கின்றது[18] என்று கூறியதாக இ.மு.சு. தமது நூலில் குறிப்பிடுகின்றார். பாலிலுள்ள எறும்பைப் போக்கிய எளிய நிகழ்ச்சி இ.மு.சு. அவர்களைப் பெரிய நிகழ்ச்சியாக எழுத வைத்துவிட்டது கழுதமலையில் மாடிவீடு கட்டிய ஒரு பெருஞ்செல்வரின் மாடியை இடிக்கப் பிறிதொருவர் செய்த இடையூறுகளை நீக்கி அம்மாடியை இடிக்காவண்ணம் கலெக்டரின் துணைக்கொண்டு வ.உ.சி. உதவினார்.[19] என இதனையும் மிகப்பெரிய நிகழ்ச்சியாகவே இ.மு.சு. எடுத்துக் காட்டியுள்ளார்.

வ.உ.சி. கோவில்பட்டியில் இருந்தபொழுது நாட்டாண் மைக் கழக உயர் நிலைப்பள்ளி ஆசிரியச் சங்கத்தில் பேச அழைக்கப்பட்டிருந்தார். ஆனால், குறித்த நாளில் முட்டில் மாவைத்துக் கட்டி, படுத்தபடுக்கையாக வ.உ.சி. இருக்க நேர்ந்தது. மாவைத்துப் பழுக்க வைத்து அறுக்க வேண்டும் என்று வைத்தியர் கூறினார். சிவஞானயோகிகளிடத்தில் சித்த வைத்தியம் பயின்ற இ.மு.சு, "இது வாத வலி; பிளவையன்று; அஞ்சேல்" எனத் தேற்றிச் சுக்கு, கடுகு, உப்பு இவைகளை விழுதுபட அரைத்துக் கொதிக்க வைத்துத் தாங்கு சூட்டிற் போடச் செய்தார். மூன்றுமுறை இம்மருந்து போடப்பட்டதும் வாதவலி நீங்கி மறுநாள் மாலை உயர் நிலைப்பள்ளிக்கு நடந்து சென்று வ.உ.சி. விரிவிரை ஆற்றினார் என இ.மு.சு. குறிப்பிடுகின்றார்.[20] இச் செய்தி இரண்டு பக்கங்களுக்கு மேல் இவரால் விரித்துரைக்கப்பட்டு, இறுதியாகச் சித்த வைத்தியத்தின் பெருமையினையும் வ.உ.சி. தம் பேச்சிடையே குறிப்பிட்டதாகவும் இ.மு.சு. எழுதிக் காட்டியுள்ளார் இது சித்த வைத்தியத்தின் விளம்பர நிகழ்ச்சியாகத் தோன்றுகிறதே அன்றி, வ.உ.சியின் வாழ்க்கை நிகழ்ச்சியாகத் தோன்றவில்லை. இவ்வாறு ஆசிரியரின் சிறுசிறு நிகழ்ச்சிகளும் மிக விரிவாக நூலில் இடம் பெற்றுவிடுவதால், வாழ்க்கை வரலாற்று இலக்கியம் தன்வரலாற்று இலக்கியத்தைவிடச் சிறப்பில் குறைந்து தோன்றுகின்றது.

2.1.2.1.10 தன் வெளிப்பாடு

எழுதுபவரின் நோக்கம் எதுவோ, அதுவே வாழ்க்கை வரலாற்று இலக்கியத்தில் மேலாண்மை செய்யும். ஆனால் தன் வரலாற்றில் இது நிகழ வாய்ப்பில்லை எனலாம். விடுதலைப் போராட்டத்தில் பங்குகொண்டு பன்முறை சிறை சென்றவர் ம.பொ.சி. ஆவார். எனவேதான் அவர் தாம் எழுதிய 'கப்பலோட்டிய தமிழன்' என்ற நூலில் விடுதலைப் போராட்டத் தளபதி வ.உ.சி.யைப் பற்றிச் சிறப்பாக எழுதியுள்ளார்.

" 'வெள்ளையரே வெளியேறுங்கள்' என்று பிற்காலத்தில் நாடு முழுவதும் கிளம்பிய கோஷத்திற்கு வித்தூன்றிய முதல் தலைவர் சிதம்பரனாரே என்பதை நீதிபதி பின்கேயும். கலெக்டர் விஞ்சும் கூறியிருப்பதைக் கொண்டே அறியலாம்" [21] என்றும்,

"வ.உ.சி. துவக்கி வைத்த சுதந்திரப்போர் வெற்றி பெற்று விட்டது. அவர் வெளியேற்ற விரும்பிய வெள்ளையர் கூட்டம் இந்தியாவை விட்டு வெளியேறி விட்டது" [22] எனவும் வெள்ளை யர்களைத் திறனாய்வு செய்து ம.பொ.சி. எழுதுகின்றார்.

வக்கீல் அரங்கசாமியின் நிகழ்ச்சியைத் தொடக்கமாகக் கொண்டு முடிக்கப்பட்டுள்ள 112 பக்கங்களிலும் வெள்ளையர்களைத் தாக்கி எழுதுவதையே குறிக்கோளாகக் கொண்டு ம.பொ.சி. எழுதியுள்ளார். அவருக்கிருந்த விடுதலைப் போராட்ட உள்ளமும் பண்பும் அவ்வாறு அவரை எழுதத் தூண்டின. ஆனால் வ.உ.சி.யின் தன்வரலாறு வரலாறாகக் காட்சியளிக்கிறதேயன்றி, இத்தகைய ஒருபக்க வெறுப்பாகத் தோன்றவில்லை. கப்பற் குழுமத்திலிருந்து வ.உ.சி. விலக்கப் பட்டபின் அருணாசலம், ஆறுமுகம் என்னும் அன்பர்கள் வற்புறுத்தி வேண்டிய பின்னரே. மீண்டும் முகவராகப் பணியாற்ற வ.உ.சி. உடன் பட்டுள்ளார். அப்போது,

"நன்றென மொழிந்தேன் நாணம் விடுத்தே!"

(சுச, ப. 54)

என்று கூறும் வ.உ.சி. தம் மதிப்பு, மரியாதையைவிட நாடே பெரிதெனக் கருதி, மறுப்பேதும் கூறாமல் பணியில் சேர்ந்ததாகக் குறிப்பிடுகின்றார். கப்பற் குழுமத்தார் முதலில் அவரை முகவர் எனக் கூறிப் பின்னர்க் கண்காணிப்பாளராக ஆக்கியபோதும் வ.உ.சி சிறிதும் வருந்தாமல்,

"காப்பதெப் பெயரொடும் கடனெனக் கொண்டேன்."

(சு.ச. ப. 54)

என உறுதிகொண்டு, தம்மைப் புண்படுத்தியதையும் பெரிது படுத்தாமல் செயல்பட்டமைக்கு அவர் நெஞ்சில் அழியாமல் அரசாண்ட நாட்டுப்பற்று என்னும் நல்லுணர்வே காரணமாகும்.

" 'சுதேசியம் வளர்க்குக, தொல்லுயிர் நீங்கினும் -
இதேயென் பிரார்த்தனை ...."

(சு.ச., ப. 74)

ம.பொ.சி. வ.உ.சி. யைக் கப்பலோட்டிய தமிழன் என்றார். ஆனால் இ.மு.சு. அவரை நெல்லைத் தமிழ்ப் புலவர்கள் வரிசையில் அடக்கியுள்ளார், ம.பொ.சி. 'தமிழன்' என்று வ.உ.சி.யைக் குறிக்கின்றார். இ.மு.சு. அவரைப் பிள்ளை' என்கின்றார். ம.பொ.சி தேசிய வீரராக வ.உ.சி.யைக் காணுகின்றார். இ.மு சு. அவரைப் புலவராகக் காணுகின்றார். அதற்குக் காரணம் ம.பொ.சி. தேசிய விடுதலை இயக்கத்தில் சிறை சென்றவர் என்பதுவும் இ.மு.சு. தமிழ்ப் புலவர் என்பதுவும் ஆகும்.

வ.உ.சி. தாம் பிறந்ததை

'மாயிரு ஞாலம் வழங்கும் கொல்லம்
ஆயிரத்து நாற்பத் தெட்டாம் ஆண்டினில்
அளகையம் பதியினில் ஆவணி அத்தத்தில்
வளமுள என்மனை மாண்புறப் பிறந்தேன்."

(சு.ச., ப. 6)

எனச் சுருக்கமாகக் கூறியுள்ளார். ஆனால், இ.மு.சு. தமிழ்ப் பற்றுக்கொண்ட புலவராதலாலும் கணியர் என்பதாலும் வ.உ.சி.யின் பிறப்பினை, "திருவள்ளுவர்யாண்டு 1903, கொல்லம் 1048, ஆவணித் திங்கள் 22–ஆம் நாள் (1872 செப்டம்பர் 5) வயாழக்கிழமை 45 3/4 நாழிகைக்கு ஒரு 'வீரக் குழந்தை பிறந்தது. அக் குழவியே நமது வீரர் வ.உ.சிதம்பரம் பிள்ளை'[24] என நாழிகை கணக்கிட்டுக் காட்டுவதோடு, திருவள்ளுவர் யாண்டினையும் நினைவூட்டுகிறார். வ.உ.சி. எழுதிய நூல்கள், உரைகண்ட நூல்கள், பதிப்பித்த நூல்கள், மொழி பெயர்த்த நூல்கள் என அவரது தமிழ்ப்பணியைப் பல்வேறு தலைப்புக்களில் இ.மு.சு.

ஆய்ந்து விரிவாக எழுதியுள்ளார். அங்ஙனம் எழுதியவர் தமிழ்ப் புலவர் என்பதால் வ.உ.சி.யின் தமிழ்ப்புலமையைப் பல்வேறு கோணங்களில் விளக்கிக் காட்டுகிறார்:

இவரது 'பாடற்றிரட்டு' என்ற நூலொன்று வெளிவந் திருக்கிறது. பண்டைக்காலச் சங்கப் புலவர்களைப்போல இலக்கணவரம்பில் நின்று ஆசிரியப்பா, வெண்பா முதலிய பாக்களிற் கவிகளைப் பாடி நூல்கள் யாத்த 'பெருங்கவி' நம் சிதம்பரம் பிள்ளை. இவருடைய பெருங்கவிகளை இனியாவது உலகம் அறிந்து போற்றித் துய்க்குமாறு செய்தல் அறிஞர் கடமை. பாரதியாரின் நூல்களை நாட்டுப் பொதுச் சொத்தாக்கியதுபோல இவருடைய மிக்குயர்ந்த நூல்களையும் சென்னை அரசாங்கம் நாட்டுப் பொதுச் சொத்தாகும் முதற் பெருங் கடமையை உடையது. கேட்பார் நெஞ்சைக் கவித்து வீர உணர்ச்சியைப் பதியச் செய்யும் கவி இவரைப்போல வேறு யார் பாடினார்?"[25] என வ.உ.சி. யைப் பெருங்கவிஞராக்கிச் சங்ககாலப் புலவரோடு ஒப்பிட்டுக் காண்கிறார் இ.மு.சு ஆனால் வ.உ.சி., தன்வரலாற்றில்

> **" 'மெய்யறி' வியற்றியும் மெய்பறம்' இயற்றியும்**
> **சொந்த வேலையே எந்த வேளையும்**
> **செய்து நின்றேன் ....' (சு.ச., ப. 146)**

எனத் தாமே எழுதும் போது எழுதப்படும் நோக்கு எதுவாயினும், அவர்தம் எழுத்து, வரலாற்றினை நன்கு அறிந்து கொள்ளவே பயன்படும் என்பதைக் காணலாம்.

2.1.2.1.1.2 அகல்விளக்கும் மின்விளக்கும்

ஆடு தாண்டும் அளவிற்கு மலையிலே புறப்பட்டுப் பல்வேறு வயல்களைச் செழிக்கச் செய்யும் ஆறு போன்றது தன்வரலாறு: அணைக்கட்டிலே தேக்கி வைக்கப்பட்ட நீர் திறந்து விடப்பட்டு வாய்க்கால் வழியோடி நெல்லுக்குப் பாயும்போது புல்லுக்கும் பொசிவதைப் போன்றது வாழ்க்கை வரலாற்று இலக்கியம். இருளில் அகல்விளக்கெனத் தோன்றுவது தன்வரலாற்று இலக்கியம். ஆனால் வாழ்க்கை வரலாற்று இலக்கியமோ, அகல்விளக்கை மின் விளக்கால் ஆராய்வது போன்றது, தன்வரலாறு தன் வெளிப்பாடாகும். வாழ்க்கை

வரலாற்று இலக்கியம் வரலாற்றுக்குரியவரைப் பற்றிய வெளிப்பாடாகும். தானே வாதாடுவதற்கும் வழக்குரைஞர் வைத்து வாதாடுவதற்கும் இடையே உள்ள நுணுக்கமான வேறுபாடு போன்றதே இவ்விரண்டு இலக்கியங்களிடையே காணப்படும் வேறுபாடு ஆகும். தம் வெளிப்பாட்டை உணர்த்தும் வ.உ.சி.யின் பாடல்கள் சில அகல்விளக்கென அவரை விளக்கிக் காட்டுவதைக் காணலாம்.

"சுவர் மேல் நடத்தல், தொன்மரம் ஏறுதல்.
கவண்கொடுங் கைகொடுங் கல்லெறி பழகுதல்,
கண்ணினைப் பொத்திக் காட்டில் விடுதல்,
எண்ணினைச் சுவாசம் இழுக்காதி யம்பல்,

குதிவட் டாடுதல், கோலி தெறித்தல்,
குதிரைமீ தூர்தல் கோலேறி நடத்தல்
காற்றிரி எறிதல், கான்மாறி யோடுதல்,
மேற்றிரி பந்தின் விளையாட்டுப் பற்பல
சடுகுடு, கிளியந் தட்டு, பல்லி
நெடுக்காடு மோட்டம், நீர்விளை யாட்டம்,
கம்பு சுற்றுதல், கத்தி வீசுதல்.
தம்மினை அடக்கித் தலைகீழ் நடத்தல்,
கசரத்து. பஸ்கி. கலப்புறு குஸ்தி,
நிசத்துச் சண்டையில் நிற்கும் முறைகள்,
தாயம், சோவி, சதுரங்கம், சொக்கட்டான்,
காயிதச் சீட்டுக் கரந்திருந் தாடுதல்
வெடிகொடு சுடுதல், வில்கொடு தெறித்தல்,
அடிபிடி சண்டை அளவில் புரிந்தேன். (சு.ச.ப. 19)

எனத் தம் விளையாட்டுத் திறத்தையும் தம் உணர்வினையும் வ.உ.சி வெளிப்படுத்திக் காட்டுகின்றார்.

"அறத்தினை என்றும் ஆற்றுவேன்; சொல்வேன்;
புறத்தினில் ஒன்றும் புகலேன்; கேளேன்;
சிந்தையைத் திருப்பிச் செலுத்துவேன் சிலதினம்:
சிந்தைபின் திரும்பிச் செல்லுவேன் சிலதினம்:
பெருமித மின்மையே பெருமையெனக் கொள்வேன்:
அருமை யுடையவே ஆற்றுதல் புரிவேன்;
நீதியில் என்றும் நிலையுற நிற்பேன்:' (சுச., பக் 33-34)

என வ.உ.சி. தம் பண்பு நலன்களை அடுக்காக வெளிப் படுத்துகிறார்.

“விடுதலை ஆர்டர் அடுத்தது.” நீவிர்
வீடுற லா மென’ விளம்பினன் ஜெயிலர்
மைத்துனன் அனுப்பிய பட்டுடை உடுத்தியான்
வீடடைந் தேன் மாண் வீடடைந் தேனே!”

(சு.ச. ப. 152)

எனத் தாம் விடுதலை மகிழ்ச்சியினை வ.உ.சி. வெளிப்படுத்துகின்றார். இவையெல்லாம் அகல்விளக்கெனத் தோன்றும் இவர் தம் அகவெளிப்பாடுகளாகும்.

ஆனால் வ.உ.சி, கைது செய்யப்பட்டதும் நெல்லையில் நடந்த கலகம் பற்றி எழுதும் இ.மு.சு., “கலக நிகழ்ச்சிகளை அறிந்த சிதம்பரனார் ‘அந்தோ’ இவர்கள் அழித்த பொருள்கள் இவர்களுடைய பொருள்கள்தாமே; அறியா மக்கள், என் செய்வர்? இதனால் வெள்ளையர் அடைந்த கேடென்ன?’ என்று (வ.உ.சி.) மனம் நொந்தார்”[26] என அவர்தம் பண்பினைப் புற நிகழ்ச்சி கொண்டு விளக்குகின்றார்.

“உயிர் விடும் தறுவாயில், தேவாரத்தையோ, திருவாசகத் தையோ பாடச் சொல்லிக் கேட்பர் – சைவர். அதுபோலவே, பிரபந்தம் ஓதக் கேட்பர் வைணவர். ஆனால், சிதம்பரனாரோ பாரதியாரின் நாட்டுப்பாடலைப் பாடச் சொல்லிக் கேட்டுக் கொண்டே உயிர் நீத்தார். ‘எந்தையும் தாயும் மகிழ்ந்து குலாவி இருந்தது மிந்நாடே’ என்று துவங்கும் பாடலும், என்று தணியு மெங்கள் சுதந்திர தாகம்‘ என்ற முதலடி. கொண்ட பாடலும்தான் வ.உ.சி. கேட்ட கடைசிக் கவிதைகள். ‘சாவ தற்கு முன்னர்ச் சுதந்திரத்தைக் காணக் கொடுத்து வைக்காமற் போனேனே!’ என்று கண்களில் நீர் ததும்பக் கூறிய சொற்களே அவர் வழங்கிய கடைசிச் சொற்கள்”[27] என வ.உ.சி.யின் உணர்வினை ம.பொ.சி., விளக்க முயல்வது அகல் விளக்காய் ஆழ்ந்தகன்ற அவர்தம் வாழ்க்கையினை மின்விளக்கினைக் கொண்டு ஆய்ந்து பார்ப்பதற்கு ஒப்பாகும்.

2.13 உணர்த்தும் முறை

வ.உ.சி. தன்வரலாற்றைக் கவிதை நடையில் அகவற் பாவில் எழுதியுள்ளார். ஆனால் ஒப்பீட்டிற்கு எடுத்துக்கொண்ட இரு

நூல்களுமே உரைநடை நூல்களாகும். அணிநலன் கவிதையில் அமைவது போன்று உரைநடையில் அமைய இயலாது. எனவே இப்பொதுவிதி இவ்வாய்விற்கும் பொருந்தும். "கவிதையாகிய உடையணிந்தால் உண்மை அதிக ஒளி பெற்று விடுகின்றது[8] என்று போப் கூறிய மொழிகள் வ.உ.சி.யின் கவதைகளுக்கு முற்றிலும் பொருந்தும். வ.உ.சி.யின் தன்வரலாற்றில் உவமைகள், உருவகங்கள், முரண்தொடைகள், சிலேடைகள், தற்குறிப்பேற்ற அணி ஆகியன காணப்படுகின்றன. இவற்றின் துணைக்கொண்டு தப் செய்திகளை விளக்கும்போது வ.உ.சியின் கவிப்புலமை புலனாகின்றது.

2.1.3.1 உவமை

2.1.3.1.1 வ.உ.சி. கையாளும் உவமைகள்

தம் மனைவியை,

"அனம்போல் வந்தெனை ஆற்றியே நிற்பள்."

(சு.ச... ப. 32)

என அன்னத்திற்கு வ.உ.சி ஒப்பிடுவார். சுதேசியம் வெள்ளை யரை வீழ்த்தப் பயன்படாது எனத் தம் நாட்டவர் கூற்றினைக் குறிக்க,

"கலாபம் முன்னர்க் காகம் ஆடுதல்" (சு.ச., ப. 44)

எனவும், நெசவுச் சாலையின் வளப்பத்தைச் சிதைத்தோரின் செயலை விளக்க,

"கடன்சிலர் வாங்கிக் கறையான் போலதன்
திடன்சிதை வுற்றிடச் செய்தனர் ...." (சு.ச. ப. 45)

எனவும் ஆட்சித் தலைவர் விஞ்சுவைத் தாம் சந்தித்ததை உணர்த்த,

'தேனும் சீயும் சேர்ந்த தொக்கும்" (சு.ச.ப. 64)

எனவும் புதிய உவமைகள் கொண்டு வ.உ.சி. விளக்குகின்றார்.

ஜெயிலர் தமக்குச் செய்த உதவிகளைக் குறிக்குமிடத்து,
"சிறகென நின்று செய்தனன் உதவிகள்." (சு.ச., ப.86)

என்றும் நாற்றிசை மருங்கும் காவலர் சூழ இவர் சென்ற காட்சியைக் காட்டுமிடத்து,

"வான்கதிர் மதியினை வல்லர வடுத்தல்போல்"

(சு ச. ப. 101)

எனவும் பொருத்தமான உவமைகளை வ.உ.சி, கையாண்டுள்ளார்.

2.1.3.1.2 வாழ்க்கை வரலாற்று நூல்களில் அமைந்துள்ள உவமைகள்

இ.மு.சு. அவர்கள் தாமியற்றிய நெல்லைத் தமிழ்ப்புலவர் வரலாற்றில், "பூமா தேவிக்கு இட்ட பொட்டு எனத் திகழ்வது பாண்டி நாடு"[29] என்றும் "(பரமாயி) அம்மையார் திருமணி வயிற்றிலே தோன்றும் பேறு பெற்றார் நமது வீரர் சிதம்பரம் பிள்ளை[30] என்றும் "சுவர் இல்லாமல் எதன் மேலே சித்திரம் எழுதுவது? நம் உடம்பு செம்மையானதாக இருந்தால் மட்டுமே வீரச்செயல்கள் செய்தல்கூடும்"[31] என்றும் தக்கவகைகள் கொண்டு தம் செய்திகளை விளக்குகின்றார் வ.உ.சி. மீது பொய் வழக்குத் தொடர்ந்த காவலரின் வழக்கைச் தள்ளியதோடு, நட்ட ஈடு கொடுக்க வேண்டும் என்றும் நடுவர் தீர்ப்பளித்ததை, இதனால், வாய்த் தவிடும்போய் அடுப்பு நெருப்பும் அவிந்தவர் போலக் காவலர் அடங்கி ஒடுங்கினார்.[32] எனவும் கப்பல் வாங்கும் வரை பம்பாயில் தங்கிய வ.உ.சி. அண்டம் இடிந்து விழுந்தாலும் நெஞ்சங் கலங்காத வீரரே போல்வார் எனவும் தாம் கூறவந்த செய்தியினை உவமைகள் வாயிலாக இ மு.சு விளக்குகின்றார்[33] ம.பொ.சி.யும், "சிதம்பரனாரின் வழ்க்கை வரலாறு தமிழனுக்கு ஒரு மங்காத காவியமாகும்"[34] என்றும் "காளை சிதம்பரம் யாரிடமும் சொல்லிக் கொள்ளாமலே வீட்டை விட்டு ஓட்டம் பிடிப்பார்"[35]. என்றும் கோவணத்துடன் பட்டினத்தார் போல் வேடம் பூண்டார்[36] என்றும் "கன்றைப் பிரிந்த பசுவைப் போலக் கலங்கிக் கொண்டிருந்த அவர் (தந்தை ஓடோடியும் மதுரைக்குச் சென்று மைந்தனைக் கண்டு மார்புறக தழுவிக் கதறி அழுதார்'[37] என்றும் "வள்ளியம்மை தம் கணவருக்கு உற்றுழி உதவும் ஊன்றுகோல் போலவும் அறுசுவையுண்டி அளிப்பதில் அன்னை போலவும் விளங்கினார்'[38] என்றும் "(தேசாபிமான) சங்கம் வளர்பிறை போல் நாளுக்கு நாள் வளர்வதாயிற்று'[39] என்றும் எளிய உவமைகளைப் பலவகைச் சுவையோடு தம் நூலில் பயன்படுத்தியுள்ளார்.

2.1.3.2 உருவகம்

உருவகங்கள் பொருட் செறிவினைத் தரவல்லன. உரை நடையில் உருவகம் மிகக் குறைவாகவே இடம்பெறுதல் இயல்பு. வ.உ.சி.யின் தன்வரலாற்றில் உருவகங்கள் இடையிடையே அழகுற அமைந்துள்ளன.

2.1.3.2:1 வ.உ.சி. கையாளும் உருவகங்கள்

வ.உ.சி. தம் மனைவியை,

"அறிவே வடிவமா அமைந்திவள் நின்று" (சு.ச., ப. 30)

என்று அறிவாக உருவகம் செய்துள்ளார். சுதேசியம் வளர பகுதிகள் மிகுதியாக இடம்பெற வாய்ப்புண்டு. உரைநடையில் சிலேடை மிகுதியாக இடம்பெற வாய்ப்பில்லை. ஒப்புமைக்காக எடுக்கப்பட்டுள்ள இருவரின் உரைநடை நூல்களிலும் சிலேடைகள் இல்லை எனலாம். வ.உ.சி. தமது நூலில் சிறப்பான சிலேடைகளைப் பயன்படுத்தியுள்ளார்.

இளையான் என்ற சொல்,

"அவனுக் கிளையோன், அருமையொடு வளர்ந்தோன்,
எவனுக்கும் இளையான் ...." (சு.ச., ப. 4)

என இளையவன் என்றும், இளைக்க மாட்டான் என்றும் பொருள்படச் சிலேடையாகின்றது.

"ஆறாம் வயதினில் அறிவை வளர்த்திடும்
ஆறாம் பள்ளியில் அமர்த்தினன் தந்தை." (சு.ச. ப. 6)

"எமனவர் போல என்மேல் வந்தனர்" (சு.ச., ப. 52)

"குலமா ணிக்கபுரம் கோவிலை நண்ணிக்
குலமா ணிக்கமெனக் கூறிட நின்றனர்." (சு.ச., ப. 68)

"செவ்வாயில் யாவும் சித்தப் படுத்திப்பின்
செவ்வாய் திறந்து செப்பிய சிறையினன்." (சு.ச., ப. 93)

"நகையும் உவகையும் நண்ணிலன். என்னிரு
நகையை உவகையோடு நல்கினேன்..." (சு.ச, ப. 99)

"ராஜியக் கைதியை நயமா நடாத்தின்
ராஜியாய் நம்மொடு நன்றா நடப்பர்." (சு.ச., ப. 130)

என ஆறாம் (ஆறு வயது, நெறி ஆம்), எமனவர் (எம்மவர், எமன் போன்றவர்). குலமாணிக்கம் (ஊர், உயர்ந்த பண்பினர்), நகை (மகிழ்ச்சி, மழலை), இராஜி (நிலப்பரப்பு, சமாதானம்) என்ற சொற்களில் சிலேடைகள் கையாளப்பட்டுள்ளன. இவை வ.உ.சி.யின் புலமைச் செழிப்பை எடுத்துக்காட்டும் நயமான பகுதிகளாகும்.

2.1.3.5 தற்குறிப்பேற்ற அணி

இயல்பான நிகழ்வில் கவிஞன் தன்குறிப்பை ஏற்றிக் கூறுவது தற்குறிப்பேற்ற அணி ஆகும். இதற்கு மிகுந்த கற்பனைத் திறனும், நுண்ணறிவும் வேண்டப்படும்.

2.1.5.5.1 வ.உ.சி. கையாளும் தற்குறிப்பேற்ற அணி

வ.உ.சி., தமது காலில் விலங்கிடப்பட்ட செய்தியினை,
"அரும்பொன் காலிடல் அபசார மாதலால்
இரும்பினை அணியுமென் றீந்ததைப் போன்றே"

(சு.ச, ப. 106)

எனக் காலில் பொன் அணிதல் அபசாரமாதலால் இரும்பால் விலங்கு செய்து அதைத் தம் காலில் அணிவித்ததாகத் தம் குறிப்பேற்றி விளக்குகிறார். துன்பத்தினையும் உவகையுடன் ஏற்றுப் பழகிய வ.உ.சி.யின் உளப்பாங்கினை இதன் வாயி லாகக் காணலாம்.

2.1.3.5.2 வாழ்க்கை வரலாற்று நூல்களில் அமைந்துள்ள தற்குறிப்பேற்ற அணி

இ.மு.சு. தமது நூலில், 'ஓட்டப்பிடாரம் என்ற பெயர் வாந்தி பேதி முதலிய தொற்று நோய்களை ஓட்டும் பிடாரி (உலகம்மை கோயில்) இருப்பதால் ஓட்டப்பிடாரம் என்றாயிற்று"[48] என்று ஓட்டப்பிடாரத்தின் பெயர்க் காரணத்தைத் தம் குறிப்பிலேற்றிக் குறிப்பிடுகின்றார். ம.பொ.சி., தமது நூலில், "அந்நிய ஆடைகளைத் தீவைத்துக் கொளுத்தினர். எரிவது ஆடையன்று; ஏகாதிபத்தியமே!"[49] எனத் தக்க முறையில் தற்குறிப்பேற்ற அணியைப் பயன்படுத்தியுள்ளார்.

2.1.4 தன்வரலாற்றுச் செய்திகளும் நேர்காணல் வழிபெற்ற செய்திகளும்

வரலாற்று இலக்கியம் படைப்போரிடத்துக் கிடைக்காத சில செய்திகள் வரலாற்றுக்குரியவரின் வழித் தோன்றல்களின் வழியாகவும் அவர்க்கு மிக நெருக்கமானவர்களின் வழியாகவும் கிடைக்கக்கூடும். வ.உ.சி. கோவைச் சிறையில் இருக்கும்போது சிறையதிகாரிகளின் கொடுமையால் ஏற்பட்ட கைதிகளின் கலகத்தை வ.உ.சி.யே தூண்டினார் என்று அவர்மீது வழக்குத் தொடரப்பட்டது; அவ்வழக்கிற்காக கோவைப் பெருமகன் சுப்பிரமணிய முதலியார் வ.உ.சி.க்கு வாதாடி உதவியதால் வ.உ.சி தம் மகனுக்குச் 'சுப்பிரமணியன்' என்று பெயரிட்டதாக வ.உ.சி.யின் மைந்தர் சுப்பிரமணியத்தைக் கண்டு உரையாடியதில் அறிய முடிந்தது. ஆனால் ம.பொ.சி, "ஜெயிலரின் கொடுமைகளைச் சகித்துக்கொள்ள முடியாததாலேயே கைதிகள் கலகம் செய்தனரென்றும் இந்தக் கலகத்திற்கு அரசியல் காரணம் கற்பிப்பது சிறையதிகாரிகளின் சூழ்ச்சி என்றும் குறிக்கின்றார். இந்தச் சம்பவத்திற்குப் பிறகு சிதம்பரனார் கண்ணனூர்ச் சிறைக்கு மாற்றப்பட்டார்"[51] என்ற செய்தியினை மட்டுமே குறித்துள்ளார். வ.உ.சி. தம் இறுதி நாட்களில் தூத்துக்குடிக் காங்கிரசுக் கட்சி அலுவலகத்தில்தான் மறைய வேண்டும் என்று விரும்பி அங்குக் கொண்டுபோகச் சொன்னதாகவும் அங்குச் சிலநாட்கள் தங்கி மீண்டும் தமது இல்லம் கொண்டுவரப்பட்டு இல்லத்திலேயே அமரரானார்கள் என்றும் வ.உ.சி. சுப்பிரமணியம் கூறிய செய்தியினை வாழ்க்கை வரலாற்று ஆசிரியர்கள் யாரும் குறிப்பிடவேயில்லை.

1932-ஆம் ஆண்டு சி.ஆர். ரெட்டி தலைமையில் நடைபெற்ற மாநாட்டில் வேலூர் குப்புசாமி முதலியார் வ.உ.சி.யைப் பார்த்ததாகவும் அப்பொழுது வ.உ.சி. கதர் உடுத்தாமல் இருந்ததாகவும் சிதம்பரம் பிள்ளை கதரை மறந்து விட்டாரோ என்று மாநாட்டில் குப்புசாமி முதலியார் குறிப்பிட்டதாகவும் தாம் கதர்ச் சிதம்பரம் பிள்ளை அல்ல; சுதேசிச் சிதம்பரம் பிள்ளை ஆதலால் தாம் உடுத்துவது கைத்தறி ஆடைதான் என்று வ.உ.சி. கூறியதாகவும் வ.உ.சி.க்கு நெருக்கமானவர்களில் ஒருவரான ஏ.பி.சி. வீரபாகு[52] கூறிய செய்திக்கு ஆதாரமாக,

> "சுதேசியம் வளர்த்ததைச் சொல்லுவேன் இனியே."
>
> - (சு.ச., ப. 38)

என்ற வ.உ.சி.யின் பாடலடியே பயன்படுகின்றது, வாழ்க்கை வரலாற்று இலக்கியம் காட்டும் உண்மைகளில் சில, வழித் தோன்றல்களின் வழியாக அறியவரும் செய்திகளுடன் முரண் படுகின்றன. எனவே, தன்வரலாற்று இலக்கியத்திற்குப் பெரிதும் அடிப்படையாக வழித் தோன்றல்கள் தரும் செய்திகள் விளங்குவதை உணரலாம்.

முடிவுரை

தன்வரலாற்றில் அவையடக்கத்தைக் கருத்திற்கொண்டு செய்திகள் இடம்பெறுகின்றன. வாழ்க்கை வரலாறு அவையடக்கம் இல்லாமல் செய்திகளை விரிவுபடுத்திக் காட்டுகின்றன. பொதுவாக, தன்வரலாறு எழுதுவோர் தம்மை மறைப்பு விழிப்புணர்வுடன் செய்திகளைக் குறிப்பர். புறனடைய வ.உ.சி.யின் தன்வரலாறு, வாழ்க்கை வரலாற்று ஆசிரியர் காட்ட விரும்பாத செய்திகளைக்கூட வெளிப்படையாய் காட்டியுள்ளது.

வாழ்க்கை வரலாற்று ஆசிரியர்கள் சில இடங்களில் உண்மைக்குப் புறம்பான செய்திகளைக் குறித்திருக்க, வ.உ.சி. செய்திகளை உள்ளதை உள்ளவாறே வழங்கியுள்ளது. உணர்ச்சி மிகுதியும் தேவைப்படாத நிகழ்ச்சிகளை வ.உ.சி.யிடம் வரலாறு எழுதியவர்கள் உணர்ச்சியுடன் எழுதிக் காட்டியிருக்கிறார் வ.உ.சி. உணர்ச்சிக்குக் கவனம் தராமல் செய்திகளை சுருங்கக் குறிப்பிட்டுள்ளார். எந்நிகழ்ச்சிகளுக்கு, முதலில் தரப்பட வேண்டும் என்ற பாகுபாட்டுணர்வு வ.உ.சி.யின் தன்வரலாற்றில் காணப்படுகின்றது. இத்தகைய பாகு பாட்டுணர்வு அவர் வரலாற்றை ஆக்கியவர்களின் நூல்களில் இடம் பெறவில்லை. அவரது வரலாற்றை எழுதியவர்களின் நூல் அவரவர்களின் தனிப்பட்ட நோக்கங்கள் ஆளுமை செய்துள்ளதைப் போன்று, வ.உ.சி.யின் தன்வரலாற்றில் அத்தகை நோக்கங்கள் ஆளுமை பெறாது, வரலாறு ஒன்றையே அது உணர்த்தி நிற்கின்றது.

அரசியல் அறிஞர் வ.உ.சி.யின் வரலாற்றை எழுது பொழுது அவரை அரசியல் துடிப்பானவராகவும் இலக்கிய

அறிஞர் அவர் வரலாற்றை எழுதும்பொழுது அவரை இலக்கிய செம்மலாகவும் காட்டியிருக்க, இவ்விரு துறைகளிலும் தம்மை ஈடுபடுத்திக்கொண்ட வ.உ.சி. தன்வரலாற்றில் தம்மை அரசியல் அறிஞராகவோ, இலக்கியச் செம்மலாகவோ வெளிப்படையாகக் காட்டாமல் தம் வரலாற்றை மட்டுமே குறிப்பிட்டு காட்டுகின்றார். இருளில் அகல்விளக்கைப் போலத் வெளிப்பாடு அவர் நூலில் பல இடங்களில் ஒளியாக்கப்பட்டுள்ளது.

வ.உ.சி.யின் 'தன்வரலாறு' செய்திகளை எடுத்துரைக்கும் பாங்கில் உவமை, உருவகம், முரண்தொடை, சிலேடை தற்குறிப்பேற்ற அணி ஆகியன அடங்கிய கவிதை நூலா யிருப் பதால் உரைநடையில் அமைந்துள்ள அவர் வாழ்க்கை வரலாற்று நூல்களிலும் மிகச் சிறப்பாக விளங்குகிறது.

வ.உ.சி., சுப்பிரமணியம், வீரபாகு ஆகியோரின் வாயிலாக வ.உ.சி.யைப் பற்றி அறியப்படும் உண்மைகள், வாழ்க்கை வரலாற்று நூல்களோடு பொருந்துவதைவிட வ.உ.சி.யின் தன்வரலாற்று நூலோடு மிகப் பொருந்துகின்றன.

எனவே பிறர் எழுதும் வாழ்க்கை வரலாற்று இலக்கியத் தினைவிடத் தன்வரலாற்று இலக்கியம் உண்மைத் தன்மையில் உயர்ந்து விளங்குகிறது என்பதை வ.உ.சி.யின் தன்வரலாற்று நூலின் வழி உணரலாம்.

பின்னிணைப்பு

வ.உ.சி.யின் வாழ்க்கை நிகழ்ச்சிகள்

1872 – செப்டம்பர் 5	–	ஓட்டப்பிடாரத்தில் பிறப்பு
1894 – பிப்ரவரி	–	வழக்கறிஞர் பயிற்சியில் தேர்ச்சி பெறல்
1895	–	தூத்துக்குடியில் வழக்கறிஞர் தொழிலைத் தொடங்குதல்
	–	முதல் திருமணம்
1901	–	இரண்டாம் திருமணம்
1905	–	பாண்டித் துரைசாமித்தேவர் அவர்களைத் தலைவராகக் கொண்ட மதுரைத் தமிழ்ச் சங்கத்தின் பரிசோதக உறுப்பினராகப் பொறுப் பேற்றல்
1906 – அக்டோபர் 16	–	சுதேசிக் கப்பல் குழு நிறுவப்படல்
1907	–	சூரத் காங்கிரசில் கலந்து கொள்ளுதல்
1908	–	நெல்லை தேசாபிமானச் சங்கம் நிறுவப் படல்
.... பிப்ரவரி 3 .... முதல் மார்ச் .... 9 வரை	–	தூத்துக்குடிக் கடற்கரையில் சுப்பிர மணிய சிவாவுடன் தொடர் சொற் பொழிவுகள்
.... பிப்ரவரி 27	–	தூத்துக்குடி, கோரல் மில்

		தொழிலாளர்கள் வேலை நிறுத்தத் தொடக்கம்
.... *மார்ச் 9*	–	பிபின் சந்திரபால் விடுதலையை யொட்டித் திருநெல்வேலியிலும் தூத்துக்குடியிலும் பாராட்டு விழாக்கள்
.... *மார்ச் 12*	–	வ.உ.சி.யும் சிவாவும் கைதாதல்
.... *மார்ச் 13*	–	திருநெல்வேலியிலும் தூத்துக்குடி யிலும் சிவ', வ.உ.சி. கைதானதை ஒட்டிக் கண்டனங்களும் மறியலும் ஊர்வலங்களும், திருநெல்வேலிப் பொது மக்கள் எழுச்சியும் கலவரமும்
1908 – மார்ச் 26	–	கூடுதல் மாவட்ட நீதிபதி வாலஸ் வழக்கு விசாரணையைத் தொடங்குதல்
––––– *ஜூலை 7*	–	திருநெல்வேலி மாவட்டத் தலைமை நீதிபதியால் ஆயுள் தண்டனை விதிக்கப்படுதல்
––––– *நவம்பர் 4*	–	உயர் நீதிமன்றத் தண்டனையை ஆறாண்டுத் தீவாந்திரத் தண்டனை யாகக் குறைத்தல்; பின்னர் இத்தண்டனை ஆறாண்டுக் கடுங்காலமாக மாற்றப்படல். சிறை வாழ்க்கையில் 'மனம் போல் வாழ்வு', மெய்யறிவு' 'மெய்யறம்' ஆகிய நூல்களை எழுதி முடித்தல்.
1912 – டிசம்பர் 12	–	கண்ணனூர்ச் சிறையிலிருந்து விடுதலை
1912 – 1919	–	சென்னை வாழ்க்கை
1915 – மார்ச் 6	–	திலகரின் அழைப்பை ஏற்றுப் பூனா வந்து சேர்தல்

.... – மார்ச் 8	– திலகருடன் முதல் உலகப் போர் பற்றியும் ஜெர்மனி உதவியுடன் இந்தியாவில் புரட்சி நடத்துவது பற்றியும் விவாதித்தல்
....	– 'பாடற்றிரட்டு' என்னும் நூல் வெளியாதல்
1917	– 'மெய்யறம்' உரை எழுதிய 'இன்னிலை', பதிப்பித்த திருக்குறள் மணக்குடவர் உரை ஆகியன வெளியாதல்
1919 – 1922	– கோவை வாழ்க்கை
1919 – மார்ச்	– காந்தியைச் சென்னையில் வரவேற்றுப் பேசுதல்
.... – டிசம்பர்	– சென்னை வந்திருந்த திலகருடன் சந்திப்பு
1920	– கல்கத்தாவில் கூடிய காங்கிரசில் நுழைவும் வெளியேறுதலும்
1922	– வழக்காடும் உரிமை பெறுதல்
1922 – 1932	– கோயிற்பட்டியில் வழக்குரைஞராகப் பணியாற்றல்
1927	– மீண்டும் காங்கிரசில் சேருதல்
....	– சேலம் மாவட்ட அரசியல் மாநாட்டில் தலைமையுரை நிகழ்த்துதல்
1928	– தொல்காப்பிய இளம்பூரணர் எழுத்ததிகாரப் பதிப்பும் பொருளதிகாரப் பதிப்பும் வெளியிடுதல்
1932 – 1936	– தூத்துக்குடி வாழ்க்கை
1933	– காந்தியின் அரிசனக் கொள்கையை ஆதரித்தல். காரைக்குடியில்

	காந்தியை வரவேற்க நடந்த ஏற்பாட்டுக் கூட்டத்திற்குத் தலைமை தாங்குதல்
1934	– திருச்செந்தூரில் வ.உ.சி.யின் 'திருக்குறள் உரை' வெளியிடப் படல்
....	– சாந்திக்கு மார்க்கம்' வெளியாதல்
1935	– பாபு இராசேந்திர பிரசாத் வ.உ.சி.யைச் சந்தித்தல்
	– 'சிவஞானபோத உரை' வெளியாதல்
1986 – நவம்பர் 18	– தூத்துக்குடியில் அமரராதல்.

குறிப்புகள்

1. இக்கட்டுரை முழுமையிலும் 'சுயசரிதை' என்பதற்கு மாற்றாக அப்பொருள் படும் 'தன்வரலாறு' என்னும் சொல்லாட்சி பயன் படுத்தப்பட்டுள்ளது.
2. ப. இராமசாமி (தொ.ஆ), உலக அறிஞர் சிந்தனைக் களஞ்சியம், ப. 189.
3. சாலினி இளந்திரையன், வாழ்க்கை வரலாற்று இலக்கியம், ப. 83.
4. வ.உ. சிதம்பரம் பிள்ளை , சுயசரிதை, முகவுரை, ப. iv
5. ம.பொ. சிவஞானம், கப்பலோட்டிய தமிழன், முன்னுரை ப.6.
6. வ.உ. சிதம்பரம் பிள்ளை, சுயசரிதை, ப.6.
7. ரா. வேங்கடராஜுலு (மொ. ஆ.), மகாத்மா காந்தியின் சுயசரிதம், மகாத்மா காந்தியின் முன்னுரை, ப.X.
8. ம.பொ. சிவஞானம், கப்பலோட்டிய தமிழன். ப.16.
9. மேலது, ப.59
10. இ.மு. சுப்பிரமணிய பிள்ளை , வீரர் வ.உ. சிதம்பரம் பிள்ளை, "நெல்லைத் தமிழ்ப் புலவர்கள்' ப.54.
11. ம.பொ. சிவஞானம், மு.நூ., ப.77.
12. மேலது, ப.17.
13. மேலது, ப–18.
14. மேலது
15. மேலது.

16. மேலது, பக். 9–12.
17. வ.உ. சிதம்பரம் பிள்ளை, சுயசரிதை, ப.31.
18. இ.மு. சுப்பிரமணிய பிள்ளை, மு.நூ., பக். 70–71.
19. மேலது, ப. 74.
20. மேலது. பக். 76–77.
21. ம.பொ. சிவஞானம், மு.நூ., ப. 108.
22. மேலது, ப. 111.
23. மேலது, ப. 102.
24. இ.மு சுப்பிரமணிய பிள்ளை, மு. நூ., ப.39.
25. மேலது, ப. 89.
26. மேலது. ப. 62.
27. ம.பொ. சிவஞானம், மு. நூ., பக். 103 104,
28. The New Dictionary of Thoughts, p 488.
29. இ.மு. சுப்பிரமணிய பிள்ளை, மு. நூ., ப. 37.
30. மேலது, ப. 40.
31. மேலது, ப. 44.
32. மேலது, ப. 48.
33. மேலது, ப. 54.
34. ம.பொ. சிவஞானம், மு.நூ., ப. 13.
35. மேலது, 17.
36. மேலது.
37. மேலது, ப. 18.
38. மேலது, ப. 23.
39. மேலது, ப. 49.
40. வ உ. சிதம்பரம் பிள்ளை, சுயசரிதை, பக். 42–45.

41. இ.மு. சுப்பிராணிய பிள்ளை, மு.நூ., ப. 70.

42. ம.பொ. சிவஞானம், மு.நூ.. ப. 21.

43. மேலது, ப. 44.

44. இ.மு சுப்பிரமணிய பிள்ளை, மு.நூ., ப. 78,

45. ம.பொ. சிவஞானம், மு.நூ, ப. 14.

46. மேலது, ப. 42.

47. மேலது, ப. 45

48. இ.மு. சுப்பிரமணிய பிள்ளை. மு.நூ.ப. 38

49. ம. பொ. சிவஞானம், மு.நூ., ப. 30

50. வ.உ.சி. சுப்ரமணியன் பற்றிய குறிப்பு–இவர் வ.உ.சிதம்பரம் பிள்ளையின் இரண்டாவது மகனாவார் கோவைச் சிறையில் வ.உ.சி. இருந்த பொழுது அவருக்குத் துணை புரிந்த கோவைச் சிவக்கவிமணி சுப்பிரமணிய முதலியாரின் நினைவாக, 'சுப்பிரமணியன்' என்னும் பெயர் இவருக்குச் சூட்டப்பட்டது. இப்பொழுது சென்னையில் அமைந்துள்ள அமெரிக்கச் செய்தி நிறுவனத்தின் தமிழ்ப் பிரிவில் பணியாற்றுகின்றார்.

51. ம. பொ. சிவஞானம், மு நூ ... ப. 76

52. ஏ, பி, சி. வீரபாகு பற்றிய குறிப்பு–இவர் வ.உ.சி.க்குத் தொலை உறவினரும் நெருங்கியவரும் ஆவார், தூத்துக் குடியைப் பிறப்பிடமாகக் கொண்ட அவர் காங்கிரசுக் கட்சியின் முன்னோடித் தலைவர்களுள் ஒருவராவார். வ.உ.சி.யிடம் இளமையிலேயே மிக ஈடுபாடு கொண்டவர். வ.உ.சி.யின் பெயரால் தூத்துக்குடியில் கல்விக்கூடங்கள் நிறுவியவர். அண்மையில் அவர் அமரரானார்.

2.2 மெய்யறிவு

2.2.0	முன்னுரை	73
2.2.1	நூல் பற்றிய செய்திகள் –	73
2.2.1.1	நூல் எழுந்த சூழல்	74
2.2.1.2	நூலைக் கேட்போர்	74
2.2.1.3	நூல் கேட்கும் முறை	74
2.2.1.4	நூலின் பெயர்ப் பொருத்தம்	74
2.2.1.5	நூற்பயன்	75
2.2.1.6	நூல் யாப்பு	75
2.2.1.7	நூல் நுதலும் பொருள்	75
2.2.2	கருத்துப் பகுப்பாய்வு	75
2.2.2.1	மருத்துவக் கருத்துக்கள்	75
2.2.2.2	உடலியற் கருத்துக்கள்	76
2.2.2.3	சமுதாய அறங்கள்	77
2.2.2.3.1	புதுமை அறம்	77
2.2.2.3.2	ஒழுக்க அறம்	78
2.2.3	பிற நூல்களின் தாக்கம்	80
2.2.3.1	திருக்குறள்	80
2.2.3.1.1	தலைப்பு	80
2.2.3 1.2	கருத்து	80
2.2.3.1.3	உவமை	82
2.2.3.2	சிறுபஞ்சமூலம்	82
2.2.3.3.	ஆசாரக்கோவை	83
2.2.3.4	திருமந்திரம்	84
2.2.3.5	திருவாசகம்	85
2.2.3.6	சித்தர் பாடல்	85
2.23.7	ஔவையார் பாடல்	86

2.2.3.8	தாயுமானவர் பாடல்	86
2.2.3.9	இராமலிங்க அடிகளின் பாடல்கள்	86
2.2.3.10	சைவ சிந்தாந்தம்	87
2.2.4	பிற அறநூல்களின்றும் வேறுபடுதல்	87
2.2.4.1	திருக்குறள்	88
2.2.4.2	திருமந்திரம்	88
2.2.5	நீதி உணர்த்தும் உத்திமுறைகள்	88
2.2.5.1	விளி	89
2.2.5.2	முரண்	90
2.2.5.2.1	சொல் முரண்	91
2.2.5.2.2	பொருள் முரண்	92
2.2.5.3	அணி	92
2.2.5.3.1	உவமை	92
2.2.5.3.1.1	மரபுவழி உவமைகள்	93
2.2.5.3.1.2	எடுத்துக்காட்டு உவமை	94
2.2.5.3.1.3	உலகியல் உவமை	95
2.2.5.3.1.4	புத்துவமை	95
2.2.5.4	உருவகம்	95
2.2.5.5	நிரல் நிறை	96
2.2.5.6	எண் அலங்காரம்	96
2.2.6	சொற் பயன்பாட்டு முறை	97
2.2.6.1	மரபுவழிப்பட்ட சொர்கள்	97
2.2.6.2	வடசொர்கள்	102
2.2.6.3	தன்கால வழக்குச் சொற்கள்	102
2.2.6.4.	மிகுதியாக இடம்பெறும் சொற்கள்	103
2.2.6.5.	சொற்பொருள் விளக்கம்	103
	முடிவுரை	103

2. 2. மெய்யறிவு

2.2.0 முன்னுரை

வ.உ.சி. இயற்றிய மெய்யறிவு நூலின் செய்திகள் இங்கு ஆராயப்படுகின்றன. பிற அறநூல் ஆசிரியர்கள் காட்டாத மருத்துவக் குறிப்புகள், உடலியற் கருத்துகள் ஆகியனவற்றை வ.உ.சி, சுட்டியுள்ளமை குறிக்கப்படுகின்றது. வ.உ.சி.,யின் தனித்தன்மையாக விளங்கும் சமுதாய உணர்வு கலந்த அறங்களும் ஆராயப்படுகின்றன திருக்குறள் சிறுபஞ்சமூலம், ஆசாரக்கோவை முதலிய பல அறநூல்களின் கருத்துத் தாக்கம் இந்நூலில் அமைந்திருப்பதுவும் விளக்கப்படுகின்றது. சிற்சில இடங்களில் முன்னைய நூல்களின் கருத்துக்கு வ.உ.சி. வேறுபட்டுச் செல்வதும் சுட்டப்படுகிறது. இவற்றைப் புலப்படுத்த வ.உ.சி... கையாண்டுள்ள உத்தி முறைகள் சுட்டிக் காட்டப்படுகின்றன.

2.2.1 நூல் பற்றிய செய்திகள் -

இந்நூல் எழுந்த சூழல், நூலைக் கேட்போர், நூல் கேட்கும் முறை, நூலின் பெயர்ப் பொருத்தம், நூற் பயன், நூலின் யாப்பு, நூல் நுதலும் பொருள் ஆகியன இப்பகுதியில் விளக்கமாக உரைக்கப்படுகின்றன. இந்நூலின் முன்னுரையாக வ.உ.சி. எழுதிய சிறப்புப் பாயிரமும் கல்யாணசுந்தர யதீந்திரர் எழுதிய சிறப்புப் பாயிரமும் ஆகிய இரண்டு சிறப்புப் பாயிரங்கள் இதில் அமைந்துள்ளன.

2.2.1.1 நூல் எழுந்த சூழல்

சிறை வாழ்க்கையின்போது அவருடனிருந்த குற்றவாளிகள் திருந்தும் பொருட்டு வ.உ.சி. வழங்கிய அறவுரையே இந்த என அறிய முடிகின்றது.[1] இந்நூல் அறவுரைகளை எழுது வேண்டுமென்ற உந்துதலால் அன்றி, எழுத வேண்டிய சூழலின் பொருட்டுப் பிறர்மீது கொண்ட அக்கறையால் எழுந்ததாகும். இந்நூல் தி. செல்வக்கேசவராய முதலியார் முன்னிலையில் பழைய மரபுப்படி அரங்கேற்றப்பட்டுள்ளது.

2.2.1.2 நூலைக் கேட்போர்

குற்றவாளிகள் தங்கள் மறங்–களை தற்பொருட்டு எழுந்த நூல் இதுவாதலின், சிறைக் கைதிகளே இதனைக் கேட்போராய் உள்ளனர் எனினும் இந்நூல் சிறைக் கைதிகட்கு மட்டுமன்றிச் சமுதாயத்தின் அனைத்து நிலைகளிலுமுள்ள மக்களும் உணரும்பொருட்டு எழுதப்பட்டதென அறியமுடிகிறது. திருக்குறள் பொருட்பாலில், கல்வி கல்லாமை, கேள்வி, அறிவுடைமை என்னும் திறங்கள் அரசியல்' என்னும் தலைப்பில் இருப்பினும் அவை அரசன் மட்டுமன்றிப் பொதுமக்களும் பின்பற்றுதற்குரிய அறங்களாதல் போல, இந்நூலின் செய்திகள் குற்றவாளிகட்கு மட்டுமன்றி, அனைத்து மக்களுக்கும பொருந்துகின்றன. இதனை "அறத்தையோ, பொருளையோ, வீட்டையோ, அவற்றை எய்துதற்கு ஏற்ற நிலைகளையோ அடைய அவாவுகின்ற ஆண்பாலாரும் பெண்பாலாரும் இந்நூலைக் கேட்டற்கும் கற்றற்கும் உரியா"[2] என வ.உ.சி. மொழிவதால் உணரலாம்.

2.2.1.3 நூல் கேட்கும் முறை

அறம், பொருள், வீட்டு நெறிகளை நன்கு உணர்ந்து, பற்றி நின்று அவற்றின் வழி ஒழுகுதலே இந்நூலைக் கேட்கும் அல்லது கற்கும் முறை என வ.உ.சி. கூறுகின்றார்.[3]

2.2.1.4 நூலின் பெயர்ப் பொருத்தம்

"அறம், பொருள், வீடு என்பவற்றைப் பற்றித் தற்காலத்து மாந்தரிற் பலர் கொண்டுள்ள பொய்யறிவைப் போக்குகின்றமை யால், இந்நூல் 'மெய்யறிவு' என்னும் பெயரைக் கொண்டது"[4]

என்று கல்யாணசுந்தர யதீந்திரர் கூறுவதால் இந்நூல் தன்மையால் இப்பெயர் பெற்றது என்பது விளங்குகின்றது.

2.2.1.5 நூற்பயன்

"அறத்தைச் சரியாகப் புரிதலும் பொருளை நியாயமாக ஈட்டலும் வீட்டை நேராக அடைதலும் அவற்றிற்கு அநுகூலமான நிலைகளை எய்துதலும் இந்நூலைக் கேட்போர் பெறும் பயன்களாம்" என்று இந்நூலின் சிறப்புப் பாயிரம் கூறுகிறது. இதன் வழி வ.உ.சி.யின் அற உணர்வு புலனாகிறது.

2.2.1.6 நூல் யாப்பு

குறள் வெண்பா அமைப்பையும் வெண்பா அமைப்பையுமே அறம் கூறும் திறத்தார் பெரும்பாலும் பயன்படுத்தியுள்ளார். செறிவான கருத்துக்களைச் சில சொற்களில் சுட்டிக்காட்டி இறுக்கமாகப் பேச வெண்பாக்கள் துணை நிற்கின்றன. வ.உ.சியும் இந்நூலில் வெண்பா யாப்பினையே பயன்படுத்தியுள்ளார்.

2.2.1.7 நூல் நுதலும் பொருள்

இந்நூலில் பத்து அதிகாரங்களும் அதிகாரம் ஒன்றுக்குப் பத்துப் பாடல்களாக மொத்தம் நூறு பாடல்களும் உள்ளன. தன்னையறிதல், விதியியல் அறிதல், உடம்பை வளர்த்தல், மனத்தையாளுதல், தன்னிலையில் நிற்றல், மறங்களைதல், அறம் புரிதல், தவஞ்செய்தல், மெய்யுணர்தல் மெய்ந்நிலை அடைதல் ஆகியன இந்நூலில் காணப்படும் பத்து அதிகாரங் களாகும். தன்னை உணர்வதையும் விதியை அறிவதையும் உடம்பைப் பேணுவதையும் தவமியற்றுவதையும் மனத்தைச் செம்மைப்படுத்துவதையும் வ.உ.சி. அறவழியில் உணர்த்திக் காட்டுகின்றார்.

2.2.2 கருத்துப் பகுப்பாய்வு

இப்பகுதியில் வ.உ.சி. காட்டியுள்ள மருத்துவக் கருத்துக்கள், உடலியற் கருத்துக்கள், சமுதாய அறங்கள் ஆகியன ஆராயப்படுகின்றன.

2.2.2.1 மருத்துவக் கருத்துக்கள்

ஐம்பூத உடம்பில் காற்று, அனல், நீர் ஆகிய மூன்றும் முதன்மை பெறும் என மருத்துவ அறிஞரைப் போல வ.உ.சி. பேசுகிறார்.

வமன நசி யம்பேதி மன்னாறீர் நான்காய்
அமர்மதியி லஞ்சனநெய் சௌள - மமிரண்டு
மூன்றெட்டு நாளிற்கொள் முந்துமல நீர்கழிக்கத்
தோன்றுபகற் றுஞ்சலிராத் துஞ்சு.”

(உடம்பை வளர்த்தல், பா .10)

என்ற பாடலில் வ.உ.சி. வாந்தியை உண்டுபண்ணும் ‘வமனம்’ என்ற மருந்தையும் செவி நோய், மூக்கு நோய் உண்டாகாமல் தடுக்கும் ‘நசியம்‘ என்ற மருந்தையும் பேதியை உண்டாக்கும் ‘பேதி’ என்ற மருந்தையும் முறையே ஆறு, இரண்டு, நான்காய்ப் பொருந்தி வருகிற மாதங்களில் உட்கொள்ள வேண்டுமெனவும் கண் நோய் வராது தடுக்கும் ‘அஞ்சனம்‘ என்ற மருந்தையும் எண்ணெய் முழுக்கையும் சௌளத்தையும் முறையே இரண்டு, மூன்று, எட்டு நாள்களில் கொள்ள வேண்டுமெனவும் கூறித் தமது மருத்துவ அறிவினைத் தெளிவாகப் புலப்படுத்துகிறார். “இவர் ஒரு சித்த மருத்துவரோ” என்று கருதுமளவிற்கு மருத்துவத் தொடர்பான அரிய செய்திகளைத் தேவையான அளவிற்குப் பின்பற்றும் பாங்கில் வ.உ.சி. கூறியுள்ளார்.

2.2.2.2 உடலியற் கருத்துக்கள்

மரபுநிலை என்ற அறிவியல் அடிப்படையில், வ.உ.சி,

“உன்னுடைய பெற்றோ ருடம்பியல்பா னீயிங்கு
மன்னுகின்ற காலத்தான் மண்ணியல்பாற் - சொன்னவவை
மூன்றுஞ் சமமாகு முற்பட் டிரண்டொன்று
தோன்று மதுகாண் தொடர்ந்து.”

(உடம்பை வளர்த்தல், பா 3)

என ஒருவரின் பெற்றோரது உடம்பின் இயல்பாலும் அவர் இங்கு மன்னுகின்ற காலத்தாலும் மண்ணின் இயல்பாலும் வாயு, தேயு அப்பு இம்மூன்றும் உடம்பில் அதனதன் அளவில் நிற்கும்; அல்லது அம்மூன்றில் இரண்டேனும் ஒன்றேனும் முற்பட்டுத் தோன்றும் என்று அறிவியல் அடிப்படையில் சித்த மருத்துவக் கருத்தினை விளக்குகின்றார்.

பட்பொருட் குணநூலைப்’ படித்து உடலைப் பேண வேண்டும் எனவும் வ.உ.சி. வேண்டுகின்றார்:

"வைகறையிற் கண்விழித்து மாசொழித்து மெய்யறங்கள்
கைவருதற் கீசனருள் கண்ணிப்பின் - மையல்
அறுத்ததற்கா நூனன் காய்ந் தியானையுர மெய்யிற்
செறுத்தற்கா நற்சிலம்பஞ் செய்."

(உடம்பை வளர்த்தல், பா.6)

என அடுக்கடுக்காக உடலோம்பல் வழிகளை வ.உ.சி. விளக்குகின்றார்.

குதிரை ஏற்றம், சூரியக் குளிப்பு, வெந்நீர்க் குளிப்பு நீக்கம், காலையிலும் மாலையிலும் மலம் நீக்கம், கோதுமை, நெய், பால் உண்ணல், உலாவல் போன்ற சீரிய வழிகள் உடலோம்பிட இவர் காட்டும் மெய்யறிவாகும். மதியம் வருமுன்னர்க் குளிர்ந்த தூய்மையான நீரில் நீராடிப் புதிதாகச் சமைக்கப்பட்ட பச்சரிசிச் சோற்றினைப் புதிதாகச் செய்யப்பட்ட கறிகளோடும் புதிதாக உருக்கப்பட்ட நெய்யோடும் முதல் நாள் பாலில் உறைக்கப்பட்ட தயிரோடும் சேர்த்து உண்ணல், ஓரிடத்தில் அமர்ந்து வெற்றிலை பாக்கு முதலியவற்றைச் சுவைத்து முதல் இரண்டு முறை நீரை உமிழ்ந்து விட்டு, மூன்றாம் முறை நீரை உட்கொள்ளுதல் ஆகியன உடலைப் பேணிடும் வழிகளாகும் என வ.உ.சி. கூறுகின்றார்.

திங்களிருமுறை மனையின்பம் துய்க்க வேண்டும் என்று வழிமுறை காட்டிய மருத்துவ முறையை மாற்றி வ.உ.சி., "மாதுமதிக் கோர்கான் மருவு." (உடம்பை வளர்த்தல், பா.9) என மனையின்பந் துய்க்கும் முறையில் மட்டும் திங்கள் ஒருமுறை என மாற்றிக் கூறுகிறார்.

2.2.2.3 சமுதாய அறங்கள்

வ.உ.சி. தம்காலச் சமுதாயம் செழிக்க உதவும் புதுமை அறம், மேம்படுத்தப் பயன்படும் புரட்சி அறம், தூய்மைக்கு வழிவகுக்கும் ஒழுக்க அறம் ஆகியவற்றை வகுத்துக் காட்டியுள்ளார்.

2.2.2 3.1 புதுமை அறம்

"அறம்பொருளில் லின்பமுட னாதியருள் சேர்க்குந்
திறம்பெருக்கு நூலெல்லாஞ் சிந்தி - நிறம்பலசே

ராடை செய லூண்விளைத்த லாக்கலரண் போர்முறைவா
னாழிநிலஞ் செல்லகழ் வாள்.'' (அறம் புரிதல், பா.9)

என்பதால் அறம், பொருள், இன்பம். வீடு என்னும் நான்கி னோடு நெசவு, உழவு, கட்டடக்கலை. போர் முதலியவற்றைக் கற்றல், விண்ணிலும். மண்ணிலும் கடலிலும் செலுத்துதற்குரிய ஊர்திகளைச் செலுத்திடல் ஆகியனவும் அறமே என வ.உ.சி. கூறுகிறார். பிற அறநூல்களில் காணப்படாத சமூக உணர்வு இப்பாடலில் இழையோடி நிற்பதை உணரலாம்.

இவ்வுலகில் தருமத்தை நிலை நாட்டுவதற்காக ஒரு தேசத்தின் அரசனாகி, அதருமங்கள் பொருந்தி நிற்கின்ற தேசங்களையெல்லாம் பிடிப்பதற்குரிய வழிமுறைகளைக் கற்பது முதற்கடமையாகும் என வ.உ.சி. போராட்சி பற்றிக் குறிப்பிடுவதன் வாயிலாக, அடங்கிக்கிடந்த தம்காலச் சமுதாயம் ஆகும் உரிமை பெற விரும்பும் அவரது துடிப்பினை அறியலாம்.

"நாடெல்லாங் கொண்டவற்றி னானிலத்துஞ் சேர்ந்துள்ள
காடெல்லாஞ் சீர்திருத்திக் காட்டாற்றின் - பீடெல்லா
நல்லாற்றிற் சேர்ந்துதவ நன்னதிகு ளங்கிணறு
பல்லாற்றிற் செய்வாய் பரிந்து."
(மெய்ந் நிலையடைதல், பா .4)

2.2.2.3.2 ஒழுக்க அறம்

நல்லறிவினைச் சிறைக் கைதிகட்குப் புகட்ட இநநூல் எழுதப்பட்டதால் மறங்களை தல், அறம் புரிதலினும் சிறப்பிடம் பெறுகின்றது.

கொலை, களவு, கள், காமம், பொய் முதலிய ஐவகைப் பாவங்களை நீக்கியோர்க்கு,

"........................மெய்ப்பொருளை
யாயு மறிவு மிகும்." (மறங்களைதல், பா.1)

என வ.உ.சி. குறிப்பிட்டு, அத்தகையோர் இறைவனையே காணலாம் என்ன்கிறார்

சட்ட நூல்கள் கொலை செய்வதிலும், கொலை செய்யச் சதி செய்தல், அதனைத் தூண்டுதல் போன்றவற்றையும் குற்ற மாகக் காட்டுவதால் சட்டம் கற்ற வழக்குரைஞரான வ.உ.சி.

“கொலைசெயலுங் கொல்லெனலுங் கொல்வாரைச் சேர்ந்து
நிலையுதலும் கொல்லற்கு நெஞ்சோ - டலையுதலுங்
கொன்றதனைத் தின்றிடலுங் கூறிடலு மாக்குதலு
மொன்றற்கின் னாசெயலு மொன்று.”

(மறங்களைதல், பா.2)

எனக் கொலை புரிய ஏவுதல் முதலிய செயல்கள் அனைத்தும் கொலையே என்றும்,

“களவுசெய லஃதேவல் கள்வாரைச் சேர்தல்
களவுபொருள் மாற்றலுணல் கள்வார்க் - குளவுசொலல்
வாங்கியதை யில்லென்றல் வஞ்சனைசூ தால்வெளவ
லாங்கனைய வெல்லா மது.” (மறங்களைதல், பா.3)

எனப் பிறன் பொருளைத் திருடுமாறு ஒருவனை ஏவுதல் முதலிய செயல்கள் அனைத்தும் களவே என்றும் குறிப்பிடுகின்றார்.

மேற்கூறிய அடிப்படையிலேயே கள் விற்றலும் கள்ளுண்ணக் காசளித்தலும், கள்ளுண்ணுபவரைக் காதலித்தலும் கள் குடித்தலுக்குச் சமமாகும் என வ.உ.சி. விளக்குகின்றார்.

கொண்ட துணையினைத் தவிரப் பிற பெண்டிரைக் கூடுதலும் கூட நினைத்தாலும் பிற பெண்டிரை அந்நினைவால் காணுதலும் காமமாகும் என வ.உ.சி. காமக் கொடுமையினை விளக்குகின்றார்.

பொய்ம்மை என்பதற்கு வ.உ.சி. தரும் விளக்கம் எண்ணற் பாலதாகும்:

“பொய்யுரைத்த லாக்கல் புறங்கூற னிந்தித்தன்
மெய்மறைத்தல் கோள் குறளை மேவிடுதல்- வெய்ய
வுரைபகர்தல் பொய்ந்நட் புறுதியில் கூறல்
புரை படுவ சொல்லலெலாம் பொய்,

(மறங்களைதல், பா .6)

எனப்பொய்மை என்பதற்கு விளக்கம் கூறுமிடத்து, “கடிய உரை பகர் தல்கூடப் பொய்யாகும்” எனக் குறிப்பிடுகின்றார். இச்செய்திகள் கொலை, களவு, கள், காமம், பொய்ம்மை முதலிய குற்றங்கள் நிகழாத ஒழுக்கச் சமுதாயம் அமைவதில் அவர்க் கிருந்த ஆர்வத்தினைப் புலப்படுத்துகின்றன.

2.2.3 பிற நூல்களின் தாக்கம்

திருக்குறள். சிறுபஞ்சமூலம், ஆசாரக்கோவை, திருமந்திரம், திருவாசகம், சைவ சிந்தாந்தம் ஆகிய நூல்களின் கருத்துத் தாக்கமும், சித்தர், ஔவை, தாயுமானவர். இராமலிங்கர் ஆகியோரின் பாடல்களின் கருத்துத் தாக்கமும் இந்நூலில் அமைந்துள்ளன. தம் காலத்திற்கு முன்பிருந்த அறநூல்களில் அவருக்கிருந்த பிடிப்பினை விளக்க இது பெரிதும் பயன் படுகின்றது.

2.2.3.1 திருக்குறள்

வ.உ.சி. திருக்குறள் வகுப்பு நடத்தியதுடன் குறளிற்கு உரையும் எழுதியுள்ளார். அத்தகைய குறள்நெறித் தோய் வினால், திருக்குறளின் தலைப்பு கருத்து, உவமை ஆகியன இந்நூலில் தாக்கம் பெற்றுள்ளன.

2.2.3.1.1 தலைப்பு

இந்நூலில் அவர் குறிப்பிட்டுள்ள அறத்தின் பெரும்பான்மை யான தலைப்புக்கள் திருக்குறள் அதிகாரங்களை அடியொற்ற யனவாக அமைந்துள்ளன. இந்நூலின் அதிகாரங்களான தன்னையறிதல், விதியியல் அறிதல், மனத்தை யாளுதல், மறங்களைதல், அறம் புரிதல், தவஞ்செய்தல், மெய்யுணர்தல் ஆகியன முறையே நிலையாமை, ஊழியல், அடக்கமுடைமை, இன்னா செய்யாமை, அறன்வலியுறுத்தல் தவம், மெய்யுணர்தல் ஆகிய திருக்குறள் அதிகாரப் பெயர்களுடன் ஒத்துச் செல்கின்றன.

2.2.3 1.2 கருத்து

“உற்றநோய் தோன்றல் உயிர்க்குறுகண் செய்யாமை”[6] யுமே தவம் என்ற வள்ளுவரின் கருத்தை அடியொற்றி,

> **‘இவ்வுலகில் வாழ்கின்ற வெவ்வுயிர்க்கு மெஞ்ஞான்று**
> **மெவ்விதவின் னாங்கு மியற்றாமை செவ்வி**
> **தினியமுகத் தோடின்னா வேற்றிடன் மெய் யுள்ளித்**
> **தனியிருத்தன் மூன்றுந் தவம்.” (தவஞ் செய்தல், பா.2)**

என வ.உ.சி. தவத்தின் இலக்கணத்தை வரையறை செய்கின்றார். இனிய முகத்தோடு தனித்திருத்தலையும் தவத்திற்கு அடையாளமாக வ.உ.சி. ஆக்கிக் காட்டுகின்றார்.

"மனத்தின்பின் செல்லாது மாணறங்கள் சார்ந்த
புனத்தின்பி னித்தமதைப் போக்கின் - றனத்தும்
பிறவற்றுஞ் சால் பெய்திப் பேரின்ப வெள்ளத்
திறவற்று வாழ்வா யிவண்." (மனத்தையாளுதல், பா. 3)

என மனத்தைத் தீநெறியில் செலவிடாது தடுத்து, அறநெறியிற் செலுத்தின் செல்வம், அறிவு, நலம் முதலியன பெற்றுச் சிறப்புடன் வாழலாம் என்று வ.உ.சி அறநெறியில் நிற்பதன் தேவையினை அறிவுறுத்துகிறார். இக்கருத்து,

"சென்ற இடத்தால் செலவிடா தீதொரீஇ
நன்றின்பால் உய்ப்ப தறிவு"[7]

என்ற குறட்கருத்துடன் ஒன்றிச் செல்கின்றது. நுண்ணுயிரை வாடவிடுதல் தகாது என்பதை,

".........................
வன் செயலால் வாடவிடாய் மற்று.'

(அறம் புரிதல், பா.8)

என வ.உ.சி. அறிவுறுத்துகிறார். இவ்வறம் வள்ளுவர் வலி யுறுத்தும் "உயிர்க்குறுகண் செய்யாமை"[8] என்னும் கருத்தில் விளைந்ததாகும். தன்னையறிந்து தன்னிலையில் நிற்பவன் பெறும் சிறப்புக்களாக,

'தன்னை யறிந்துணர்ந்து தன்னுடம்பைச் சீர்படுத்திக்
தன்னுளத்தை யாண்டென்று நீ தாரணியின் - மன்னா
யற்னெல்லாஞ் செய்துதவ மாற்றிடுவோன் மெய்யின்
றிறனெல்லாங் கொள்வான் சிறந்து

(தன்னிலையில் நிற்றல், பா.10)

என வ.உ.சி. குறிப்பிடுகின்றார். இப்பாடலில் 'தன்னையறிபவன் எல்லா வல்லமைகளையும் பெற்றுக் கடவுளாய் நிற்பான் என்றுள்ள கருத்து,

"வையத்துள் வாழ்வாங்கு வாழ்பவன் வானுறையும்
தெய்வத்துள் வைக்கப்படும்."[9]

என்ற குறட் கருத்தினைத் தழுவி நிற்கின்றது.

2.2.3.1.3 உவமை

இந்நூலில் பொருத்தமான உவமைகள் பல இடம்பெற்றுள்ளன. இவற்றுள் சில உவமைகளை அவற்றுடன் தொடர்புடைய குறள் உவமைகளுடன் ஒப்பிட்டுக் காணலாம்.

ஆன்மா மனத்தை வெல்லும் வலியுள்ளதாயிருந்தும் அது மனத்தைப் பிரிந்து உடம்பில் நில்லாது. அங்ஙனம் மனத்தைப் பிரிந்து உடம்பில் நில்லாத ஆன்மாவினை விளக்கவந்த வ.உ.சி....

"மயிர்நீப்பின் வாழாக் கவரிமா அன்னார்
உயிர் நீப்பர் மானம் வரின்,"[10]

என்ற வள்ளுவரின் உவமையினை நினைந்து பார்த்து,

"......................
மான்மா நிகர்த்து மனத்தையிழந் தூன்மா
....

(தன்னை அறிதல், பா .7)

என்ற உவமையினைப் படைக்கினறார்.

தீயூழின் துன்பம் பெருகுவதற்கு முன் அதனை மிகத் தொடக்கத்திலேயே தன் மெய்யறச் செயலால் எளிமையாக நீக்க ஒருவனுக்கு இயலும், இக்கருத்தினை உவமை வழி விளக்க வந்த வ.உ.சி.

இளைதாக முள்மரம் கொல்க களையுநர்
கைகொல்லும் காழ்த்த விடத்து."[11]

என்ற வள்ளுவரின் உவமைத் தாக்கத்தினால்,

".. தீயூழின்
வெம்மெய்யைத் துண்டுதுண்டா வெட்டிடுவர் - தம்மை
யறச் செயலான் முள்ளை யரிவாள்கொண் டீர்க்கும்
......................................." (விதியியல் அறிதல், பா .8)

எனத் தம் உவமையினைப் படைத்துள்ளார்.

2.2.3.2 சிறுபஞ்சமூலம்

கருத்தடிப்படையில் மட்டும் சிறுபஞ்சமூலத்தின் தாக்கம் வ.உ.சி.யின் மெய்யறிவு நூலில் அமைந்துள்ளது.

"உயிர்நோய்செய் யாமை யுறுநோய் மறத்தல்
செயிர்நோய் பிறர்கட்செய் யாமை - செயிர்நோய்
விழைவு வெகுளி யிவைவிடுவா னாயி
னிழிவன் றினிது தவம்"¹²

என்ற சிறுபஞ்சமூலக் கருத்தும்,

"வன்செயலால் வாடவிடாய் மற்று" (அறம் புரிதல், பா.8)

என்ற மெய்யறிவின் கருத்தும் ஒன்றுபட்டிருப்பது வ.உ.சி.க்குச் சிறுபஞ்சமூலம் என்னும் அறநூலிலிருந்த பற்றினைக் காட்டுகின்றது.

2.2.3.3. ஆசாரக்கோவை

கருத்தடிப்படையில் ஆசாரக் கோவையின் கருத்துக்கள் பல மெய்யறிவு நூலில் அமைந்துள்ளன.

"மெய்ந் நிலையை யெய்துதலே மெய்வீடு ..
(மெய்ந்நிலை யடைதல், பா .1)

என்பதன் வாயிலாக வ.உ.சி. கடவுட்டன்மையை அடைதலே மெய்யான வீடுபேறு என அறம் பேசுகின்றார். தன்னையறிதலே மெய்ந் நிலையடைவதற்குரிய தக்கவமி (மெய்நிலை அடைதல், பா. 2) என்று காட்டிய வ.உ.சி..

.. உன்னையறிந் துன்னுடம்பு முன்னுளமும் பண்படுத்தி
யன்னை பிதா தெய்வ மருங்குரவர் - பொன்னடியைச்
சென்னி யுறவணங்கி ...."
(மெய்ந்நிலை யடைதல், பா. 2)

என அன்னை, தந்தை, தெய்வம் ஆகியோரை வணங்குவதும் மெய்ம்மை நிலையே என்று உலகியலையும் இணைப்பதைப் போல விளக்குகின்றார். இக்கருத்து,

அரசன், உவாத்தியான், தாய்தந்தை, தம்முன்
நிகர்இல் குரவர் இவ்ஐவர்; இவரிவரைத்
தேவரைப் போலத் தொழுது எழுக! என்பதே
யாவருங் கண்ட நெறி."¹³

என்ற ஆசாரக்கோவைக் கருத்தின் தாக்கத்தினால் எழுந்த தாகக் கூறலாம்.

காலை எழுவதும் கைகால் கழுவித் தூயன உடுப்பதும் எல்லாரும் இன்புற்று வாழ இறைவனை வணங்குவதும் உண்ணும் முன்னும் உறங்கும் முன்னும் கடவுளைத் தொழு வதும் அவர் கருத்தில் மறங்களைதலாகின்றன. இக்கருத்தில்,

"நீராடிக் கால்கழுவி வாய்பூசி மண்டல செய் ஞ்
துண்டாரே யுண்டா ரெனப்படுவர் அல்லாதார்
உண்டார்போல் வாய்பூசிச் செல்வ ரதுவெறுத்துக்
கொண்டா ரரக்கர் குறித்து."[14]

என்னும் ஆசாரக்கோவைப் பாடற் கருத்தின் சாயல் காணப் படுகின்றது.

2.2.3.4 திருமந்திரம்

திருமந்திரத்தின் கருத்துத்தாக்கம் மெய்யற நூலில் அமைந்துள்ளது.

"உடம்பை வளர்த்தேன் உயிர் வளர்த்தேனே"[15]

என்ற திருமூலரின் வழியில் உடம்பைப் பேணுதல் பற்றிக் கருத்துக்கொண்டுள்ளார் வ.உ.சி. உடலை வெறும் காற்றடைத்த பையென இழிவாகக் கருதப்பட்டதை மாற்றி வ.உ.சி. "உடம்பை வளர்த்தல்' என்ற அதிகாரமே எழுதியுள்ளார். உடலைப் பற்றிய சிறந்த கருத்துக்களை வ.உ.சி.யும் தம் பாடல்களில் தெளிவாக விளக்குகின்றார்:

"... ....
....
பிணியெஃதுஞ் சாராது பேணிவளர்த் தென்றும்
பணியுமா றாள்வாய் பரிந்து." (உடம்பை வளர்த்தல், பா.1)

என உடலைப் பேணுவதன் உயர்வை விளக்குகின்றார்.

"ஆதிவழி வந்துநிற்கு மாருயிர்கள் தம்முள்ளே
சாதிமத வேற்றுமைதான் சார்வதெங்ஙன்?- ஆதி
ஒருவனென்ப தெல்லோர்க்கு மொத்தமுடி வென்றால்
வருவதெங்கன் வேற்றுமைதான் மற்று?"
(தவஞ் செய்தல், பா.5)

என்ற பாடலில், 'இறைவன் ஒருவனே' என்று வ.உ.சி. கூறும் கருத்து,

ஒன்றே குலமும் ஒருவனே தேவனும் [16]

என்ற திருமூலரின் கூற்றுக்கு விளக்கமாக அமைகின்றது.

2.2.3.5 திருவாசகம்

'ஒரு நாமம் ஓருருவம் ஒன்றுமில்லாற்கு ஆயிரம்
திருநாமம் பாடிநாம் தெள்ளேணம் கொட்டாமோ"[17]

என மணிவாசகர் கூறுவதற்கேற்ப வ.உ.சி.யும்,

"எப்பெயாற் கூறிடினு மெவ்வியல்பை யேற்றிடினு
மெப்பொழுது மெய்ப்பொருள்தா னேகங்காண்..."
(தவஞ் செய்தல், பா.10)

என இறைவன் இயல்பினைத் தெளிவாக விளக்கித் தவத்தின் சிறப்பை இறைவழி காட்டுகின்றார்.

2.2.3.6 சித்தர் பாடல்

தன்னை யாரென்று தெரிந்து கொள்ள மெய்யுணர்வு வேண்டும். கானல் நீரை நீரென்றும் கயிற்றை அரவென்றும் கருதும் நெஞ்சங்களை எடுத்துக்காட்டி, வாழ்க்கையின் மெய்ம்மையினை வ.உ.சி. உணரச் செய்கின்றார்.

"தன்னை யறிதல் தலைப்படுத்துங் கல்வியென
முன்னையவர் நன்கு மொழிந்திருந்து - மென்னைகொல்
தன்னை யறியாது சார்ந்தபல கண்டறியப்
பின்னையவ ருன்னல் பிடித்து?" (தன்னை யறிதல், பா.1)

எனத் தன்னை யறிவதே ஆன்மாவை அறிவதாகும்; உலகத்துப் பொருட்களின் இலக்கணங்களெல்லாம் கற்கத் தொடங்குமுன் தன்னை உணர்த்தும் இலக்கணங்களைக் கற்பது அவசியமாகும் என்ற கருத்தை வ.உ.சி. வலியுறுத்துகிறார். இக்கருத்து,

"உன்னை மறந்தல்லோ உளுத்த மரமானேன்?
தன்னை மறந்தார்க்குத் தாய்தந்தை யில்லையடி!
தன்னை மறக்காமற் றாயாரு முண்டானால்
உன்னை மறக்காமல் என் கண்ணம்மா!
ஒத்திருந்து வாழேனோ?'[18]

எனும் அழுகணிச் சித்தரின் பாடல் கருத்துடன் இயைந்து செல்வதை அறியலாம்.

2.23.7 ஔவையார் பாடல்

ஐம்பொறிகள் தீமைக்கு அடிப்படையானவை என்றும் அவை தீமை செய்யத் தூண்டுங்கால, அவற்றை அடக்க வேண்டுமென்றும் வ.உ.சி. வலியுறுத்துகின்றார். இல்லையென்றால்,

"இனியது கேட்கின் தனிநெடு வேலாய்
இனிது இனிது ஏகாந்தம் இனது" [19]

என்று ஔவை காட்டும் வழியில்,

"வனத்தை யடைந்தங்கண் வாழ்தனித்து.........
(மனத்தை யாளுதல், பா.9)

என வ.உ.சி.. கூறுகின்றார்.

2.2.3.8 தாயுமானவர் பாடல்

"எல்லாரும் இன்புற் றிருக்க நினைப்பதுவே
அல்லாமல் வேறொன் றறியேன் பராபரனே' [20]

என்ற தாயுமானவர் பாடலைத் தழுவி,

"............. .... - செயிரெஃதும்
எவ்வுயிர்க்கு மெப்பொழுது மெட்டு ணையுஞ் செய்யாம
லெவ்வுயிர்க்கு நன்றே யியற்று."
(மெய்ந்நிலை யடைதல் பா .7)

என மெய்ந்நிலைக்கு விளக்கம் தருகின்றார் வ.உ.சி. இதனால் உலக இன்பமே மெய்ந்நிலையாகும் என்ற அவர் கருத்தினை அறிய முடிகின்றது.

2.2.3.9 இராமலிங்க அடிகளின் பாடல்கள்

வ.உ.சி. இவ்வுலகத்திலுள்ள எல்லா உயிர்களும் கடவுளின் குழந்தைகளென்றும் எல்லா உயிர்களின் உடல்களும் கடவுளின் வீடுகளென்றும் எண்ணிப் பிற உயிர்க்குத் தீங்கு செய்தல் கூடாது என்றும் கூறுகின்றார்:

இவ்வுலகி னிற்கின்ற வெவ்வுயிரு மீசன்மக
வெவ்வுடலு மீசனில மென்றெண்ணி-யெவ்வுயிர்க்கு
மூறொன்றுஞ் செய்யா துயர்வடைவாய் மெய்சேர்க்கு
மாறென்று காண்பா யது." (தவஞ் செய்தல், பா 8)

இங்ஙனம் அவர் கூறும் செய்தியால்,

"எல்லா வுயிர்களு நல்லா ரெனத்தொழும்
எல்லாம்வல் லீரிங்கு வாரீர் 21

என்ற வடலூர் இராமலிங்க அடிகளாரின் ஆன்மநேய ஒருமைப் பாடு வ.உ.சி. யிடத்து வெளிப்படக் காணலாம்.

2.2.3.10 சைவ சிந்தாந்தம்

ஆன்மா தீய எண்ணங்களைக் கொண்டதாலேயே துன்பத் திற்குக் காரணமான உடலைக் கொண்டது என்ற சைவத் தத்துவத்தை.

"மனமென்ற தீ நினைப்பை மாணான்மா தன்னி
னினமென்று பின்பற்ற ...."

(மனத்தை யாளுதல், பா.1)

என வ.உ.சி. கோடிட்டுக் காட்டுகின்றார்.

தேரும் குதிரையும் இல்லாத ஓரரசன் தனது நாட்டினை வலம் வருதல் அரிதாதல் போல, உடம்பும் மனமும் இல்லாது ஆன்மா அறத்தைச் செய்தல் அரிதென்பதாம் என்ற ஓர் அரிய உவமையை வ.உ.சி. முடியாட்சி முறைக்கு ஒப்பிடுகின்றார்.

பாரினையான் மன்னன்றன் பார்காண வெண்ணியொரு
தேரினையான் மாவோடு சேர்தல் போல் ...."

(தன்னை யறிதல், பா. 8)

என்று வ.உ.சி.. குறிப்பிடும் அவ்வுவமைக் கருத்து.

ஊனக்கண் பாச முணராப் பதியை
ஞானக் கண்ணினிற் சிந்தை நாடி
உராத்துணைத் தேர்ந்தெனப் பாச மொருவத்
தண்ணிழ லாம்பதிவிதி யெண்ணுமஞ் செழுத்தே.[22]

என்ற சிவஞான போதக் கருத்தை அடியொற்றி அமைந்துள்ளது.

2.2.4 பிற அறநூல்களின்றும் வேறுபடுதல்

இந்நூலின் அறக் கருத்துக்களில் சில திருக்குறள்.

திருமந்திரம் ஆகிய நூல்கள் காட்டும் அறக் கருத்துக்களிலிருந்து வேறுபட்டும் அமைந்துள்ளன.

2.2.4.1 திருக்குறள்

ஆகூழும் போகூழும் வினையால் வருவன; இறைவனா வருவனவாகா என்பது வ.உ.சி.யின் கருத்தாகும்.

"விதிவிதியென் றாழ்கின்றார் வீணாகத் துன்பில்
விதிவிதிக்கத் தம்மையன்றி வேறு - பதியொருவ
துண்டென்று நம்பி யொருசிலரிங் கன்னாரிற்
கண்டறியேன் பேதையரைக் காண்."

(விதியியல் அறிதல், பா.1)

என்று, விதிக்குத் தலைவன் தானே யாவான் எனவும் இறைவனல்லன் எனவும் வ.உ.சி. எடுத்துரைக்கின்றார். விதியை விதிப்பவன் கடவுள் என்பவரை அவர் 'பேதையர்' என இழிவாகக் காட்டுகின்றார். திருக்குறள் வலியுறுத்தும் உலைவின்றி முயலுவதால் ஊழினையும் வெல்ல முடியும் என்ற கருத்தினை ஒத்துக்கொள்ளும் வ.உ.சி.,

ஊழிற் பெருவலி யாவுள."[23]

என்னும் கருத்தினை ஏற்க உடன்படவில்லை.

2.2.4.2 திருமந்திரம்

"ஆசையின்மை யென்பதுள மைம்பொறி வாயின்மூல
மாசைகொளுந் தீயவற்றை யாளாது............

(அறம் புரிதல், பா. 5)

என்ற அடிகளில் வ.உ.சி. ஆசையின்மைக்குத் தெளிவான விளக்கம் தருகின்றார். அங்ஙனம் கூறுவதினின்று,

"ஆசை யறுமின்கள் ஆசை யறுமின்கள்
ஈசனோ டாயினும் ஆசை யறுமின்கள்"[24]

என்ற திருமூலரின் கருத்தொடு வ.உ.சி. வேறுபடுகின்றார்.

2.2.5 நீதி உணர்த்தும் உத்திமுறைகள்

விளி உத்தி, முரண் உத்தி. அணிகளின் பயன்பாட்டு உத்தி ஆகிய உத்திகளையும் நீதி உணர்த்த வ.உ.சி பயன்படுத்துகின்றார்.

2.2.5.1 விளி

தாம் கூற விரும்பும் கருத்தினை ஒருவரை முன்னிலைப் படுத்தி அவரிடம் கூறுவதைப் போன்று எடுத்துரைக்கும் முறையினையும் ஒரு பெண்ணையோ, தம்மையாதரிக்கும் தலைவனையோ விளித்துக் கூறும் முறையினையும் தம்முடைய நெஞ்சை நோக்கிக் கூறும் முறையினையும் நீதி இலக்கியத்தில் கையாளுவது மரபு. ஆணை முன்னிலைப் படுத்திக் கூறுவதை ஆடூஉ முன்னிலை எனவும், பெண்ணை முன்னிலைப் படுத்திக் கூறுவதை மகடூஉ முன்னிலை எனவும் கூறுவர். இவ்விலக்கியத் திறன் பதினெண் கீழ்ககணக்கு நூல்களுள் நாலடியாரிலும் ஏலாதியிலும் பழமொழியிலும் இடம் பெற்றிருப்பதைப் பார்க்கலாம்:

அலைகடல் தண்சேர்ப்ப

நிரை தொடீஇ."[25]

என ஆண் பெண் ஆகிய இருபாலாரையும் நாலடியார் விளித்துக் கூறுவதால் அதில் ஆடூஉ முன்னிலையும் மகடூஉ முன்னிலையும் பின்பற்றப்பட்டுள்ளமை அறியலாம். ஏலாதி மகடூஉ முன்னிலை மரபொன்றினையே பின்பற்றுகின்றது:

'பூங்கோதாய், வேயன்ன தோளாய்,"[26]

எனப் பெண்ணை முன்னிலைப் படுத்தியே அறங்களை ஏலாதி எடுத்துரைக்கின்றது.

வாட் கண்ணாய்,"

தண் கடல் சேர்ப்ப"[27]

என மகடூஉ முன்னிலை, ஆடூஉ முன்னிலை ஆகிய இருவகை மரபுகளையும் பின்பற்றிப் பழமொழியில் அறங்கள் உணர்த்தப் பட்டுள்ளன.

சித்தர்களில் சிலரும் தம்பாடல்களில் இத்தகைய விளி மரபினைப் பின்பற்றியுள்ளனர். உலகினரை விளித்தும் ஆண் மகனை விளித்தும் பெண்மகளை விளித்தும் அஃறிணைப் பொருள்களை விளித்தும் சித்தர்கள் தம் செய்திகளைக்

கூறியுள்ளனர். "ஏழைகாள், ஊமைகாள், பேதைகாள்,"[28] என உலகினரை விளித்துக் கூறும் முறையினைச் சிவவாக்கியர் பயன்படுத்தியுள்ளார். 'தாண்டவக் கோனே[29] என ஆடவனை விளித்து இடைக்காடரும் குதம்பாய்[30] எனப் பெண்ணை விளித்துக் குதம்பைச் சித்தரும் தத்தம் கருத்துக்களைக் கூறியுள்ளனர். குயில், மயில், அன்னம் ஆகிய அஃறிணைப் பொருள்களையும் விளித்துக் கூறும் மரபினை இடைக்காடர்[31] பயன்படுத்தியுள்ளார்.

நீதி இலக்கியம் கையாளும் இத்தகைய விளி மரபினை – வ.உ.சி.யும் பின்பற்றித் தம் அறங்களைக் கூறுகின்றார். இந்நூலில் அறத்தை அவாவி நிற்கின்ற ஆண்மகனை விளித்து ஆசிரியன் கூறுவதைப் போலச் செய்திகள் கூறப்பட்டுள்ளன. எனவே இவர் பயன்படுத்தியுள்ள விளி ஆடூஉ முன்னிலையின் பாற்படும்:

"தன்னியல்பைக் காணுந் தகுதியிலா ரிவ்வுலகின்
பொன்னியல்பைக் காணப் புகுதலென்னோ?
உன்னியல்பைக்
கூறுகின்றே னென்மெய்க் குருவினடி போற்றியறத்
தேறுகின்றாய் கேட்பா யினிது." (தன்னை யறிதல், பா.2)

"விதிவிதியென் றாழ்கின்றார் வீணாகத் துன்பில்
விதிவிதிக்கத் தம்மையன்றி வேறு - பதியொருவ
னுண்டென்று நம்பி யொரு சிலரிங் கன்னாரிற்
கண்டறியேன் பேதையரைக் காண்."

(விதியியல் அறிதல், பா.1)

என வரும் பாடல்கள் வ.உ.சி.. கையாண்டுள்ள விளி உத்திக்குச் சான்றாக அமைகின்றன.

2.2.5.2 முரண்

ஒன்றற்கொன்று முரணாகத் தோன்றுவனவற்றைக் கூறிப் பின்னர் அவற்றின் தொடர்பை இணைத்து நயம்படக் கூறுவது கவிஞர்கள் போற்றுகின்ற ஒரு முறையாகும். முரண்பாட்டினைச் சுட்டிப் பின்னர் அதனின் பொருத்தத்தை நயம்பட உரைப்பது ஒரு தனிக்கலை.

முரணானது சொல்முரண், பொருள்முரண் என இருவகைப்படும் எனத் தொல்காப்பியம்[32] உணர்த்துகின்றது.

2.2.5.2.1 சொல் முரண்

சொல் முரணை எதுகை நிலையிலும் அமைக்கலாம். வெறும் சொல்லளவிலும் காட்டலாம்.

"இன்பம் விழையான் வினைவிழைவான் தன்கேளிர்
துன்பம் துடைத்தூன்றும் தூண்" [33]

இங்கு வள்ளுவர் இன்பம். துன்பம் என்ற எதுகைச் சொற்களை முரணாகவும் பயன்படுத்திப் பாடலுக்கு அழகு சேர்ப்பதுடன் தம் கருத்தினை வலியுறுத்தியுள்ளமையினை உணரலாம். இத்தகைய எதுகை முரண்களைப் பலவிடங்களில் வ.உ.சி. பயன்படுத்தியுள்ளார்.

"............................ ....
நன்னெறியிற் சேர்க்கவதை நாய்போலப் பின்பற்றும்
புன்னெறியிற் போய மனம்." (தன்னை அறிதல், பா.10)

நன்னெறி. புன்னெறி என எதுகை முரண் அமைத்து மனம் நன்னெறி வயப்பட வேண்டிய இன்றியமையாமையினை வ.உ.சி. உணர்த்துகின்றார்.

"மறவினையின் வித்திட்டால் வன்துன் புறுமால்
அறவினையின் வித்திட்டா லாரின் புறும்
.." (விதியியல் அறிதல், பா.7)

என மறவினை, அறவினை என்னும் முரண் அமைப்பால் மறவினையாற் பிறக்கும் துன்பத்தினையும், அறவினையாற் பிறக்கும் இன்பத்தினையும் வ.உ.சி. விளங்கச் செய்துள்ளார்.

"..
மறனெல்லா மீட்டி வலனெல்லாம் போக்கி
யறனெல்லாந் தேய்க்கு மகம்." (மனத்தை யாளுதல்,பா.4)

என மறம். அறம் எனச் சொல்லில் முரண் காட்டி ஆளப்படாத மனத்தின் தீமையினை வ.உ.சி. உணர்த்துகின்றார்.

"... ....
மெய்யறிவி னன்னெறியின் மேம்பாட்டி லாசையின்மை
பொய்யறிவி லாய புரை." (அறம் புரிதல், பா.7)

என மெய்யறிவு, பொய்யறிவு என்ற முரண் அமைப்பால் பொய் யறிவினால் நேரும் குற்றத்தினை வ.உ.சி. வெளிப்படுத்தியுள்ளார்.

இனி, வெறும் சொல்லளவிலும் வ.உ.சி. முரண் அமைத்துப் பாடியுள்ளமை கருதத்தக்கது.

> ....
> **தீமை தருபவற்றைச் செப்பாமை நன்மைதரு**
> **நீர்மையன சொல்ல நினைத்து."**
>
> **(அறம் புரிதல், பா.6)**

என ஓரடியின்கண் வெறுஞ்சொல் முரணமைத்து ஆற்ற வேண்டிய அறத்தினையும் அகற்ற வேண்டிய மறத்தினையும் வ.உ.சி. விளக்கிக் காட்டியுள்ளார்.

2.2.5.2.2 பொருள் முரண்

> "................... ....
> **ஆடைசெய லூண்விளைத்த லாக்கலரண் போர்முறைவா**
> **னாழிநிலஞ் செல்லகழ் வாள்." (அறம் புரிதல், பா. 9)**

என மேல், கீழ் எனும் பொருள் பட வானத்தினையும் நிலத் தினையும் வ.உ.சி. முரணாகக் காட்டியுள்ளார்.

> ".. **பொன்னடியைச்**
> **சென்னி யுறவணங்கிச் சீரறங்கள் செய்தொழுக்கம்"**
>
> **(மெய்ந் நிலை யடைதல், பா.2)**

என உயர்வு தாழ்வு எனும் பொருள்படுமாறு அடியினையும் முடியினையும் வ.உ.சி. முரண்படச் செய்துள்ளார்.

2.2.5.3 அணி

உவமை, உருவகம், நிரல் நிறை, எண்ணலங்காரம் ஆகிய அணிவகைகள் வழியாகவும் வ.உ.சி. நீதியினை உணர்த்துகின்றார்.

2.2.5.3.1 உவமை

ஒரு கவிஞனின் உணர்வுகளை அவன் கையாளும் பல்வேறு உவமைகள் எடுத்துக்காட்டும். ஒரு கருத்தை ஒற்றுமை நயத் தோடு கண்டு பேசுவது உவமையின் அடிப்படைக் கருத்தாகும்.

எளிமையான ஒன்றைக் கொண்டு கடினமான ஒன்றைப் புரிய வைப்பதே உவமையின் பணியாகும். பருப்பொருளை நுண் பொருளோடும் பருப்பொருளைப் பருப்பொருளோடும் நுண் பொருளை பருப்பொருளோடும், நுண்பொருளை நுண்பொரு ளோடும் ஒப்பிடும் நிலையில் உவமைகளைக் கையாளலாம்.

இந்நூலில் நுண்பொருளுக்குப் பருப்பொருளை மட்டுமே வ.உ.சி. உவமையாக கையாண்டுள்ளார். இந்நூலில் காணலாகும் உவமைகளை மரபுவழி உவமைகள், உலகியல் உவமைகள் புத்துவமைகள் எனப் பகுக்கலாம்.

2.2.5.3.1.1 மரபுவழி உவமைகள்

முன்னோர்கள் கூறிவந்துள்ள உவமைகளை அவ்வாறே எடுத்தாளுதல் மரபுவழி வந்த உவமைகள் ஆகும்.

வேட்கையில்லாதவர் கானலை நீராகக் கண்டாலும் தொலைவில் சென்று துன்பமுறார். அதுபோல, அகங்காரங்களில்லாது இவ்வுலகத்தில் வாழ்கின்றவர் தீயசெயலைச் செய்ய மாட்டார் என்பது வ.உ.சி.யின் கருத்தாகும். இக் கருத்தினை விளக்க,

பேய்த்தேர்நீர் என்று வரும் பேதைக்கு மற்றணைந்த
பேய்த்தேர் அசத்தாகும் பெற்றிமையின் - வாய்த்ததனைக்
கண்டுணர்வார் இல்வழியின் காணும் அசத்தின்மை
கண்டுணர்வார் இல்லதெனக் காண்."[34]

எனச் சிவஞான போதம் குறிக்கும் பேய்த்தேரினையும்,

இருளில் பழுதை அராவெனவே
இசைந்து நிற்கும் இருங்கதிர்கள்
அருளப் பழுதை மெய்யாகி
அரவும் பொய்யாம் ...." 35

எனச் சிவஞான சித்தியார் பரபக்கம் பயன்படுத்தி இருக்கும் கயிற்றில் அரவினையும் வ.உ.சி. இங்கு உவமையாக்கியுள்ளார். பேய்த்தேரைக் கானல் நீரெனத் தம்கால வழக்கிற்கேற்ப வ.உ.சி.. சுட்டுகின்றார். இவ்வுவமைகளை வ.உ.சி. மூன்று பாக்களில் மூன்று வெவ்வேறு நிலைகளில் பிரித்துக் காட்டியிருப்பது அவரின் நுண்மாண் நுழைபுலத்தைக் காட்டும்:

கானலினீர் போலுங் கயிற்றிலராப் போலுமெய்யி
லானதுல கென்றிங் கறைவருல - கானத்து
கானல் கயிறடுக்கக் காணல் போ லவ்விரண்டு
ஞானமடுக் கக்காணு நன்கு.” (மெய்யுணர்தல், பா.2)

“கானல் கயிறிரண்டுங் காணுங்கா னீரரவு
போனபடி மெய்சாணப் போமுலகு - கானல்
கயிறுண்மை சோரவவை காணுமுல கெய்து
மெயினுண்மை சோர விரைந்து.”

(மெய்யுணர்தல், பா .3)

‘கானலினீர் காணக் கயிற்றில ராக் காணச்சேண்
போனவஞ ரஞ்சுமஞர் போந்த செயல் - மான
வுலகினைக்காணுந்தோறு முன்னரிய துன்ப
மிலகிமிகுங் காண்பா யினிது.” (மெய்யுணர்தல், பா.4)

கானல், ஒளியினது தொடர்பால் நீர்போலத் தோன்றும்; கயிறு, இருளினது தொடர்பால் அரவு போலத் தோன்றும்; மெய்ப்பொருள் பொறிகளின் தொடர்பால் உலகம் போலத் தோன்றும்; நெருங்கினால் உண்மை புலப்படும் என்ற கருத்துப் பலப்பட முதற்பாடலிலும் நீராகத் தோன்றியது கானலென்று உணரும்போது நீர்த்தோற்றம் நீங்கிவிடுதல் போலவும் அரவாகத் தோன்றியது கயிறென்று உணரும்போது அரவுத் தோற்றம் நீங்கிவிடுதல் போலவும் உலகமாகத் தோன்றிய தோற்றத்தை மெய்ப்பொருளென்று உணரும்போது உலகத் தோற்றம் நீங்கிவிடும் என்று அதே உவமைப் பொருட்களை அடுத்த பாடலில் வேறுமுறையிலும், கானல் நீர்த் தோற்றத்தை நம்பிப் பருகச் சென்று அதனால் பெரும் துன்பமும் உண்டாவது போல. மெய்ப்பொருளில் – உலகத்தைப் பார்க்கும்போது உலகத் துன்பங்களெல்லாம் உண்டாகித் தெரியும் என்று அதே உவமைப் பொருட்களை மூன்றாம் பாடலில் பிறிதொரு பொருளிலும் வ.உ.சி. உவமையாகக் காட்டுகின்றார்.

2.2.5.3.1.2 எடுத்துக்காட்டு உவமை

வ.உ.சி. விதியினியல்பினை விளக்குமிடத்து, விதைத்த வித்துக்கள் விளைந்து பலன்தரும்: அதுபோலச் செய்த கருமங்களே விளைந்து இன்ப துன்பங்களைத் தரும் எனக்கூறி எடுத்துக்காட்டு உவமையாக அமைகின்றார். இதனை.

அவருரையி னுட்பொருளை யாதிமுன்பு சொல்வேன்
தவறதெனக் கூறுபவர் தாழ்வர் - புவியில்
விதைத்தவிதை யெஃதஃதே மேல்வினையும் சாரும்
விதைத்தவினை யெஃதஃதே மேல்."

(விதியியல் அறிதல், பா. 5)

என்னும் பாடலால் அறியலாம்.

2. 2.5.3.1.3 உலகியல் உவமை

கொலை களவு, கள், காமம், பொய் முதலியன எவ்வளவு கூட மனத்தில் இல்லையாயின் துன்பமில்லை என்னும் கருத்தினை மலையளவு நோய் வந்தாலும் பனிபோல ஒழியும் என்ற உலகியல் உவமை வழியில் காட்டுகின்றார். இதனை,

கொலைகளவுகள் காமம் பொய்யெள்ளளவு
மிலையுளத்து மென்றக்கா லென்று - மலையளவு
நோயும் பனிபோல நொந்தழியு மெய்ப்பொருளை
யாயு மறிவு மிகும்." (மறங்களைதல், பா.1)

என்னும் பாடலினால் வலியுறுத்துகின்றார்.

2. 2.5.3.1.4 புத்துவமை

புன்னெறியில் செல்லும் மனம் தான் விரும்பிய பொருளைப் பின்பற்றிச் செல்லும் நாய் போலாகும் என வ.உ.சி. புத்துவமை காட்டுகின்றார்

"..

நன்னெறியிற் சேர்க்கவதை நாய்போலப் பின்பற்றும்
புன்னெறியிற் போய மனம்," (தன்னையறிதல், பா.10)

என்பது அப்புத்துவமையாகும்.

2.2.5.4 உருவகம்

இந்நூலில் வ.உ.சி. சில இடங்களில் உருவகங்களையும் பயன்படுத்துகின்றார். அவற்றுள் ஒன்று முற்றுருவகமாகும்:

மனக்குதிரை மெய்யறத்தின் மார்க்கத்தை விட்டுத்
தனக்குவியன் மாதர் நிலஞ் சாரு - முனற்கைக்

கடிவாளத் தாலிழுத்துக் காட்டிநெறி சேர்க்கும்
பிடிவாதமா வான்மா பின்பு." (தன்னையறிதல், பா.9)

என்ற பாடலில் வ.உ.சி. மெய்யற வழியை விட்டு விலகி ஓடும் மனத்தைக் குதிரையாகவும் சிந்தித்தல் என்பதனைக் கடிவாள மாவும் உருவகிக்கின்றார்.

2.2.5.5 நிரல் நிறை

அறங்களையும் அவற்றின் பயன்களையும் நிரனிறையாக அமைத்துப் பாடுகின்றார்,:

"அருளீகை யுண்மையறி வாசையின்மை வாய்மை
பொருளிய மின்பமொடு போகத் - தெருளீயும்
வீடீயு மாணீயு மெய்ப்பொருளி னெண்ணரிய
பீடீயுமென்றுமிவை பேண்." (அறம்புரிதல், பா.1)

இப்பாடலில் அருள், ஈகை, உண்மையறிவு ஆசையின்மை, வாய்மை என்னுமைந்தும் முறையே. செல்வம், இன்பமொடு அறிவுத்தெளிவு, வீடுபேறு, சிறப்பு, கடவுளின் வலிமை ஆகிய வற்றைத் தரும் என நிரல் நிறையாக அமைக்கின்றார்.

2.256 எண் அலங்காரம்

சொல்ல வேண்டிய செய்திகளை நிரல்பட வ.உ.சி. எண்ணிட்டுக் கூறுவதும் சிறப்புடையதாகும்.

தேயமெலாங் காண்டற்குத் தேரூர்வான் செய்வதொத்து
மாயமனம் பூட்டியுள மாணுடம்பைத் - தூய
நிலைமையுற வைத்தாள் த னீசெய்ப வற்றுள்
தலைமையுறு மொன்று தனித்து"

(தன்னிலையில் நிற்றல்,பா.3)

என மனிதன் ஆற்ற வேண்டிய முதற் செயலையும்,

'இரண்டாஞ் செயல்பொறிவாயின்மூல மெய்யிற்
றிரண்டா மறம்பலவுஞ் செய்து ....'

(தன்னிலையில் நிற்றல், பா. 4)

என இரண்டாவது செயலையும்

'மூன்றாஞ் செயலரிய மோன நிலை யெய்தல்"

(தன்னிலையில் நிற்றல், பா. 5)

என மூன்றாஞ் செயலையும் வ.உ.சி. வரிசைப்படுத்திக் கூறுதல் காணலாம்.

2.2.6 சொற் பயன்பாட்டு முறை

வ.உ.சி. இந்நூலில் மரபு வழிப்பட்ட சொற்களைக் கையாண்டுள்ளார்; வடமொழிச் சொற்களையும், அவர்கால வழக்குச் சொற்களையும் பயன்படுத்தியுள்ளார் இப்பயன்பாடுகளில் அவரது தனித்தன்மையினைக் காணலாம். அவரது சொற் பயன்பாட்டு முறையினை மரபு வழிப்பட்ட சொற்கள், வடசொற்கள், தம்கால வழக்குச் சொற்கள் என்னும் மூன்று பகுப்புக்களில் ஆராயலாம்.

2.2.6.1 மரபுவழிப்பட்ட சொற்கள்

இலக்கியங்கள் மரபு வழிப்பட்ட சொற்களால் அமைந்த திருப்பதை உணரலாம். மரபு நெறியிலிருந்து சிறிதளவும் திரிதல் கூடாது எனத் தொல்காப்பியம் எடுத்துரைக்கின்றது. மேலும் மரபுநிலை திரியுமானால் உலகத்துச் ‘சொல்லெல்லாம் பொருளிழந்து போகும் என்பதைத் தொல்காப்பியம்,

“மரபுநிலை திரியிற் பிறிது பிறிதாகும்”[36]

என்னும் நூற்பாவின் வழியே உணர்த்துகின்றது. இவ்வடிப் படையில் வ.உ.சி. இந்நூலில் பல மரபுச் சொற்களைப் பயன் படுத்தியுள்ளார்.

அட்டல் - அடுதல்; அழித்தல்; சமைத்தல்
“அட்ட குழிசி,” “அட்டதை மகிழ்ந்தன்று”[37]

எனப் புறநானூறும்,

“அட்டிலோள்.[38]

என நற்றிணையும் அட்டல் என்னும் சொல்லினைக் கையாண்டுள்ளன. எனவே அட்டல் என்பது அழித்தல், சமைத்தல் என்னும் பொருள்களைத் தந்து நிற்கும் மரபுச் சொல்லாகும். **சமைக்கப் பயன்படும் பானையினை அட்ட குழிசி என்றும்,** சமைக்கப் பயன்படும் இடத்தினை அட்டில் எனவும் பழைய இலக்கியங்கள் குறித்துக் காட்டியுள்ளன. வ.உ.சி.யும் அட்டில்’ என்றும் சொல்லினை வழங்கப்பட்ட மரபு குன்றாமல்

தம் பாடலில் பயன்படுத்தியுள்ளமை கருதத்தக்கது.

"... பாலிநெய்யி
வட்டவுண வுண்டு ...."

(உடம்பை வளர்த்தல், பா .7)

என்றக்கால் என்ற + அ + கால் = என்றக்கால்

"காணீர் என்றலோ அரிதே"[39]

என நற்றிணை என்றல் என்ற சொல்லினையும்,

'எக்கால் வருவது? என்றி;
அக்கால் வருவர், எம்காதலோரே"[40]

எனப் பொழுது என்னும் பொருள் உணர்த்தும் கால் என்னும் சொல்லினைக் குறுந்தொகையும் பயன்படுத்தியுள்ளன. வ.உ.சி. பண்டை இலக்கிய நூல்களில் தனித்தனியே வழங்கப்பட்டுள்ள இவ்விரு சொற்களையும் இணைத்து என்றக்கால்' என்று ஒரே சொல்லாக ஆக்கிக் காட்டியுள்ளார்:

....
இலையுளத்து மென்றக்கா லென்று"

(மறங்களை தல், பா.1)

கண்ணி – கருதி; கண்ணிய – கருதிய

ஏவல் கண்ணிய வியங்கோள் கிளவி.,
செய்யுள் கண்ணிய தொடர்மொழி யான"[41]

எனத் தொல்காப்பியமும்,

கண்ணிய ஆண்மை கடவது அன்று"[42]

எனக் குறுந்தொகையும் கண்ணிய என்னும் சொல்லினைக் கருதுதல் என்னும் பொருளில் பயன்படுத்தியுள்ளன. இம்மரபுச் கரு சொல்லினை வ.உ.சி.,

"கைவருதக் கீசனருள் கண்ணி ....

(உடம்பை வளர்த்த ல், பா .6)

எனத் தமது பாடலில் கருதி என்னும் பொருளில் பயன்படுத்தியுள்ளார்.

காழ்ப்ப – காழ்த்தல் – மிகுதல், வயிரமாதல்

**"ஒண்பொருள் காழ்ப்ப இயற்றியார்க் கென்பொருள்
ஏனை இரண்டும் ஒருங்கு"**

**"இளைதாக முள்மரம் கொல்க களையுநர்
கைகொல்லும் காழ்த்த இடத்து"[43]**

என வள்ளுவர் 'காழ்ப்ப' என்னும் சொல்லினை மிகுதல், வயிர மாதல் என்னும் இருபொருள் நிலையில் பயன்படுத்தியிருக்க வ.உ.சி,

**"................................... காழ்ப்ப
அறஞ்செயலா லாவதெவன்?................."**

(விதியியல் அறிதல், பா.3)

என மிகுதி என்னும் பொருளிலேயே காழ்ப்ப' என்னும் மரபுச் சொல்லினைப் பயன்படுத்தியுள்ளார்.

கைந்நிலை கை – ஒழுக்கம் நிலை என்பது பின் ஒட்டாகும்.

**"ஒப்பனை படையுறுப் பொழுக்கம் சிறுமை
கரமும் பின்பிறந் தாளுங் கையே"[44]**

எனக் 'கை' என்னும் ஓரெழுத்தொருமொழிக்குப் பிங்கல நிகண்டு குறிக்கும் பல பொருள்களில் சிறுமை என்னும், பொருளில் தொல்காப்பியரும், ஒழுக்கம் என்னும் பொருளில் வள்ளுவரும் கை' என்னும் சொல்லினைப் பயன்படுத்தியுள்ளனர்.

**"கைக்கிளை முதலாப் பெருந்திணை இறுவாய்
முற்படக் கிளந்த எழுதிணை என்ப"**

என வரும் தொல்காப்பியச் சூத்திரத்தில் பயின்றுள்ள கை என்னும் சொல் சிறுமை எனும் பொருளைக் குறிக்கின்றது. வள்ளுவரோ,

**'இலக்கம் உடம்பிடும்பைக் கென்று கலக்கத்தைக்
கையாறாக் கொள்ளாதாம் மேல்"[46]**

என ஒழுக்க நெறி என்ற பொருளில் கை என்ற சொல்லுடன் ஆறு என்னும் சொல்லினைப் பின் ஒட்டாக்கிக் கையாறு என்ற சொற்றொடரினைப் பயன்படுத்தியுள்ளார். வள்ளுவர் பயன் படுத்திய இம்மரபினை உணர்ந்த வ.உ.சி.யும்,

கைந்நிலையி னின்றருளைக் கைக்கொண்டு........"
(மெய்ந்நிலை யடைதல், பா. 1)

என ஒழுக்கநிலை என்னும் பொருள்படக் கை என்னும் சொல்லுடன் நிலை என்னும் பின் ஒட்டினைச் சேர்த்துக் கைந்நிலை என்னும் சொற்றொடரினைப் பயன்படுத்தியுள்ளார்.

செயிர் – குற்றம்

'செயிர்தீர் அண்ணல்'[47]

என அகநானூறும்,

செயிர்தீர் செம்மால்"[48]

எனப் பதிற்றுப்பத்தும்.

"செயிர்தீர் நட்பு [49]

என நற்றிணையும் குற்றம் என்னும் பொருள் படச் 'செயிர்' என்னும் சொல்லினைப் பயன்படுத்தி யிருப்பதைப் போன்றே,

.... செயிரெஃது
மெவ்வுயிர்க்கு மெப்பொழுது மெட்டுணையுஞ் செய்யாமல்'
(மெய்ந்நிலை யடைதல், பா.7)

என வ.உ.சி.யும் தமது பாடலிடைச் 'செயிர்' என்னும் மரபுச் சொல்லினைக் காட்டியுள்ளார்.

சோர: சோர்தல் என்பது ஒழுகுதல் அல்லது சொரிதல், நெகிழ்தல் அல்லது தளர்தல், இறத்தல் என்னும் பொருள்களில் பண்டைய நூல்களில் பயன்பட்டுள்ள மரபுச் சொல்லாகும். இச்சொல்லினை,

"..................................... காந்தள்
தொடுத்ததேன் சோர..........'[50]

எனச் சொரிதல் என்னும் பொருளில் கலித்தொகையும்,

"பால்விக்கிப் பாலகன் றான்சோர"[51]

என இறத்தல் என்னும் பொருளில் சிலப்பதிகாரமும் பயன் படுத்தியுள்ளன. இச்சொல்லினை நெகிழ்தல் என்னும் பொருளில்,

"சொல்ஞானம் சோரவிடல்"[52]

என நாலடியும்,

சொல்லாடார் சோரவிடல்"[53]

எனத் திருக்குறளும் கையாண்டிருப்பதை உணரலாம். குறள். நாலடியார் என்னும் இரண்டு அறநூல்களின் சொல்லாட்சியினை உணர்ந்த வ.உ.சி.யும்,

"மெயினுண்மை சோர விரைந்து" (மெய்யுணர்தல், பா .3)

எனச் சோர' என்னும் மரபுச் சொல்லினைத் தமது பாடலில் ஆண்டுள்ளார்.

வெய்ய, தண்ணிய

**"வேலினும் வெய்ய கானம் அவன் கோலினும்
தண்ணிய தடமென் றோளே"**[54]

எனப் பட்டினப்பாலையில் வந்துள்ள 'வெய்ய, தண்ணிய' என்ற சொற்கள் பொருள்களின் தன்மையினைச் சுட்டுவனவாய் அமைந்துள்ளன. பின்னர் இம்மரபுச் சொற்கள் பொருள்களின் தன்மையினை மட்டும் சுட்டாமல் அத்தன்மைகளை உடைய பொருள்களுக்கும் ஆகி வந்துள்ளன. இப்பயன்பாட்டின் வளர்ச்சியினை உணர்ந்த வ.உ.சி,

"வெய்யனவும் தண்ணியவும் வேண்டுங்கால்........."
(உடம்பை வளர்த்த ல், பா. 4)

என 'வெய்ய, தண்ணிய' என்ற அடை சொற்களை வினையாலனையும் பெயராக்கியதன் வாயிலாக வெய்ய, தண்ணிய ஆகிய தன்மைகள் அவற்றை உடைய பொருள்களுக்கு ஆகுமாறு செய்துள்ளார்.

புணைத்து புணர் – புணரி – புணர்ச்சி = கூடுதல், சேர்தல்.

புணர் = புணை – பிணை

புணை = கட்டுமரம், மிதவை

"ஆழுங்காலைப் புணைபிறி தில்லை"[55]

எனப் புறநானூறு 'புணை' என்ற சொல்லினைக் கட்டுமரம் அல்லது மிதவை என்ற பொருளில் பயன்படுத்தியுள்ளது.

இம்மிதவையும் கட்டுமரமும் பலவற்றைப் புணைத்து ஆக்கப் பட்டவை ஆதலின், அவை புணை என அழைக்கப்படுகின்றன. காரணப் பெயராக அமைந்துள்ள இம்மரபுச் சொல்லினை வ.உ.சி.,

> **"உடம்புமனத் தோடுபுனைத் துள்ளவொரு நல்ல**
> **சடம்.."**

(தன்னையறிதல், பா 10)

என வினைச் சொல்லாக்கிச் 'சேர்த்தல்' என்னும் பொருளில் கையாண்டுள்ளார்.

2.2.6.2 வடசொற்கள்

வ.உ.சி. வடசொற்களைச் சற்று மிகுதியாகவே இந்நூற் பாடல்களில் பயன்படுத்தியுள்ளார். இப்பயன்பாட்டினை அவர் காலத் தமிழ் நடைக்கு எடுத்துக்காட்டாகவும் கொள்ளலாம்:

மார்க்கம், தனம், சதி, பாவம், பிதா, தினம், பதார்த்தம், வமனம், நசியம், சௌளம், தான தருமம், அந்தம், சுத்தி, போகம், தூலம், ஏகம், கர்த்தா, நதி என்பன இந்நூலில் காணப்படும் வடசொற்களுள் சிலவாகும்.[60]

வடசொற்கள் சிலவற்றைத் தமிழ் ஒலிக்கேற்ப வ.உ.சி. மாற்றியும் காட்டியுள்ளார்:

'மோட்சம்' என்னும் தற்பவச் சொல்லினை வ.உ.சி. மோக்கம்' எனக் கையாண்டுள்ளார். 'தோஷம்' என்னும் வடசொல்லினைத் 'தோடம்' எனத் தமிழ் ஒலிக்கேற்ப வ.உ.சி. மாற்றியமைத்துள்ளார்.[57]

2.2.6.3 தன்கால வழக்குச் சொற்கள்

அறங்கள் திரிந்து உண்டாகும் என்றும் கருத்தினை உணர்த்தப் 'புரண்டாம் அறம்' எனப் 'புரளுதல்' என்ற தன்கால வழக்குச் சொல்லினை வ.உ,சி. பயன்படுத்தியுள்ளார். பணி' அல்லது அலுவல்' எனப் பொருள் தரும் 'வேலை. என்னும் பிற்கால வழக்குச் சொல்லும் வ.உ.சி.யின் பாடலில் இடம்பெற்றுள்ளது. 'சிற்றுலா' எனப் பொருள்படும் 'Stroll' என்னும் ஆங்கிலச் சொல்லிற்குக் 'குறுநடை' எனப் புதிய சொல்லினையும் வ.உ.சி. படைத்துள்ளார்.[58]

2.2.6.4. மிகுதியாக இடம்பெறும் சொற்கள்

வ.உ.சி. ஆய்த எழுத்துப் பயிலும் சொற்களை மிகுதியும் பயன்படுத்துவதை இந்நூலின் பல இடங்களில் காணலாம். அவை கீழே காட்டப்பெறுகின்றன.

அஃதன், அஃதடுத்து எஃது, அஃது, எஃதுளும் இஃதிஃது எஃதற்கு, அஃதுளும்[59]

இந்நூலில் பல இடங்களில் வழங்கும் ஒரு சொல் மாண்' எனலாம். மாணுடைமை, மாண் ஈசன், மாண் ஆன்மா, மாணாப்பகை, மாணறம், மாணுடம்பு, மாணாத, மாண்மதம்.

2.2.6.5. சொற்பொருள் விளக்கம்

உடம்பு, உள்ளம், ஆன்மா ஆகிய – சொற்களுக்கு வ.உ.சி. கீழ்க்காணும் பாடலில் சொற்பொருள் விளக்கம் தருகின்றார்:

“பாதமுத லாகப் பலவுறுப்பா யாகாயம்
வாதமனல் நீர்மண் மருவிவந்த - நாத

மிரத்த நரம்புதசை யென்புபிற கூடி
யுரைத்தினொடு நிற்ப துடம்பு. (தன்னையறிதல், பா.4)

“ஆக்க லளித்த லழித்த லிவைமூன்று
மூக்கமொடு செய்யு முரங்கொண்டுங்-காக்கும்
அறம்புரிய முற்படா தைம்பொறியிற் சென்று
அறம்புரியுஞ் சத்தி மனம்.” (தன்னையறிதல், பா. 5)

“தீநெறியை விட்டுத் திருப்பி மனமதனை
ஆநெறியிற் சேர்த்திங் கறஞ் செய்து - மோனத்
திடனுடைத்த வம்மனத்தைச் செற்றடக்கி யஃதன்
மடனுடைக்கும் வாலறிவான் மா.” (தன்னையறிதல், பா.6)

எனத் – தொடர்ந்து மூன்று பாடல்களில் உடல், உள்ளம், ஆன்மா ஆகிய மூன்றனுக்கும் இலக்கணம் கூறுகின்றார் .

முடிவுரை

மெய்யறிவு என்னும் இந்நூல் குறளை அடியொற்றிச் சமயஞ் சார்ந்த அறநூலாக அமைந்துள்ளது.

தன்னையறிதல், விதியியலறிதல், உடம்பை வளர்த்தல், மனத்தை யாளுதல், தன்னிலையில் நிற்றல், மறங்களைதல், அறம் புரிதல், தவஞ்செய்தல், மெய்யுணர்தல், மெய்ந் நிலை யடைதல் என்னும் பத்து அதிகாரங்களில் வ.உ.சி. தள்ள வேண்டிய, ஏற்க வேண்டிய பல்வேறு அறக் கருத்துக்களைத் தெளிவாக வழங்குகின்றார்.

மருத்துவம், உடலியல் ஆகிய துறைகள் பற்றிய சிறந்த கருத்துக்கள் இந்நூலில் காணப்படுகின்றன.

தம்காலத்துச் சமுதாயம் குற்றம் கடிந்து ஒழுக்கத்திலும் ஆண்மைச் சிறப்பிலும் விளங்க வேண்டுமென்ற ஆவலால் புதுமை அறம், புரட்சி அறம், ஒழுக்க அறம் ஆகியவற்றையும் வ.உ.சி. சுட்டியுள்ளார்.

இந்நூலில் திருக்குறள் முதலிய அற நூல்களின் தாக்கம் இடம் பெற்றுள்ளது.

சில இடங்களில் பிற அற நூல்கள் கூறியுள்ள அறங்களிலிருந்து இந்நூல் காட்டும் அறங்கள் வேறுபட்டு நிற்கின்றன

நீதியை உணர்த்துவதற்காக விளிஉத்தி, முரண்உத்தி, அணி உத்தி ஆகியவற்றை வ.உ.சி. கையாண்டுள்ளார்.

மரபுச் சொற்களை அவர் கருத்திற்கேற்ப ஆக்கிக் கொண்டுள்ளமை காட்டப்பட்டுள்ளது.

வ.உ.சி. பயன்படுத்திய வடசொற்கள் சில எடுத்துக் காட்டப்பட்டுள்ளன. வடசொற்களில் சிலவற்றைத் தமிழ் ஒலிக் கேற்ப அவர் மாற்றியுள்ளமையும் சுட்டப்பட்டுள்ளது.

சிறைக் கைதிகள் திருந்தும் பொருட்டு இந்நூல் வ.உ.சி.யால் ஆக்கப்பட்டிருந்தாலும் உலக மக்கள் அனைவர்க்கும் பயன் தரும் வகையில் இந்நூல் அமைந்துள்ளது.

குறிப்புக்கள்

1. "இராஜநிந்தனைக் குற்றத்திற்காக யான் நாடு கடத்தல் தீர்ப்புப் பெற்றுக் கண்ணனூர்ச் சிறையில் வசித்த காலத்தில் என் பக்கத்தில் வசித்துக் கொண்டிருந்த மற்றைக் குற்றவாளிகளுக்குப் பல பாவங்களையும் அவற்றால் இம்மையிலும், மறுமையிலும் விளையும். கேடுகளையும், அவற்றை நீக்குதற்குரிய மார்க்கங்களையும் அடிக்கடி யான் எடுத்துக் கூறுவதுண்டு. ஒரு நாள் அக் குற்றவாளிகளில் சிலர், 'பல பாவங்களையும் தொகுத்துச் சில பாக்களாகச் செய்து கொடுத்தால் அவற்றை நாங்கள் மனப்பாடம் செய்து வைத்து அடிக்கடி நினைத்துக் கொள்வோம்' என்று கூறினர். அவர் சொற்படி அன்றிரவு இந்நூலின் மறங்களைதல்' என்னும் அதிகாரத்திலுள்ள பத்து வெண்பாக்களையும் பாடி மறுநாள் அவர்களுக்குச் சொன்னேன்."

2. வ.உ.சிதம்பரம் பிள்ளை, மெய்யறிவு, முதற்பதிப்பின் பாயிரம், ப. IV.
3. மேலது. 4.
4. மேலது, முதற்பதிப்பின் சிறப்புப் பாயிரம், ப. VII.
5. மேலது, ப. VIII.
6. குறள். 261.
7. மேலது. 422.
8. மேலது, 261.
9. மேலது. 50.
10. மேலது, 969.
11. மேலது, 879.
12. சிறுபஞ்சமூலம், 32.
13. ஆசாரக்கோவை, 16.

14. மேலது, 18.
15. திருமந்திரம், 724.
16. மேலது, 2104.
17. திருவாசகம், திருத்தெள்ளேணம், 1.
18. அழுகணிச் சித்தர் பாடல், 28.
19. சு.அ. இராமசாமிப்புலவர் (தொ.ஆ.), தனிப்பாடல் திரட்டு, பா. 97.
20. தாயுமானவர் பாடல்கள், பராபரக் கண்ணி, 221.
21. திருவருட்பா, வருகைக் கண்ணி, 10.
22. சிவஞான போதம், சூத்திரம் 9.
23. குறள். 620, 380.
24. திருமந்திரம், 2570.
25. நாலடியார், பா. 107, 111.
26. ஏலாதி, பா.1,6.
27. பழமொழி நானூறு, பா. 17, 40.
28. சிவவாக்கியர், பா.11, 14, 16.
29. இடைக்காடர், கண்ணிகள், பா 13.
30. குதம்பைச் சித்தர், கண்ணிகள், பா.1.
31. இடைக்காடர், பா.83, 87, 90.
32. தொல்காப்பியம், 1352.
33. குறள். 615.
34. சிவஞான போதம், சிற்றுரை, சூத்திரம் 7
35. சிவஞான சித்தியார் பரபக்கம், மாயாவாதி மதம், பா.3.
36. தொல்காப்பியம், 1591.
37. புறநானூறு, 237, 77.
38. நற்றிணை, 120.
39. மேலது, 46.
40. குறுந்தொகை, 277.
41. தொல்காப்பியம், 210, 213.
42. குறுந்தொகை, 341.

43. குறள். 760, 879.
44. பிங்கல நிகண்டு, 3429.
45. தொல்காப்பியம், 946.
46. குறள். 627.
47. அக நானூறு, 349.
48. பதிற்றுப்பத்து 37.
49. நற்றிணை, 72.
50. கலித்தொகை, 40.
51. சிலப்பதிகாரம், கனாத்திறம் உரைத்த காதை, வ.6
52. நாலடியார். 311.
53. குறள். 818.
54. பட்டினப்பாலை, வ.300, 301.
55. புறநானூறு, 367.
56. வ.உ. சிதம்பரம் பிள்ளை, மெய்யறிவு, பா.9, 14, 16, 19, 22, 25, 30, 46, 48, 58, 61, 64, 80', 85, 94.
57. மேலது, பா. 13, 57.
58. மேலது, பா. 28, 29, 44.
59. மேலது, பா. 6, 7, 15, 22, 35, 47, 91.
60. மேலது, பா – 22, 29, 31, 32, 33, 43, 7–4, 77.

2.3 மெய்யறம்

2.3.0	முன்னுரை	109
2.3.1	மெய்யறம் பற்றிய செய்திகள்	109
2.3.2	மெய்யறம் கூறும் செய்திகள்	109
2.3.3	கருத்துப் பகுப்பாய்வு	110
2.3.3.1	மரபு வழிச் சிந்தனைகள்	110
2.3.3.1.1	மெய்யறமும் வள்ளுவமும்	110
2.3.3.1.1.1	குறட் சொல்லினையும் தொடரினையும் கையாளுதல்	111
2.3.3.1.1.2	குறளிற்கு விளக்கமாய் அமைந்தவை	115
2.3.3.1.1.3	குறுகிய வடிவில் அமைந்த குறட் கருத்துக்கள்	116
2.3.3.1.1.4	வள்ளுவரின் எடுத்துக்காட்டுகளைப் பயன்படுத்தல்	118
2.3.3.1.1.5	விளக்கம் பெற்றுள்ள மரபறங்கள்	120
2.3.3.2	அதிகாரம் அமைத்தலில் புதுமை	123
2.3.3.2.1	இல்லமைத்தல்	123
2.3.3.2.2	உயிர்த்துணையாளுதல்	124
2.3.3.2.3	பரத்தனை விலக்கல்	124
2.3.3.2.4	தன்னைப் பேணல்	125
2.3.3.2.5	முன்னோரைப் பேணல்	126
2.3.3.2.6	உரை நூலாளுதல்	127
2.3.3.3	புதிய அறங்கள்	128
2.3.3.4	தற்கால அறங்கள்	131
2.3.3.4.1	கைத்தொழில்	132
2.3.3.5	அறம் உணர்த்தும் உத்திகள்	133
2.3.3.5.1	உவமை, உருவக வழிக்காட்டும் அறங்கள்	133
2.3.3.5.2	உடன்பாட்டு அறங்கள்	135
2.3.3.5.3	எதிர்மறை அறங்கள்	136
	முடிவுரை	136

2.3 மெய்யறம்

2.3.0 முன்னுரை

வள்ளுவர் யாத்த அறநூற் பயிற்சி, மக்களிடத்து மலிந்து காணப்படும் கொடுமைகளைக் களையப் பெரிதும் துணை நிற்கும் என்பதில் வ.உ.சி. அழுத்தமான நம்பிக்கையுடையவர். எனவே மக்கள் தீமை களைந்து நல்வாழ்வு பெற உதவும் நிலையில் குறளின் அடிப்படையில் வ.உ.சி. இயற்றிய மெய்யறம்' என்ற அறநூற் செய்திகள் இவ்வியலின் ஆய்வுப் பொருளாக அமைகின்றன.

2.3.1 மெய்யறம் பற்றிய செய்திகள்

'மெய்யறம்' என்னும் இந்நூலினைத் திருக்குறளின் வழிநூல் என வ.உ.சி. குறிப்பிடுகின்றார். அவர் இதனைத் தஞ்சை இராவ்பகதூர் சீனிவாசப்பிள்ளை அவர்கட்குக் காணிக்கை யாக்கியுள்ளார்.[1] அறம், பொருள், இன்பம், வீடு என்னும் நான்கு உறுதிப் பொருள்களை அடைதலே இந்நூல் கூறும் பயன் ஆகும். முயற்சி இல்லாரும் கற்கும் நெறியில் பாக்கள் ஓரடியில் இயற்றப்பட்டுள்ளன.

2.3.2 மெய்யறம் கூறும் செய்திகள்

பொய்யறம் மாணவரியல், இல்வாழ்வியல், அரசியல். அந்தணவியல், மெய்யியல் என்னும் ஐந்தியல்களையும் நூற்றிருபத்தைந்து அதிகாரங்களையும் கொண்டது. மானுடப் பிறப்பை அடைந்த ஒவ்வொருவரும் முறையே மாணவர், இல்வா

அரசர், அந்தணர் எனப் படிப்படியாய் வாழ்க்கை முறையில் வளர்ந்து இறுதியில் மெய்ந்நிலையை அடையலாமென்ற தம் கோட்பாடும் அவர்கள் அவ்வாறு அந்நிலைகளை அடைய வேண்டுமென்ற தம் விருப்பமுமே இந்நூலினை ஐந்தியல்களாகப் பகுக்கத் தம்மைத் தூண்டினதாக வ.உ.சி. சுட்டுகின்றார்.[2]

2.3.3 கருத்துப் பகுப்பாய்வு

வ.உ.சி. இந்நூலில் வகுத்துள்ள ஐந்தியல்களின் செய்திகளை மரபுவழிச் சிந்தனைகள், புதிய சிந்தனைகள், தம் கால சிந்தனைகள், அறத்தினை உணர்த்தப் பயன்படுத்தப்பட்டுள்ள உத்திகள் எனப் பகுத்து ஆராயலாம்.

2.3.3.1 மரபு வழிச் சிந்தனைகள்

திருக்குறள் பாடல்களின் பிழிவே மெய்யறமாகும். இந்நூலின் பல அதிகாரங்கள் குறள் அதிகாரங்களின் தலைப்பினைப் பெற்றுள்ளன. வள்ளுவரைப் போன்று வ.உ.சியும் அதிகாரத் திற்குப் பத்துப் பாடல்கள் அமைத்துள்ளார். திருக்குறள் தவிர மிகக் குறைந்த இடங்களில் பிறநூற் கருத்துக்களின் அடிப்படை யிலும் வ.உ.சி. தமது கருத்துக்களை வழங்கியுள்ளார். மெய்யறக் கருத்துக்கள் குறட்கருத்துக்களோடும் பிறநூற் கருத்துக்களோடும் ஒன்றிப் போகும் தன்மைகளைப் பட்டியலின் துணைக் கொண்டு தெளிவுபடுத்தலாம். (பட்டியல் இக்கட்டுரையின் இறுதியில் இணைக்கப்பட்டுள்ளது).

2.3.3.1.1 மெய்யறமும் வள்ளுவமும்

குறட் பாடல்களை வ.உ.சி. தமது நூலில் பயன்படுத்தப் பின்பற்றியுள்ள முறைகள் பலவாகும். குறட் சொல்லினையும் குறட் சொற்றொடரையும் வ.உ.சி. இந்நூலில் பல பாக்களில் பயன்படுத்தியுள்ளார்: குறட் பாடல்களின் கருத்தளவில் ஒத்துப்போகும் பாக்களும் இந்நூலில் உண்டு. ஒரு குறளின் கருத்திற்கு விளக்கமாக அமையும் நிலையில் அக்குறட் கருத்தினை வ.உ.சி. பல அடிகளில் விளக்கியுள்ளார். குறட் கருத்துக்கள் சிலவற்றை இயல்பாகவே பாவளவில் குறுகி. நிற்கும் குறளினைவிடக் குறுகிய அளவினதான ஓரடியிலேயே வ.உ.சி. செறிவுற அமைத்துள்ளார். வள்ளுவர் தம் கருத்துக்க விளக்கக்

கையாண்ட எடுத்துக்காட்டுகளில் சிலவற்றை வ.உ.சியும் தமது கருத்துக்களை விளக்கப் பயன்படுத்தியுள்ளார். மரபு வழிப்பட்ட அறங்கள் சிலவற்றிற்குத் நுண்ணறிவால் விரிந்த விளக்கமும் தந்துள்ளார்.

2.3.3.1.1.1 குறட் சொல்லினையும் தொடரினையும் கையாளுதல்

வள்ளுவர்க்கும் வ.உ.சி.க்கும் சற்றேறக்குறைய ஈராயிர மாண்டுகள் இடைவெளி இருந்தாலும் வ.உ.சி.யின் கவிதைப் பெட்டகத்திலே குறள் மணிகள் ஒளிசெய்கின்றன. அதனால், வ.உ.சி.யின் கவிதை புதுமைப் பொலிவைப் பெற்று விளங்குகின்றது. இதில் வள்ளுவர் உள்ளம், வ.உ.சி.யின் உள்ளத்திலே சொல்லாலும் தொடராலும் புகுந்துள்ளமை உணர்த்தப்படுகின்றது.

இரந்து நிற்றலும் பரந்து கெடுதலும்

"இரந்திடப் படைத்தவன் பரந்தழி கென்ப"

(இரவு விலக்கல், 4)

இது,

இரந்தும் உயிர்வாழ்தல் வேண்டின் பரந்து
கெடுக உலகியற்றி யான்"³

என்னும் குறளிடைக் காணப்படும் 'இரந்து' பரந்து' ஆகிய சொற்களை நினைவூட்டுகின்றன.

புரைதீர் நலம்

"பொய்ம்மையும் வாய்மை இடத்த புரைதீர்ந்த
நன்மை பயக்கு மெனின்"⁴

"வாய்மை" என்னும் அதிகாரத்தில் இடம்பெற்றுள்ள இக் குறட்பாவில் பயின்றுள்ள 'புரைதீர்' என்னும் சொற்றொடரை மனத்திற் கொண்ட வ.உ.சி.யும்,

புரைதீர் நலந்தரின் பொய்ம்மையும் வாய்மையாம்"

(பொய்மை விலக்கல், 4.)

எனப் ‘புரைதீர்’ என்னும் சொற்றொடரைத் தம் பாடலில் கையாண்டுள்ளார்.

பயனில் சொல்லும், பதடியும்

“பயனில்சொல் பாராட்டு வானை மகனெனல்
மக்கட் பதடி யெனல்”[5]

என்ற குறளில் பயன்பட்டுள்ள ‘பதடி என்னும் சொல்,

“பயனில் சொல்பவர் பதடியென் றறைப”
(பயனில் சொல் விலக்கல், 9)

என்ற வ.உ.சி..யின் பாடலிலும் ஆளப்பட்டுள்ளமையினை அறியலாம்.

உணர்ந்துறைந்தும் அடங்காமை

அறிந்துணர்ந் துரைத்து மடங்கதொ ரமுகல்”
(பேதைமை ஒழித்தல், 4)

என்ற வ.உ.சி.யின் பாடல்,

“ஓதி உணர்ந்தும் பிறர்க்குரைத்தும் தானடங்காப்
பேதையின் பேதையார் இல்”[6]

என்ற குறளின் சொல்லாட்சியினையும் பொருளமைதியினையும் பெற்றுள்ளது.

ஆர்வலரின் கண்ணீர்

‘ஆர்வல ரூறுறி னதுகண் ணீராம்”
(அன்பு வளர்த்தல், 2)

என்ற வ.உ.சி. பாடலில் காணப்படும் ‘ஆர்வலர்’ என்னும் சொல்,

“.............................. ஆர்வலர்
புன்கணீர் பூசல் தரும்”[7]

என்ற குறட்பா வழங்கிய சொற் கொடையாகும்.

கண்ணிற் கழகு கண்ணோட்டம்

“கண்ணிற்கு அணிகலம் கண்ணோட்டம்..........”

என்ற குறட்பாச் சொற்களின் தாக்கத்தினைப் பெற்ற வ.உ.சி..

"கண்ணிற் கழகு கண்ணோட்ட மென்ப"

(கண்ணோட்டம், 4)

எனக் குறட் சொற்களையே கையாண்டு பாடியுள்ளார்.

கடா அவுருவும் கண்ணஞ்சாமையும்

"கடா அ வுருவொடு கண்ணஞ்சா தறிவது"

(ஒற்றாளுதல், 2)

என்ற வ.உ.சி.யின் பாடலில் காணப்படும் 'கடாஅவுரு. சண்ணஞ்சாமை, என்ற சொற்றொடர்கள்,

"கடா அ உருவொடு கண்ணஞ்சாது யாண்டும்
உகா அமை வல்லதே ஒற்று"9

என்ற குறளின் பகுதியாகி – அதே பொருளில் ஆனப் பெற்றுள்ளமையினையும் அறிவிக்கும்.

உறுபசியும் செறுபகையும்

'உறுபசி யரும்பிணி செறுபகை யிலாமை'

(நாட்டுச் சிறப்பு, 6)

இப்பாடலில் 'உறுபசி, செறுபகை' என்ற தொடர்களை வ.உ.சி பயன்படுத்தியிருப்பது,

"உறுபசியும் ஓவாப் பிணியும் செறுபகையும்
சேரா தியல்வது நாடு"10

என்ற வள்ளுவரின் வாய்மொழியால் ஆகும்.

கூற்றமும் ஆற்றலும்

"கூற்றையு மெதிர்த்திடு மாற்றலொடு செல்லல்"

(படையளித்தல், 7)

என்னும் வ.உ.சி.யின் பாடலில் இடம்பெற்றுள்ள 'கூற்று, ஆற்றல்' என்ற சொற்கள்,

கூற்றடன்று மேல் வரினும் கூடி எதிர்நிற்கும்
ஆற்ற லதுவே படை"11

என்ற குறட்பாவை நினைவூட்டுகின்றன.

புணர்ச்சிப் பழக்கமும் உணர்ச்சி நட்பும்

"புணர்ச்சி பழகுதல் வேண்டா உணர்ச்சிதான்
நட்பாங் கிழமை தரும்"[12]

என்ற குறட்பாவிடை வந்துள்ள புணர்ச்சி', 'உணர்ச்சி' ஆகிய சொற்களின் பயனறிந்த வ.உ.சி.யும் அச்சொற்களை,

"புணர்ச்சி பழகுத லுணர்ச்சியா னட்பாம்" (நட்பு, 5)

எனத் தம் பாடலிலும் பயன்படுத்தியுள்ளார்.

எளிதும் அரிதும்

'சொல்லுத லெளிது செய்தலோ வரிது"

(அமர்த்திட்பம். 4)

என்ற பாடலில் வ.உ.சி. பயன்படுத்தியுள்ள எளிது, அரிது' என்ற சொற்கள்,

சொல்லுதல் யார்க்கும் எளிய அரியவாம்
சொல்லிய வண்ணம் செயல்"[13]

என்னும் குறளினை நினைந்தே எழுந்தவை எனலாம்.

எண்ணமும் திண்மையும்

"திண்ணியா ரெண்ணிய யெண்ணியாங் கடைவர்'

(அமர்த்திட்பம், 6)

என்னும் பாடலில் வ.உ.சி. கையாண்டுள்ள 'திண்ணியார் எண்ணிய' ஆகிய சொற்களும் 'எண்ணியாங்கு' என்ற சொற் றொடரும்,

"எண்ணிய எண்ணியாங்கு எய்துப எண்ணியார்
திண்ணிய ராகப் பெறின்."[14]

என்ற குறள் தந்த சொற்செல்வங்கள் ஆகும்.

அந்தணரும் செந்தண்மையும்

"அந்தணர் என்போர் அறவோர்மற் றெவ்வுயிர்க்கும்
செந்தண்மை பூண்டொழுக லான்"[15]

என்ற குறட்பாவின் சொற்களான அந்தணர். அறவோர்' என்பவற்றினையும் சொற்றொடரான 'செந்தண்மை'யினையும் மனத்திற் கொண்ட வ.உ.சி.

'அந்தண ரறத்தொடு செந்தண்மை பூண்டவர்
(அந்தணரியல்பு, 1)

என்று அச்சொற்களையும், சொற்றொடரையும் பயன்படுத்தி அந்தணர்க்கு இலக்கணம் வரைந்துள்ளார்.

2.3.3.1.1.2 குறளிற்கு விளக்கமாய் அமைந்தவை

குறட்பாக்களின் சொற்களையும் சொற்றொடர்களையும் பயன்படுத்தியிருப்பதுடன் குறட்பாக்கள் சிலவற்றிற்கு விளக்கமாக அமையும் நிலையில் வ.உ.சி. பாடியுள்ள சில பாடல்கள் கருதத்தக்கன.

அடக்கமும் அடங்காமையும்

"அடக்கமெய் வீட்டிற் கடிப்படி யாகும்"

"அப்படி யேறினா ரடைவரவ் வீடு"

"அப்படி யேறா ராழ்வர் வெந்நரகு"
(அடக்கமுடைமை, 7, 8, 9)

இம்மூன்று பாடல்கள்,

"அடக்கம் அமரருள் உயக்கும் அடங்காமை
ஆரிருள் உய்த்து விடும்"[16]

எனும் குறளிற்கு விளக்கமாய் அமைந்தவை ஆகும். வ.உ.சி. கத்தினால் வள்ளுவர் பயன்படுத்தியுள்ள 'அமரருள் ஆரிருள் உய்த்து விடும்' என்ற தொடர்கள் மேலும் பொருள் விளக்கம் பெற்றுள்ளன.

உழுதலும் உயர்காப்பும்

"ஏரினும் நன்றால் எருவிடுதல் கட்டபின்
நீரினும் நன்றதன் காப்பு"[17]

என உழவின் பணிகளைச் சுருங்கிய நிலையில் வள்ளுவர் சுட்டியுள்ளார். வ.உ.சி.,

"வித்திற் காமெரு மெத்த விடுதல்"
"வேர்செலு மாழ மேர்செல வுழுதல்"
"களைகட்டு நீர்பாய்ச்சிக் காத்துப் பயன் கொளல்"
(உழவு 6, 7, 9)

என உழவுப் பணிகளை விரிவாகக் கூறியுள்ளார்

தன்வலியும் மாற்றான் வலியும்

"தனது படையையுந் தனத்தையு மறிக"
"பகையது தனத்தையும் படையையு மறிக"
"தன்றுணைப் படையையுந் தனத்தையு மறிக"
"பகைத்துணை தனத்தையும் படையையு மறிக"
(வலியறிதல் 1, 2, 3, 4)

இங்ஙனம் வ.உ.சி. வலியறிதல் பற்றி விளக்கமாகக் கூறியுள்ள தால்,

"வினைவலியும் தன்வலியும் மாற்றான் வலியும்
துணைவலியும் தூக்கிச் செயல"[18]

என்ற குறளிடைக் காணப்படும் வினைவலி, தன்வலி, மாற்றான் வலி, துணைவலி ஆகியன பொருள் விளக்கம் பெறுகின்றன.

2.3.3.1.1.3 குறுகிய வடிவில் அமைந்த குறட் கருத்துக்கள்

குறள் வெண்பா வடிவில் வள்ளுவர், சுருங்கக் கூறியுள்ள கருத்துக்களை வ.உ.சி. ஓரடியிலேயே மேலும் சுருங்கத் தந்துள்ளமை அவரின் நுட்பமான புலமைக்குத் தக்க சான்றாகும். எடுத்துக்காட்டாகச் சில காட்டுவோம்.

அவர்பெயர் விளங்கிட வறிந்தமைந் தொழுகுக"
(தாய் தந்தையரைப் பேணுதல், 9)

என்ற வ.உ.சி.யின் பாடல்.

ஈன்ற பொழுதிற் பெரிதுவக்கும் தன்மகனைச்
சான்றோன் எனக்கேட்ட தாய்"[19]

என்றும்,

மகன் தந்தைக்கு ஆற்றும் உதவி இவன் தந்தை
என்னோற்றான் கொல்லெனுஞ் சொல்"[20]

எனவும் அமைந்துள்ள குறட்பாக்களின் சுருங்கிய வடிவமாகும்.

"கொலையினை விலக்கினார்க் கூற்றமும் விலக்கும்"
(கொலை விலக்கல், 10)

என்னும் வ.உ.சி.யின் பாடல்,

"கொல்லாமை மேற்கொண் டொழுகுவார் வாழ்நாள்மேல்
செல்லாது உயிருண்ணும் கூற்று" [21]

என்னும் குறளின் குறுகிய வடிவமாகும்.

"இல்லதென் இல்லவள் மாண்பானால் உள்ளதென்
இல்லவள் மாணாக் கடை" [22]

என்ற குறட் கருத்தினை

"ஆக்கமுங் கேடுமத்துணை யாலாம்"
(உயிர்த்துணை கொள்ளல், 3)

எனச் சுருங்கிய வடிவில் வ.உ.சி. வழங்கியுள்ளார்.

"இடுக்கண் வருங்கால் நகுக; அதனை
அடுத்தூர்வது அஃதொப்பது இல்" [23]

என்ற குறுகத்தறித்த குறள்,

"இருக்க ணுற்றுழி நகினது தான்கெடும்"
(இடுக்கண் அழியாமை, 2)

என வ.உ.சி.யின் நுண்ணறிவு காரணமாகக் கருதி அமைந்திருப்பதைக் காணலாம்.

"இடும்பைக்கு இடும்பை படுப்பர் இடும்பைக்கு
இடும்பை படாஅ தவர்" [24]

இக்குறளின் குறுகிய வடிவமே,

"இடுக்கணி லழியா ரிடுக்க ணழியும்"
(இடுக்கண் அழியாமை, 7)

என்னும் வ.உ.சி.யின் பாடலாகும்.

"அன்போடு இயைந்த வழக்கென்ப ஆருயிர்க்கு
என்போடு இயைந்த தொடர்பு" [25]

என்னும் குறளே,

    ஆருயிர் பெற்றதிங் கன்புசெய் தற்கே"

                                      (அன்பு வளர்த்தல், 4)

என வ.உ.சி.யின் புலமைத் திறனால் அளவான் மிகவும் சுருங்கி நிற்கின்றது.

2.3.3.1.1.4. வள்ளுவரின் எடுத்துக்காட்டுகளைப் பயன்படுத்தல்

பயன்படுத்தப்பட்டுள்ள உவமைத் தன்மையாலும் அவ்வுவமை விளக்க வந்த பொருள் நிலையாலும் வ.உ.சி. வள்ளுவருடன் ஒன்றிச் செல்லும் இடங்கள் மிகுதி என்றே கூறலாம். வள்ளுவரின் உவமைகள் பயின்றுள்ள குறட்பாக்களின் சொல்லோ, சொற்றொடரோ பொருள் விளக்கம் பெறுமாறு வ.உ.சி.யின் உவமைகள் பயின்றுள்ள பாடல்கள் சிலவுள.

    மையல் ஒருவன் களித்தற்றாற் பேதைதன்
    கையொன் றுடைமை பெறின்"[20]

இக்குறளில் வள்ளுவர் சுட்டியுள்ள 'கையொன்றுடைமை' என்னும் சொற்றொடர் பொருள் விளக்கம் பெறுமாறு வ.உ.சி:

    'பேதையோர் காசுறிற் பித்தன் களித்தற்று"

                                        (பேதைமை ஒழித்தல், 8)

எனக் காசெனக் குறித்து உடைமைப் பொருளை விளக்கம் செய்துள்ளார்.

    "நெடும்புனலுள் வெல்லும் முதலை அடும்புனலின்
    நீங்கின் அதனைப் பிற"[27]

இக்குறளில் இடம் பெற்றுள்ள பிற' என்னும் சொல் பொருட்டெளிவு பெறுமாறு வ.உ.சி ...

    "நெடும்புனலுண் முதலையா லடுங்களிறு படுமே"

                                            (இடனறிதல். 1)

எனப் பிற என்னும் சொல்லிற்குக் களிற்றைப் பொருள் விளக்கமாகக் காட்டியுள்ளார்.

"சினமென்னும் சேர்ந்தாரைக் கொல்லி இனமென்னும்
ஏமப் புனையைச் சுடும்"[28]

என்ற குறளில் வள்ளுவர் நெருப்பினைச் சேர்ந்தாரைக் கொல்லி' என்கிறார். வ.உ.சி.யோ

"வெகுளி யகத்தெழும் வெங்கனற் சுடரே"

(வெகுளாமை. 1)

எனச் சினத்தினைப் பட்டப் பெயரால் அழையாமல் கனல் என இயற்பெயராலேயே அழைக்கிறார்.

"வினைபகை யென்றிரண்டின் எச்சம் நினையுங்கால்
தீயெச்சம் போலத் தெறும்"[29]

என்னும் குறளில் செயல் அனைத்தினையும் உள்ளடக்கிக் காட்ட பொது 'வினை' சொல்லினை வள்ளுவர் வழங்கி யிருக்க வ.உ.சி.

"அமர்பகை யெச்ச மபைதா மென்ப"

(வெற்றியடைதல், 8)

என வள்ளுவர் வழங்கிய வினை என்னும் பொதுச் சொல்லினை விலக்கிக் குறித்த வினையொன்றினைச் சுட்டுமாறு அமர் பகை' என்ற சொற்களைப் பயன்படுத்தியுள்ளார்.

வள்ளுவர் பயன்படுத்தியுள்ள உவமைகளை எவ்வி மாற்றமுமின்றி வ.உ.சி. பயன்படுத்தியுள்ள இடங்களும் உண்டு:

"அகலா தணுகா தனற்காய்வார் போல்க,

(அவர்பால் ஒழுகல் 1)

வலிமிகு கூகையைப் பகல்வெலுங் காகம்"
"'கூம்பும் பொழுது கொக்கொத் தமர்க"
"அடர்க்கும் பருவத் ததுபோல் குத்துக"

(காலம் அறிதல் 1,8.9.)

"கால்வ னெடுந்தேர் கடலோ டாதே
நிலமிசை நாவாய் நின்றோ டாதே"

(இடனறிதல், 3, 4)

"மானொரு மயிரற மாயுமவ் விடத்தே

(மானங்காத்தல், 4)

என்னும் பாடல்களில் வ.உ.சி. பயன்படுத்தியுள்ள உவமைகள் முறையே: அகலாதணுகாது.[30] பகல் வெல்லும்.[31] கொக் கொக்க,[32] கடலோடா,[33] மயிர் நீப்பின்,[34] எனத் தொடங்கும் குறள்களில் பயின்றுள்ள உவமைகளுடன் எவ்வித மாற்றமு மின்றி ஒன்றிச் செல்கின்றன.

2.3.3.1.1.5 விளக்கம் பெற்றுள்ள மரபறங்கள்

நன்றியறிதல், ஒழுக்கமுடைமை. விருந்தினரைப் பேணல், ஈகை புரிதல் ஆகிய மரபு வழி அமைந்த அறங்கள் பற்றி வள்ளுவர் குறிப்பிடாத கருத்துக்களையும் வ.உ.சி. குறித் துள்ளார்.

நன்றியறிதலின் சிறப்பினையும் நன்றியிலாத தன்மையின் இழிவினையுமே குறள் கூறுகின்றது. ஆனால் வ.உ.சி.

"உதவியோர் குடியெலா முயர்வுற வுள்ளல்"

(நன்றியறிதல், 7)

"உதவியோ ரறவுரை யுடனிறை வேற்றல்"

(நன்றியறிதல், 8)

"உதவியோர் மிகைசெயி னுடனதை மறத்தல்"

(நன்றியறிதல், 9)

என்று உதவி நின்றோரின் குடி உயர வாழ்த்துதலும் அவர்களின் வேண்டுகோளை நிறைவேற்றுதலும் அவர்கள் தவறாக நடந்து கொள்ளினும் அத்தவற்றினை மறத்தலும் உதவி பெற்றவன் ஆற்ற வேண்டிய அரும்பணிகளாகும் எனக் குறிக்கின்றார்.

நல்லொழுக்கத்தின் உயர்வினை உணர்த்தி அவ்வொழுக் கத்தின் தீமையினையே திருக்குறள் குறித்துள்ளது. வ.உ.சி. இக்கருத்துக்களை ஏற்றுக் கொள்வதோடு நல்லொழுக்கத்திற்கு வழி வகுக்கும் செயல்களையும் விளக்கிக் காட்டியுள்ளார்.

"அவர்நடை பெரியோர்க் கடங்கி யொழுகல்"

(ஒழுக்கமுடைமை, 3)

"இருக்கை யெழுத லெதிர்பின் செல்லல்"

(ஒழுக்கமுடைமை. 4)

நினைவுஞ் சொல்லும் வினையுமொன் றாக்கல்"

(ஒழுக்கமுடைமை, 5)

மறநெறி விலக்கி யறநெறி செல்லல்"

(ஒழுக்கமுடைமை, 6)

தானுற வேண்டுவ வேனோர்க் களித்தல்"

(ஒழுக்கமுடைமை, 7)

"தன்னுயிர் போல மன்னுயிர்ப் பேணல்"

(ஒழுக்கமுடைமை, 8)

பகை செய்தவரோடு நகைசெய் தளாவல்"

(ஒழுக்கமுடைமை, 9)

உயிரெலா மெய்யென வோர்ந்தவை யோம்பல்"

(ஒழுக்கமுடைமை, 10)

பெரியவர்கட்கு அடங்கி நிற்றல், மூத்தாரைக் காணும் பொழுது இருக்கை விட்டெழுந்து மரியாதை காட்டல், அவர்பின் செல்லல், நல்லவற்றையே எண்ணுதல், எண்ணியவாறே சொல்லுதல், சொல்லியவாறே செயற்படுதல், மறநெறியிற் படராது அறநெறியிற் படர்தல், தனக்குக் கிட்டியுள்ள வாழ்க்கை வசதிகள் மற்றவர்க்கும் கிட்டுமாறு செய்தல், தன்னுயிரைப் பாதுகாத்தலைப் போன்றே பிறவுயிர்களையும் பாதுகாத்தல், பகைவரிடத்தும் பகைமை பாராட்டாது நண்பராக்கிக் கொள்ளுதல், அனைத்து உயிர்களையும் பேணுதல் ஆகியன வ.உ.சியின் கருத்துப்படி நல்லொழுக்க முடையான் ஆற்ற வேண்டிய நாட்கடமைகளாகும்.

விருந்தினரைப் பேணுதல் என்னும் அதிகாரத்தில் விருந்தினர்க்கு வழங்க வேண்டிய பொருட்களையும் விருந்தின ரால் அடையக்கூடிய நன்மைகளையும் வ.உ.சி. புதுமையாகக் குறித்துள்ளார்.

'விருந்தினர்க் குணவுநன் மருந்தென வழங்குக"

(விருந்தினரைப் பேணல், 4)

"உடையிடம் படுக்கை குடைகாப் புதவுக"

(விருந்தினரைப் பேணல், 5)

"உளமறிந் தேனைய வளவறிந் தீக"

(விருந்தினரைப் பேணல், 6)

என விருந்தினருக்கு உணவினை மட்டுமல்லாது உடுக்க உடையினையும் படுக்கப் படுக்கையினையும் வெயில், மழை ஆகியவற்றின் தொல்லையிலிருந்து காக்கக் குடை, மிதியடி போன்றவற்றினையும் வழங்க வேண்டுமென்று வ.உ.சி. குறிக்கின்றார். இவை தவிர விருந்தினர் விரும்பும் பிறவற்றையும் அவர் கருத்தறிந்து தேவைக்கேற்ப வழங்குதல் வேண்டும் எனவும் வலியுறுத்துகிறார்.

அவரறிந் தவையெலா மறிந்துளங் கொள்க"

(விருந்தினரைப் பேணல், 8)

"அவருய ரொழுக்கெலா மறிந்துகைக் கொள்க"

(விருந்தினரைப் பேணல், 9)

செல்வுழி யுடன்சென் றுள்ளிடப் பிரிக"

(விருந்தினரைப் பேணல், 10)

என விருந்தூட்டுபவன் விருந்தினரின் இயல்பு, அவர்களின் தேவைகள் ஆகியவற்றை உளத்திற் கொள்வதுடன் விருந்தினரிடம் காணப்படும் நல்லொழுக்கத்தினைத் தானும் பெற்று அவன் புறப்பட்டுச் செல்லும் பொழுது வாயில்வரை வந்து அவர் பல்கால் நினையுமாறு பரிந்து வழியனுப்புதல் வேண்டும் என வ.உ.சி. விளக்குகின்றார்.

ஈகை புரிதல் என்னும் அதிகாரத்தில் யார் யார்க்கு. எதை யெதை வழங்க வேண்டுமென வ.உ.சி. குறிப்பது குறளில் இல்லாத புதுமைக் கருத்துக்களாகும்.

"மடையரே மடியரே பிணியரே யில்லார்"

(ஈகை புரிதல், 5)

என ஈகை பெறுதற்குரியோரை வ.உ.சி. விளக்கி,

'மடையர்க் கீக மதியெனு மொன்றே"

(ஈகை புரிதல், 6)

மடியர்க் கீக தொழிலெது மொன்றே

(ஈகை புரிதல், 7)

மற்றையோர்க் கீக மருந்தா ணிடனே"

(ஈகை புரிதல், 8)

என அறிவற்றவருக்கு அறிவினையே வழங்க வேண்டுமென்றும், சோம்பி இருப்போருக்குத் தொழிலையே வழங்க வேண்டு மென்றும் பிணியுடையோருக்கு மருந்தினையும் வறுமையாளருக்கு ஊண், தங்குமிடம் ஆகியவற்றையும் வழங்க வேண்டுமென்றும் வ.உ.சி. குறித்திருப்பது சிறப்பாகும்.

2.3.3.2 அதிகாரம் அமைத்தலில் புதுமை

இல்வாழ்வியலில் இல்லமைத்தல், உயிர்த்துணையாளுதல், பரத்தனை விலக்கல், தன்னைப் பேணல், முன்னோரைப் பேணல் என்றும் அதிகாரங்களையும் அரசியலில் உரைநூலாளுதல் என்னும் அதிகாரத்தினையும் வ.உ.சி. புதுமையாக ஆக்கிக் காட்டியுள்ளார்.

2.3.3.2.1 இல்லமைத்தல்

அறநூல்களுள் எந்நூலும் கூறாத இல்லமைத்தல் என்ற அதிகாரத்தை வ.உ.சி. வழங்கியிருப்பது சிறப்பாகப் பாராட்டத்தக்கது.

அகல நீள மரைக்கான் மைல்கொளல்"

(இல்லமைத்தல், 1)

"ஈரிரு புறமதி லெதிரெதிர் வழிசெயல்''

(இல்லமைத்தல், 2)!

"இல்லிற் கீரா யிரமடி சதுரமாம்"

(இல்லமைத்தல், 4)

வளியொளி யளவினுள் வரச்செல வழிசெயல்''

(இல்லமைத்தல், 7)

என்று நலத்துறையாளர் கவனிக்கத்தக்கதும் பொறியியலாளர் சொல்லத் தக்கதுமான வீட்டமைப்பினை வ.உ.சி. விரித்துப் பேசுகின்றார். மனையடி சாத்திரக் கலையறிவினையும் வ.உ.சி. பெற்றிருந்திருப்பார் என்பதற்கு இச்செய்திகள் சான்றாகத் துணை நிற்கின்றன. நல்லில் அமைத்தல் கூட நல்லறச் செயலாக வ.உ.சி.யின் கருத்தில் படுகின்றது.

2.3.3.2.2 உயிர்த்துணையாளுதல்

கணவனும் மனைவியும் வ.உ.சி.யின் கருத்துப்படி ஒருவர்க் கொருவர் உயிர்த்துணையாவர். பெண்ணினை ஆளும் உரிமை ஆணிற்கும் ஆணினைப் பேணும் உரிமை பெண்ணிற்கும் அமைவது இயல்பாகும். வ.உ.சி. இக்கருத்தினை ஏற்காது.

"இருவரு ளறிவிற் பெரியவ ராள்க"

(உயிர்த்துணையாளுதல், 1)

"ஆண்பா லுயர்வெனல் வீண்பேச் சென்க"

(உயிர்த்து ணையாளுதல், 2)

என ஆளும் பொறுப்பினை அறிவிற் சிறந்தவர்க்கு உரிமை யாக்குகின்றார். மேலும்,

'தானறிந் தவையெலாந் தன்று ணைக் குணர்த்துக"

(உயிர்த்து ணையாளுதல், 7)

உண்பன துணையோ டுடனிருந் துண்ணுக"

(உயிர்த்து ணையாளுதல், 10)

என வ.உ.சி. இந்நூலில் இல்வாழ்வார்க்குரிய கடமையினை உணர்த்துகின்றார்.

2.3.3.2.3 பரத்தனை விலக்கல்

பரத்தையர் ஒழுக்கக் கேட்டினையும் அதனாலாகும் கேடுகளையும் அறநூல்கள் காட்டியுள்ளனவே தவிர, வ.உ.சி. காட்டுவது போன்று, பிறர்மனை விழையும் ஆடவரைப் பரத்தர் என அழைத்து அவரால் விளையும் கேடுகளை அவை காட்டவில்லை.

"தன்றுணை யலாளைத் தழுவுவோன் பரத்தன்"

(பரத்தனை விலக்கல், 1)

எனப் பரத்தன் யாவன் எனக் காட்டும் வ.உ.சி.

'பத்ரதை யினுமிகக் கொடியவன் பரத்தன்"

(பரத்தனை விலக்கல், 2)

எனப் பரத்தனின் கொடிய தன்மையினை மேலும் வலியுறுத்துகின்றார். பெண்கள் கற்பிழப்பராயின் அத்தவற்றினை இழைப்பதில் ஆண்களுக்கும் பங்கு உண்டென்பதை வ.உ.சி...

"பொதுமக ளாதலம் முழுமக னாலே"
                                    (பரத்தனை விலக்கல், 3)

என உணர்த்துகின்றார். மேலும் அவர்,

"நன்மகள் கெடுதலப் புன்மக னாலே"
                                    (பரத்தனை விலக்கல், 4)

"மறனெலா நிகழ்வதம் மாபாவி யாலே"
                                    (பரத்தனை விலக்கல், 5)

எனப் பரத்தனால் விளையும் கேடுகளை எடுத்துக் காட்டுகின்றார்.

"அவனைக் காண்டலா லழியும் புகழே'
                                    (பரத்தனை விலக்கல், 6)

"அவனொடு பேசலா லழியு நிறையே"
                                    (பரத்தனை விலக்கல்)

எனப் பரத்தன் காண்பதற்கும் பேசுதற்கும் உரியனல்லன் எனவ.உ.சி. காட்டுகின்றார். அவர்,

"அவனிலா நாடே யாகுநன் னாடு'
                                    (பரத்தகை விலக்கல், 9)

எனக் கூறுவதன் வாயிலாக ஒழுக்கம் பற்றிய அவரது உயர் பற்றினை உணர முடிகின்றது,

2.3.3.2.4 தன்னைப் பேணல்

இல்லறத்தான், தென்புலத்தார், தெய்வம், விருந்து, ஒக்கல் ஆகியோரைப் பேணுதலைத் தலைக்கடனாகக் கொண்டபின் தன்னையும் பேணிக் கொள்ளவேண்டும் என வள்ளுவர் காட்டியிருக்க, வ.உ.சி.,

"தன்னைப் பேணுத றன்முதற் கடமை"
                                    (தன்னைப் பேணல், 1)

எனத் தன்னைப் பேணுதலே தலைமைக் கடமையாகும் என வள்ளுவர் கருத்தினைப் புதுமை நெறியில் காட்டுகின்றார்.

"பேணல் பெருமை யெலாமுற முயறல்"
                                    (தன்னைப் பேணல். 4)

"உடல்பொருள் வினைபொழு திடனறிந் தின்புறல்"
(தன்னைப் பேண 5)

'பொருளு மொழுக்கமும் புகழும் பெருக்கல்"
(தன்னைப் பேணல், 6)

"உடம்போர் யானையினுரமுற வளர்த்தல்"
(தன்னைப் பேணல், 7)

'மனமுயர்ந் தவையெலாந் தினமுனப் பயிற்றல்"
(தன்னைப் பேணல், 8)

"அறிவின் மலனொழித் தழுக்குறா தமைதல்"
(தன்னைப் பேணல். 9)

"தன்னுயிர்த் துணையைத் தனைப்போ லாக்கல்'
(தன்னைப் பேணல், 10)

எனப் பெருமைச் செயல்களை மேற்கொள்ளுதல், உடல் பொருள், வினை, பொழுது, இடன் ஆகியவற்றின் இயல்பறிந்து இன்புறுதல், யானைக்கொப்பான உரத்தினைப் பெறுதல் உயர்ந்தவற்றையே நினைத்துச் செயல்படுத்துதல், கசடு நீங்கி அறிவினைப் பெற்று அழுக்காறு கொள்ளாதிருத்தல், தன் துணையினைத் தன்னைப் போன்று மேம்படச் செய்தல் ஆகியவற்றைத் தன்னைப் பேணும் வழிகளாக வ.உ.சி. காட்டி யிருப்பது மிகப் புதுமையாகும்.

2.3.3.2.5 முன்னோரைப் பேணல்

இவ்வதிகாரத்தில் முன்னோர்களை முன்னோடிகளாக கொண்டு ஒருவர் ஆற்றவேண்டிய கடமைகளை வ.உ.சி. விளக்குகின்றார்.

"அவர் தொடங் கியவறந் தவறுறா தாற்றல்"
(முன்னோரைப் பேணல், 4)

"அவர் செய வெண்ணிய வறங்களு மியற்றல்"
(முன்னோரைப் பேணல், 5.)

அவர்நற் குணனெலா மறிந்துகைக் கொள்ளல்"
(முன்னோரைப் பேணல், 6)

"அவர்நற் செயலெலா மழியாது நிறுத்தல்"

(முன்னோரைப் பேணல், 7)

"அவர்நற் பெயர்தம தருமகார்க் களித்தல்"

(முன்னோரைப் பேணல், 8)

"அவர்பெயர் விளங்கிட வறம்பல புரிதல்"

(முன்னோரைப் பேணல், 9)

என முன்னோர் தொடங்கிய அறங்களைத் தொடர்ந்து ஆற்றல், அவர் செய விரும்பிய அறங்களைத் தொடங்குதல் அவர் நற்பண்புகளை ஏற்றுக் கொள்ளுதல், அவர் நற்செயல்களை நடத்துதல், அவர் பெயரைத் தம் மக்கட்கு இடுதல் அவர் பெயரால் அறங்களை நிகழ்த்துதல் ஆகிய கடமைகளை இல்லறத்தானுக்கு வ.உ.சி. வகுத்துக் காட்டுகின்றார்.

2.3.3.2.6 உரை நூலாளுதல்

இவ்வதிகாரம் எவ்வற நூலிலும் இல்லாததொன்றாகும்.

"ரஸ்கினுடைய இம்மகத்தான நூலில் என் உள்ளத்தில் உறுதிப்பட்டிருந்த கொள்கைகள் பிரதிபலித்திருப்பதை நான் கண்டு கொண்டதாகவே நினைக்கிறேன். அதனால்தான் அது என்னை ஆட்கொண்டதோடு என் வாழ்க்கையையும் மாற்றிக் கொள்ளும்படி செய்தது"[35] என ரஸ்கின் எழுதிய 'கடையனுக்கும் கடைத் தேற்றம்' என்னும் நூலினைப் படித்தபின் அந்நூல் பற்றிய கருத்தினைக் காந்தியடிகள் மேற்கண்டவாறு குறித்துள்ளார். மாக்கிய வல்லி நிக்கோலோ என்பான் இத்தாலியினை ஆளும் பொறுப்பில் அமர்ந்தவன் மட்டுமல்லன்; அந்நாட்டின் எழுத்தாளனுமாவான். இன்று அரசியல் துறை, ஆளுந்துறை ஆகியவற்றின் தொடர்பான வஞ்சகமான நடவடிக் கைகளுக்கு மாக்கிய வல்லியின் பெயர் குறியீடாக விளங்குகின்றது. அதற்குக் காரணம் அவன் எழுதிய 'பிரின்ஸ்' என்னும் அரசியல் நூலாகும்.[36] இந்நூலை ஆளும் பொறுப்பில் இருப்போர் பயில நேரின் அந்நூல் தீய செயலில் நாடாள்வோனை ஆழ்த்தும். எனவே, நூல்கள் ஒருவனை உருவாக்கவும் ஒழிக்கவும் காரணமாகின்றன என அறியலாம். இவ்வுண்மையினை உளத்திற் கொண்டே வ.உ.சி. ஆட்சிமுறைக்கு நலம் சேர்க்கும் ஒற்றாளுதல், அமைச்சாளுதல்

போன்ற திறமைகளை அரசன் பெற்றிருப்பதோடு உரை நூல்களை ஆளும் திறமும் பெற்றிருத்தல் வேண்டுமென வற்புறுத்துகின்றார்.

"உரைநூல் புரைதவிர் புகழ்சால் நூல்கள்"

(உரை நூலாளுதல், 1)

என உரை நூலிற்கு இலக்கணம் வகுத்து,

"அவைபல மொழியிலு மமைந்துளமறைகள்"

(உரை நூலாளுதல். 9)

"இனியநந் தமிழி னிலக்கிய மிலக்கணம்"

(உரை நூலாளுதல், 10)

என்று உரை நூல்களாவன, தாய்மொழியில் மட்டுமல்ல, பிற மொழியிலும் காணப்படும் நூல்களாகும் என வ.உ.சி. உணர்த்துகின்றார்.

2.3.3 3 புதிய அறங்கள்

"விதிசெய் கர்த்தா வினைசெய் யுயிரே"

(விதியியல் அறிதல், 2)

என விதிக்கும் கர்த்தாவாக இறைவனைக் காட்டி வேதாந்த மாக்காமல் நல்வினை, தீவினைகள் ஆற்றும் மனிதனையே விதிக்குக் கர்த்தாவாக வ.உ.சி. காட்டுவதால்,

'விதியை மாற்றிட வினையை மாற்றுக"

(விதியியல் அறிதல், 8)

என நல்விதிக்கு நற்செயலே காரணமென்றும் தீவிதிக்குத் தீச்செயலே காரணமென்றும் விதிக்குப் புதிய விளக்கம் தருகின்றார். ஆசிரியர்கள் மாணவர்களைத் தம் மகவு போலப் பேணச் சொல்லி, ஆசிரியர்க்கு வ.உ.சி. புதிய வழி காட்டுகின்றார். கொலைச் செயல், தொழுநோய், வறுமை, அழுநோய் ஆகியவற்றை ஒருவனுக்கு விளைக்கும் எனக் கொலையின் கொடுமையினை வ.உ.சி. எடுத்துக் காட்டுகின்றார். ஒருவன் ஒருகால் இரந்தோர்க்கு ஈந்த ஒன்றினைப் பின்னர்த் தனக்குற்ற இடுக்கண் காரணமாகக் 'கொடு' என்று கேட்டலினும் அவ்

விடுக்கணால் இறந்துபடுதல் இனிதாகும் என்னும் பொருள்படக் கீழ்வரும் குறுந்தொகைப்பாடல் அடிகள் அமைந்துள்ளன.

"கொடுத்து அவைதா' எனக் கூறலின்
இன்னா தோறம் இன்னுயிர் இழப்பே!"[37]

ஆனால் வ.உ.சி. இதனினும் ஒருபடி முன்னேறி வளமைக் காலத்தில் பிறர்க்கு ஈந்தோ ஈயாமலோ ஒருவன் வறுமை வாய்ப்பட்டாலும் தமது ஈகைப் பயனைப் பெற்றவர் மட்டுமன்றி எவர் மாட்டுமே இரந்து நிற்றலைவிட இறப்பதுவே அவனுக்குச் சிறப்பினை வழங்கும் எனக் கூறுவது அவர் பெற்ற கருத்தாகும்.

புறஞ்சொல்லுகின்றவன், புறம் கேட்கின்றவன் ஆகிய இருவருமே வ.உ.சி.யின் கருத்தில் தவறுடையவர் ஆவர். அழுக்காறு கூடாது எனக் காட்டும் வ.உ.சி. விலங்குகளி டையே அழுக்காறு விளங்குதல் இல்லை எனப் புதிய செய்தியினை வழங்குகின்றார். முற்றத் துறந்தவரே துறவியாவர் எனக் கருதுவார்க்கு, துணையழத் துறந்து மெய்யினையடைய விரும்புதல் அன்பிலா வறமாகும் எனத் துறவிற்குப் புத்திலக் கணம் வ.உ.சி. காட்டுகின்றார். பரத்தையின்பம் மது, சூது, ஆகியவை போன்றே துன்பம் தருவதாகும் எனப் பிறர் காட்டி யிருக்க, மது. சூது ஆகியவற்றைவிடப் பரத்தையர் மிகக் கொடியவர் ஆவர் என வ.உ.சி. கருதுகின்றார்.

'அறநெறி மறந்தரின் மறநெறி யாகும்"
(அச்சமொழித்தல், 7)

மறநெறி யறந்தரி னறநெறி யாகும்
(அச்சமொழித்தல், 8)

என அறத்திற்கும் மறத்திற்கும் வ.உ.சி. புதிய இலக்கணம் வகுத்துள்ளார்.

"சிறுவர்பா லென்றுஞ் சிறிதுகண் ணோடுக"
(கண்ணோட்டம், 9)

எனச் சிறுவரிடத்தும் கண்ணோட்டம் செலுத்தச் சொல்வது வ.உ.சி.யின் புதிய சிந்தனையாகும்.

"வரவு செலவு வரும்பய னெண்ணுக" (சூழ்ச்சி புரிதல், 6)

"வரவிற் செலவு வளருமேல் விடுக" (சூழ்ச்சி புரிதல், 8)

என வரவு செலவின் முறைகளைச் சூழ்ச்சி புரிதல் என்னும் அதிகாரத்தில் வ.உ.சி. சுட்டியுள்ளார்

ஒறுத்தாரையும் பொறுப்பதுவே பண்பென் உணர்ந்திருப் பார்க்கு.

"சலவருட் சாலச் சலஞ்செய் தொழுகுக

(பண்பு செய்தல், 9)

என வஞ்சகரை மிகுதியான வஞ்சகத்தாலே வீழ்க்க பண்பாகும் என்று வ.உ.சி. அறிவுறுத்தியிருப்பது மிகப் புதுமையாகும். குறிப்புணர்தல் ஒன்றினையே குறள் காட்டியிருக்கக் குறிப்புணர்வு இரண்டு கூறாகும் என வ.உ.சி. காட்டி, அது குறிப்பினுணர்த்தல், குறிப்பினுணர்தல் ஆகும் என விளக்கி

"குறிப்பி னுணர்த்தல் கூறா துணர்த்தல்"

(குறிப்புணர்வுடைமை, 3)

குறிப்பி னுணர்தல் கூறா துணர்தல்"

(குறிப்புணர்வுடைமை, 4)

என இருவகைக் குறிப்பினையும் வரையறுத்துக் காட்டியுள்ளார். வணிகா சமன் செய்து சீர்தூக்கும் கோலினராக அமைவதோடு,

"கடனனி கொடுக்கு மடனனி யொழித்தல்"

(வாணிகம், 9)

எனக் கடன் வழங்குதல் வணிகத்தின் வளர்ச்சியினை அழிக்கும் என வணிகர்கட்குப் புது வழிகாட்டியாய் வ.உ.சி. விளங்குகின்றார். நெடும் புனலுள் வெல்லும் முதலை என்னும் குறள் கருத்தை,

"முதனிலத் தெறும்பான் முதலையும் படுமே"

(இடனறிதல், 2)

என முதலை நீர்நீங்கின் அதனை வன்மையற்ற எறும்பும் அடும் எனத் தமது எடுத்துக் காட்டுடன் வ.உ.சி. விளக்கிக் காட்டுகின்றார். இத்தகைய புதிய அறங்களை நூலுள் விரிவாகக் காட்டியுள்ள வ.உ.சி. அறநூலாசிரியர்களின் வரிசையில் ஒருவராகத் திகழ்கிறார்.

2.3.3.4 தம்கால அறங்கள்

தாம் வாழ்ந்த காலச் சூழலைக் கருத்திற்கொண்டு வ.உ.சி.. மெய்யற நூலில் தம் காலத்திற்கேற்ற அறங்களைக் காட்டியுள்ளார். மாணவர்கள் நாளையத் தலைவர்கள் என்பதற்கேற்ப, அவர்கள் நல்லறமும் நல்லொழுக்கமும் பெற்றாலன்றி நாடு சிறப்படையாது எனக் கருதிய வ.உ.சி. காலத் தேவைகேற்ப மாணவரியல்' என்னும் இயலினைப் படைத்து, மாணவர் நீக்க வேண்டிய தீமைகளையும் ஆக்க வேண்டிய அருஞ் செயல்களையும் விரிவாகக் காட்டியுள்ளார். மாணவர் நலம் பேணும் அரசே மாண்புடைய அரசாகும் என வ.உ.சி. உணர்த்துகின்றார்.

இடைக்காலத்தில் பெண்டிர் பயிலுதலும் பணியாற்றுதலும் கூடா என்றிருந்த நிலைமை மாறி ஆடவரைப் போன்று பெண்டிரும் கற்றற்கும் பணி ஏற்பதற்கும் உரியர் என்ற விடுதலை உணர்வு அவர் காலத்தில் எழுந்ததை உணர்ந்த வ.உ.சி.,

"ஆணும் பெண்ணு மதுசெய் வுரியர்"

(மாணவர் கடமை, 2)

"இருபா லாருந் தருவதற் குரியர்"

(ஆசிரியரையடைதல், 2)

என ஆடவரைப் போன்று பெண்டிரும் கல்வி கற்று அறிவினைத் தருவதற்குரியர் எனக் காட்டுகின்றார்.

அஞ்சிக் கிடந்த தம்காலத்து மக்கள் அஞ்சா நெஞ்சம் பெறச் சிலம்ப மெய்ப் பயிற்சிகளை உடலை ஓம்பும் வழிகளாக வ.உ.சி. காட்டியுள்ளார். மனிதனின் அறிவுத் திரிபிற்குத் தம்காலப் பழக்கத்திலிருந்தே அபின், கஞ்சா போன்ற போதைப் பொருள்களும் காரணமாகும் என வ.உ.சி, காட்டுகின்றார்.

எண்ணு மெழுத்து மிடைவிடா தாள்க"

(எண்ணெழுத்தறிதல், 7)

"அவைதாய் மொழிகொளி னதைமுன் பறிக"

(எண்ணெழுத்தறிதல், 8)

"பின்பவை மிக்குள் பிறமொழி யறிக"

(எண்ணெழுத்தறிதல், 9)

எனக் கல்வியினைத் தமது தாய்மொழியிலேயே பயிலுதல் சிறப்பாகும் என்றும், தாய்மொழிக் கல்வி பயின்ற பின்னரே, பிறமொழி அறிவினைப் பெறவேண்டுமென்றும் வ.உ.சி. கருதுவதால் பிறமொழித் தாக்குதலால் தாழ்ந்த தமிழ்மொழி மீண்டும் ஆளும் மொழியாய் ஆகவேண்டிய காலத் தேவை யினை உணர்த்துகின்றார்.

"துணையிழந் தாரை மணப்பது புண்ணியம்"
(உயிர்த்துணை கொள்ளல், 6)

"விரும்பா தவரை விரும்புதல் பாவம்
(உயிர்த்துணை கொள்ளல், 7)

என வ.உ.சி. குறிப்பன திருமண முறையில் அவர் காலத்தில் எழுந்த பெண்ணுரிமை பற்றிய மறுமலர்ச்சிக் கருத்துக்களாகும்.

2.3.3.4.1 கைத்தொழில்

வ.உ.சி. கைத்தொழில் என்னும் அதிகாரத்தில் கைத் தொழில் பலவற்றைக் குறிப்பிட்டுக் காட்டியுள்ளார் அவற்றை மேற்கொள்ளுதலும் அறச் செயலே என்பது வ.உ.சி.யின் கருத்தாகும்.

"அத்தொழில் பலஅவை யாடை நெய்தல்"
(கைத்தொழில், 4)

"உணற்குஞ் செயற்கு முதவுவ செய்தல்"
(கைத்தொழில், 5)

"வீடரண் முதலிய மேம்பட வியற்றல்"
(கைத்தொழில், 26)

நிலத்திற் செல்பல வலத்தே ராக்கல்
(கைத்தொழில், 7)

"நீரிற் செல்பல நாவா யாக்கல்"
(கைத்தொழில், 8)

"நிலநீ ருள்ளுள பலபொரு ளெடுத்தல்"
(கைத்தொழில், 9)

காப்பிற் காம்பல கருவிக ளியற்றல்" (கைக்தொழில், 10)

என ஆடை நெய்தல், உணவாக்கல், வீடு, அரண் ஆகியவை கட்டுதல், நிலத்தில் இயங்கும் ஊர்திகள், நீரில் செல்லும் கலங்கள் ஆகியவற்றை ஆக்குதல், நிலத்தினடியிலும் நீரினடியிலும் கிடக்கும் சிறந்த செல்வங்களை வெளிக் கொணர்தல், பாதுகாப்பிற்குப் பயன்படும் கருவிகளை ஆக்குதல் எனத் தொழில்களை அடுக்கிக் காட்டி, இத்தகைய கைத்தொழில்கள் இல்லாத நாடு உயராது என வ.உ.சி. கூறுகின்றார். வீட்டிற் கொரு தொழில் என்ற உயரிய கோட்பாடு வளர்ந்து வரும் இந்நாளில் கைத்தொழில் பற்றிய அவரின் கருத்துச் சிறப்பினை உணர்கிறோம். பழமை நெறியில் தேர், கரி, பரி, காலாட் படைகளைச் சுட்டிய வ.உ.சி.

'கடல்செலும் பல்வகைக் கலங்களு மியற்றுக"

(படையமைத்தல், 7)

"விண்செலும் பலவகை விமானமு மியற்றுக"

(படையமைத்தல் 8)

எனத் தம் காலத்திற்கேற்பக் கப்பற்படையினையும் விமானப் படையினையும் வலிமைப்படுத்த வேண்டுகின்றார்.

2.3.3.5 அறம் உணர்த்தும் உத்திகள்

அறத்தினைத் தெளிவாக உணர்த்துவதில் எளிய உவமைகள், உருவகங்கள் ஆகியன வ.உ.சி.க்குத் துணை நிற்கின்றன. உடன்பாட்டு முறையிலும் எதிர்மறை நிலையிலும் அறங்களைக் காட்டி, நல்லறங்களின் உயர்வினை வ.உ.சி. உணர்த்தியுள்ளார்.

2.3.3.5.1 உவமை, உருவக வழிக்காட்டும் அறங்கள்

"உரனிலா வுடம்பு வரனிலா மங்கை"

(உடம்பை வளர்த்தல், 4)

என்ற உவமையின் வாயிலாக உறமேறாத உடம்பின் பயனின்மையினை வ.உ.சி. சுட்டுகின்றார்.

"ஊக்க மிலா தா ருயிர்க்கும் பிணங்கள்"

(ஊக்கமுடைமை. 5)

என ஊக்கமிலாரை நடைப்பிணங்களாக்கி வ.உ.சி. காட்டுகின்றார்..

"அறிவெனுந் தோட்டியா அதனைக் காக்க"

(காமம் விலக்கல், 7)

எனத் 'தோட்டி' என்னும் கருவியினைக் காம உணர்வினைத் தடுக்கும் அறிவிற்கு அவர் உவமையாக்கியுள்ளார். வினையினை முதற்கண் எண்ணாது, அதனை ஆற்றுதல் பெருந்துன்பத் தினை விளைவிக்கும் என்பதற்குக்

'கண்ணிலார் நடையினை'

(சூழ்ச்சி புரிதல், 2)

வ.உ.சி. உவமையாக்குகின்றார்; நல்லமைச்சனைப் பட்டிக்கும் நல்லரசனை விக்கிரமாதித்தனுக்கும் ஒப்பிட்டுக் காட்டுகின்றார். நட்புக் கொள்வதற்கேற்ற தகுதி மாந்தர் வாய்க்கால் போன்ற வர் என்றும் இடித்துரைக்கும் துணைவர் சூட்டுக்கோல் போன்றவர் என்றும் வ.உ.சி. எளிய உவமைகளைப் பயன் படுத்தியுள்ளார். உருவின் சிறுமையினை விளக்க அச்சாணி யினை உவமையாக்கிய வள்ளுவரைப் போன்று வ.உ.சி. உளியினை உவமைப்படுத்தியுள்ளார். ஒழுக்கமில்லாத ஞானச் சொல்லினை விளக்கக் கானல்நீரினை வ.உ.சி. உவமையாகக் காட்டுகின்றார். விறகுள் அடங்கிய தீ, விறகின் எழுந்த தீ ஆகிய உவமைகளைக் கொண்டு மெய்ம்மையின் அடக்க நிலை யினையும் விளக்க நிலையினையும் வ.உ.சி. விளக்கியுள்ளார். உள்ளத்தில் அடங்கியிருக்கும் மெய்ம்மை, விறகுள் அடங்கிய நெருப்பாகும். உள்ளத்திலிருந்து கிளர்ந்தெழுந்து விளங்கும் மெய்ம்மை, விறகின் எழுந்த நெருப்பாகும். ஒழுக்கம் கலவாத மெய்யுணர்தல் பயனற்றது என்பதனை விளக்க,

அடிவிட் டேணியி னந்தமே றுவரோ

(மெய்யுணர்தல், 4)

என்னும் உவமையினை வ.உ.சி கையாண்டுள்ளார்.

நூலில் ஒரே இடத்தில் வ.உ.சி. முற்றுருவகத்தினைப் பயன் படுத்துகின்றார். வெஃகலின் தீமைகளை விளக்க – முற்பட்ட வ.உ.சி.

"காமமுங் களவுங் கலிதழை யிலைவிடும்";

(வெஃகாமை, 4)

"கொலையும் பொய்யுமாங் கொம்பொடு கிளைவிடும்;"
(வெஃகாமை, 5)

"அழிதகு மறங்களா மரும்பொடு மலர்விடும்;"
(வெஃகாமை, 6)

"பழியுங் கேடுமா மழியாக் காய்தரும்;"
(வெஃகாமை, 7)

"அழிபல நிரயக் கழிபெருங் கனிதரும்;"
(வெஃகாமை, 8)

எனக் காமத்தினையும் களவினையும் தழையாகவும் இலையாகவும்; கொலையினையும் பொய்யினையும் கிளைக்கும் கொம்பாகவும்; மறங்களை மலரும் அரும்பாகவும்: பழியினையும் கேட்டினையும் காயாகவும்; நரகத்தினைக் கனியாகவும் வ.உ.சி. உருவகம் செய்துள்ளார்.

2.3.3.5.2 உடன்பாட்டு அறங்கள்

திருக்குறளில் சில கருத்துக்கள் உடன்பாடாகவும் எதிர்மறையாகவும் விளக்கப்பட்டுள்ளன. சிற்சில அதிகாரங்கள் கூட இவ்வடிப்படையில் அமைந்துள்ளன. இனியவை கூறல், அடக்கமுடைமை, வாய்மை, கல்வி, பெரியாரைத் துணைக் கோடல் என்றாற் போல்வன உடன்பாட்டு முறையில் எடுத்துக் கூறப்பட்டவையாகும். வ.உ.சி.யும் வள்ளுவரைப் போன்று உடன்பாட்டு அறங்களை அதிகாரத் தலைப்புக்களாக்கியுள்ளார். நடுவு நிலைமை, நல்லினம் சேர்தல், தன்னை யறிதல், அடக்கமுடைமை, ஒழுக்கமுடைமை போல்வன உடன்பாட்டு முறையில் வ.உ.சி. அமைத்துள்ள அறத் தலைப்புக்களாகும். உடன்பாட்டு அறங்களை உடன்பாட்டு முறையில் உணர்த்துவதுடன் அவற்றை எதிர்மறையாலும் விளக்கித் தமது கருத்திற்கு வலுவூட்டுவது வள்ளுவரின் இயல்பாகும். 'செயற்கரிய செய்வார் பெரியார்[38] என்று வள்ளுவர் உரைக்கும் பொருளுரை கொண்டே, சிறியர் செயற்கரிய செய்ய இயலாதவர் என்பது தெளிவுறும் எனினும் 'சிறியர் செயற் கரிய செய்கலா தார்'[39] என உரைத்து முன்னே சொன்ன கருத்தை எதிர்மறையாலும் வலியுறுத்துகின்றார். இவ்வடிப்படையில் வ.உ.சி. பாடிய பாடல்கள் பலவெனினும் சான்றாக ஒன்று காட்டுவாம்:

"நடுவினு ணிற்பவர் நலனெலாம் பெறுவர்',
'நடுவிகந் தாருடன் கெடுவது திண்ணம்.

(நடுவு நிலைமை, 6, 8)

நடுவு நிலைமை தவறாதவருக்கு நலமெல்லாம் விளையும் என வ.உ.சி. குறிப்பது கொண்டே அப்பண்பிலாரைக் கேடெல்லாம் சூழும் என உய்த்துணர முடியினும் நடுவு நிலைமையினின்றும் பிறழ்வார் கேட்டினை உறுதியாக அடைவர் என முன்னே கூறிய கருத்தை எதிர்மறையாலும் வலியுறுத்தியுள்ளார்.

2.3.3.5.3 எதிர்மறை அறங்கள்

வள்ளுவர் கல்வி வேண்டும் என்னும்போதே கல்லாமை கூடாது என்பதும் பெரியாரைத் துணைக்கோடல் என்னும் போதே சிற்றினம் சேர்தல் ஆகாது என்பதும் பெறப்பட்டாலும் கல்லாமை, சிற்றினஞ் சேராமை என்று எதிர்மறை நிலையிலும் அதிகாரத் தலைப்புக்களாக அமைத்துள்ளமை கருதத்தக்கது. வள்ளுவரின் அடியொற்றி வ.உ.சி.யும் எதிர்மறை அறங்களை அதிகாரத் தலைப்புக்களாக ஆண்டுள்ளார். நல்லவற்றைச் செய்தல் அறமாவது போன்று அல்லவற்றைச் செய்யாமையும் அறமாகும். களவு விலக்கல், தீயன விலக்கல். கொலை விலக்கல் போன்று எதிர்மறை அறங்களையும் அதிகாரத் தலைப்புக்களாக வ.உ.சி. ஆக்கியுள்ளார். எதிர்மறை அறங்களைக் கூறும் பொழுது அவற்றைக் கைவிடுவதால் விளையும் பயனை உடன்பாட்டில் குறிப்பிடுவதன்றி, அவற்றைக் கை விடாமையால் ஏற்படும் தீமையினை எதிர்மறையாலும் வ.உ.சி. உணர்த்தியுள்ளார். எடுத்துக்காட்டாக ஒன்றினைத் தருவாம்:

"களவினாற் பலபிறப் பளவிலா வறுமையாம்"
களவினை விலக்கினார்க் களவிலாச் செல்வமாம்"

(களவு விலக்கல், 9, 10)

களவினை நீக்கினார் பெறக்கூடிய செல்வத்தினை உடன் பாட்டில் மொழியும் வ.உ.சி. அதனை நீக்காதார் பெறும் வறுமையினையும் எதிர்மறைக் குறிப்பில் வைத்துத் தாம் கூற வந்த அறத்திற்கு வலுவூட்டுகின்றார்.

முடிவுரை

மெய்யறம் திருக்குறளை அடியொற்றி எழுந்த அற நூலாகும். இந்நூல் குறளின் வழிநூல் என்று சொல்லத்தக்க அளவில் நூலின் மிகுதியான அதிகாரப் பெயர்கள் குறள் அதிகாரப் பெயர்களுடன் ஒத்துப்போகின்றன. திருக்குறளில் அதிகாரத்திற்குப் பத்துப் பாடல்கள் அமைந்திருப்பதைப் போன்றே, இந்நூலின் ஒவ்வோர் அதிகாரமும் பத்துப் பாடல்களை உடையது. மெய்யறப் பாடல்களிற் பலவற்றில் குறட்பாக்களின் அடிகளை எத்தகைய மாற்றமுமின்றி வ.உ.சி. பயன்படுத்தியுள்ளார்; பிறவற்றிற் குறட் கருத்துக்களின் ஆளுமையினைக் காணலாம்.

கருத்தளவில் சுருங்கிய அளவினதாய் அமைந்துள்ள பல குறட்பாக்கள் வ.உ.சி.யின் விளக்கத்தால் விரிவு பெற்று விளங்குகின்றன. குறட் கருத்துக்கள் சிலவற்றை இயல்பாகப் பாவளவால் குறுகிய குறளைவிடக் குறுகிய அளவினதான 'ஓரடியிலேயே வ.உ.சி. செறிவாக்கிக் காட்டியுள்ளார். வள்ளுவர் காட்டியுள்ள எடுத்துக்காட்டுக்கள் பலவற்றை வ.உ.சி தமது நூலில் பயன்படுத்தியுள்ளார். மரபு வழிப்பட்ட அறங்கள். வ.உ.சி.யால் விரிந்த விளக்கம் பெற்றுள்ளன.

தமது காலத் தேவைக்கேற்பப் புதுமை அதிகாரங்கள் சிலவற்றையும் வ.உ.சி. படைத்துள்ளார். அறநூலார் எவரும் குறிப்பிடாத புதுமை அறங்களைத் தமது நூலில் வ.உ.சி. இடம்பெறச் செய்துள்ளார். இற்றை நாளிற்கும் பயன்படுமாறு சில அறங்களையும் வ.உ.சி. அறிவுறுத்தியுள்ளார்.

தக்க உவமைகள், உருவகம் ஆகியவற்றைக் காட்டி யிருத்தல், அறங்களை உடன்பாட்டு முறையிலும் எதிர்மறை நிலையிலும், கூறியிருத்தல் ஆகியவை வ.உ.சி.யின் அறம் உணர்த்தும் உத்திகளை விளக்குவனவாகும். பழமையிற் பிடிப்புடையவராக வ.உ.சி. விளங்கினாலும் அப்பழமையினைப் புதுமை வண்ணத்தில் குழைத்துத் தந்திருப்பது பாராட்டத்தக்க தாகும். சுருங்கக்கூறின், மெய்யறம் பழமைக்குப் பழமையாகவும் புதுமைக்குப் புதுமையாகவும் விளங்குகின்ற அறநூலாகும்.

மெய்யறத்தில் திருக்குறளின் தாக்கம்		
எண்.	வ.உ.சி. பாடம்	திருக்குறள்
1.	'தீவிதி வரவைச் செப்பு மடன்மடி நல்விதி வரவை நவிலுமறி வூக்கம். (விதியியல் அறிதல் 6)	ஆகூழால் தோன்றும் அசைவின்மை கைப்பொருள் போகூழால் தோன்றும் மடி. (குறள். 371)
2.	அவர்பெயர் விளங்கிட வறிவமைந் தொழுகுக. (தாய் தந்தையரைத் தொழுதல், 9)	மகன் தந்தைக்கு ஆற்றும் உதவி இவன் தந்தை என்னாற்றோன் கொல் லெனுசொல். (குறள். 70)
3.	மெய்யுல கெல்லாஞ் செய் முதற் கடவுள். (மெய்யைத் தொழுதல், 1)	அகர முதல எழுத்தெல்லாம் ஆதி பகவன் முதற்றே யுலகு. (குறள். 1)
4.	தீதெலாந் தருவது தீயினத் தொடர்பே. (தீயினம் விலக்கல், 1)	நல்லினத்தி னூங்குந் துணையில்லை தீயினத்தின் அல்லற் படுப்பதூ உம் இல். (குறள். 460)
5.	வளியன னீரதி லளவி லுறச் செய்தல். (உடம்பை வளர்த்தல், 6)	மிகினும் குறையினும் நோய் செய்யும் நூலோர் வளிமுதலா எண்ணிய மூன்று (குறள். 941)
6.	மாறுபா டிலாவூன் மறுத் துமுப் பொழுதுணல். (உடம்பை வளர்த்தல், 7)	மாறுபாடு இல்லாத உண்டி மறுத்துண்ணின் ஊறுபாடு இல்லை உயிர்க்கு. (குறள். 945)
7.	கொலையினை விலக்கி னார்க் கூற்றமும் விலக்கும். (கொலை விலக்கல், 10)	கொல்லாமை மேற்கொண் டொழுகுவான் வாழ்நாள் மேல் செல்லாது உயிருண்ணுங் கூற்று. (குறள். 326)
8.	புலால் புழு வரித்தபுண் ணலால்வே றியாதோ? (புலால் விலக்கல், 1)	உண்ணாமை வேண்டும் புலா அல் பிறிதொன்றன் புண்ணது உணர்வார்ப் பெறின். (குறள். 257)

9.	அவைகொன் றுண்பார்க் கருளுண்டாகுமோ? (புலால் விலக்கல், 9)	தன்னூன் பெருக்கற்குத்தான் பிறிது ஊனுண்பான் எங்ஙனம் ஆகும் அருள். (குறள். 251)
10.	அது பொருடருதல்போ லனைத்தையும் போக்கும். (சூது விலக்கல், 3)	வேண்டற்க வென்றிடினும் சூதினை வென்றது உம் தூண்டிற்பொன் மீன் விழுங்கியற்று. (குறள். 931)
11.	உற்றவூ ணுடை முதல் விற்றிடச் செய்யும். பொறையு மறிவும் புகழுங் கெடுக்கும். (சூது விலக்கல், 4, 5)	உடை செல்வம் ஊண்ஒளி கல்வி என்று ஐந்தும் அடையாவாம் ஆயம் கொளின். (குறள். 939)
12.	இரந்திடப் படைத்தவன் பரந்தழி கென்ப (இரவு விலக்கல், 4)	இரந்தும் உயிர்வாழ்தல் வேண்டின் பரந்து கெடுக உலகியற்றி யான். (குறள். 1062)
13.	தீமையைத் தருமெனின் வாய்மையும் பொய்மையாம். புரைதீர் நலந்தரின் பொய்ம்மையும் வாய்மையாம். (பொய்ம்மை விலக்கல், 3, 4)	வாய்மை எனப்படுவது யாதெனின் யாதொன்றும் தீமை யிலாத சொலல். பொய்ம்மையும் வாய்மை யிடத்த புரைதீர்ந்த நன்மை பயக்கும் எனின். (குறள். 291, 292)
14.	அறங்கொலு மறத்திற் புறஞ்சொலல் கொடிது. (புறஞ் சொல்லல் விலக்கல், 8)	அறனழிஇ அல்லவை செய் தலின் தீதே புறனழீஇப் பொய்த்து நகை. (குறள். 182)
15.	புறஞ்சொலி வாழ்தலிற் பொன்றனன் றென்ப. (புறஞ் சொல்லல் விலக்கல், 9)	புறங்கூறிப் பொய்த்துயிர் வாழ்தலின் சாதல் அறங்கூறும் ஆக்கம் தரும் (குறள். 183)
16.	பயனில சொல்பவர் பதடி யென்றறைப. (பயனில் (விலக்கல், 9)	பயனில்சொல் பாராட்டு வானை மகன்எனல் மக்கட் பதடி எனல். (குறள். 196)
17.	பயனில விலக்கிப் பயனுள சொல்லுக. (பயனில் சொல் விலக்கல், 9)	சொல்லுக சொல்லிற் பய னுடைய சொல்லற்க சொல்லிற் பயனிலாச் சொல் (குறள். 200)

18.	அழுக்காறதுபோ லழிப்ப தொன்றின்றே (அழுக்காறு ஒழித்தல், 3)	அழுக்காறு என ஒரு பாவி திருச்செற்றுத் தீயுழி உய்த்து விடும். (குறள். 168)
19.	அழுக்கா றுடையார் காக்க மின்றாகும் (அழுக்காறு ஒழித்தல், 5.)	அவ்வித்து அழுக்காறு உடையானைச் செய்யவள் தவ்வையைக் காட்டி விடும். (குறள். 167)
20.	எண்ணு மெழுத்துங் கண் ணென மொழிப் (எண்ணெழுத்து அறிதல், 3)	எண்ணென்ப ஏனை எழுத் தென்ப இவ்விரண்டும் கண்ணென்ப வாழும் உயிர்க்கு. (குறள். 392)
21.	உயர்ந்தது கைம்மா றுகருதா துதவல். (நன்றியறிதல், 5)	பயன்தூக்கார் செய்த உதவி நயன்தூக்கின் நன்மை கடலிற் பெரிது (குறள். 103)
22.	உதவியோர் மிகைசெயி னுடனதை மறத்தல். (நன்றியறிதல், 9)	கொன்றன்ன இன்னா செயி னும் அவர் செய்த ஒன்று நன்று உள்ளக் கெடும். (குறள். 109)
23.	அடக்கமெய் வீட்டிற் கடிப்படியாகும். அப்படி யேறினா ரடைவரவ் வீடு. அப்படி யேறா ராழ்வர் வெந்நரகு. (அடக்கம் உடைமை 7.8.9)	அடக்கம் அமரருள் உய்க்கும் அடங்காமை ஆரிருள் உய்த்து விடும். (குறள். 121)
24.	அறிவெஞ் ஞான்று மற்றங்காப்பது. அறிவு பகைவரா லழிக்கப் படாதது. (அறிவுடைமை, 2, 3)	அறிவற்றங் காக்கும் கருவி செறுவார்க்கும் உள்ளழிக்க லாகா அரண். (குறள். 421)
25.	எளியவாச் செலவுரைத் தரியவை யுணர்தல். (அறிவுடைமை, 7)	எண்பொருள வாகச் செலச் சொல்லித் தான்பிறர்வாய் நுண்பொருள் காண்ப தறிவு. (குறள். 424)
26.	எதிரதாக் காத்தெவ் வின்பமு மடைதல். (அறிவுடைமை, 10)	எதிரதாக் காக்கும் அறிவி னார்க் கில்லை அதிர வருவ தோர் நோய் (குறள். 429)

27.	உயர்ந்தவை யெவையோ வவையெல முள்ளுக. (ஊக்கம் உடைமை, 6)	உள்ளுவ தெல்லாம் உயர் வுள்ளல் மற்றது தள்ளினும் தள்ளாமை நீர்த்து. (குறள். 596)
28.	முயற்சி யூழையு முதுகிடச் செய்யும். (முயற்சி உடைமை, 3)	ஊழையும் உப்பக்கம் காண்பர் உலைவின்றித் தாழாது உருஞற்று பவர்.(குறள். 620)
29.	என்றும் வேளாண்மை யியற்றலே யில்லறம். (இல்வாழ்வு உயர்வு, 4)	இருந்தோம்பி இல்வாழ்வ தெல்லாம் விருந்தோம்பி வேளாண்மை செய்தற் பொருட்டு. (குறள். 81)
30.	ஆக்கமுங் கேடு மத்துணை யாலாம். (உயிர்த்துணை கொள்ளல், 3)	இல்லதென் இல்லவள் மாண்பானால் உள்ளதென் இல்லவள் மாணாக் கடை. (குறள். 53)
31.	ஊட லுணர்தல் புணர்த லதன்வகை. (இன்பம் துய்த்தல், 6)	ஊடல் உணர்தல் புணர்தல் இவைகாமம் கூடியார் பெற்ற பயன். (குறள். 1109)
32.	அவரது துணைகொள லரும் பெருங் காப்பு. (பெரியாரைத் துணை கொளல், 6)	தம்மிற் பெரியார் தமரா ஒழுகுதல் வன்மையு ளெல்லாந் தலை. (குறள். 444)
33.	அறிந்துணர்ந் துரைத்து மடங்கா தொழுகல். (பேதமை ஒழித்தல், 4)	ஓதி உணர்ந்தும் பிறர்க் குரைத்தும் தானடங்காப் பேதையின் பேதையார் இல். (குறள். 134)
34.	பேதையோர் காசுறிற் பித்தன் களித்தற்று. (பேதைமை ஒழித்தல், 8)	மையல் ஒருவன் களித்தற் றால் பேதைதன் கையொன்று உடைமை பெறின். (குறள். 839)
35.	ஒண்மை யுடையமென் றுளத்தொடு செருக்கல். (வெண்மை ஒருத்தல், 2)	வெண்மை எனப்படுவது யாதெனின் ஒண்மை உடையம்யாம் என்னுஞ்செருக்கு. (குறள். 844)

36.	உலகின ருளதென்ப திலதென மறுத்தல். (வெண்மை ஒழித்தல், 8)	உலகத்தார் உண்டென்பது இல்லென்பான் வையத்து அலகையா வைக்கப்படும். (குறள். 850)
37.	உறுவது பெரிதென வுற்றதை வைத்திடேல். (நெடுநீர் ஒழித்தல், 3)	ஆக்கம் கருதி முதலிழக்கும் செய்வினை ஊக்கார் அறிவுடை யார். (குறள் 463)
38.	மடிதமை யொன்னார்க் கடிமைப் படுத்தும். (மடி ஒழித்தல், 3)	மடிமை குடிமைக்கண் தங்கின் தன் ஒன்னார்க்கு அடிமை புகுத்தி விடும். (குறள். 608)
39.	இடுக்க ணுற்றுழி நகினது தான் கெடும். (இடுக்கண் அழியாமை. 2)	இடுக்கண் வருங்கால் நகுக அதனை அடுத்தூர்வது அஃதொப்ப தில். (குறள். 621)
40.	இடுக்கணி வழியா ரிடுக்க ஊழியும். (இடுக்கண் அழியாமை, 7)	அடுக்கி வரினும் அழிவிலான் உற்ற இடுக்கண் இடுக்கட்படும். (குறள். 625)
41.	ஆர்வல ரூறுறி னதுகண் ணீராம். (அன்பு வளர்த்தல், 2)	அன்பிற்கும் உண்டோ அடைக்கும் தாழ் ஆர்வலர் புன்கண்ணீர் பூசல் தரும். (குறள். 71)
42.	ஆருயிர் பெற்றதிங் கன்பு செய் தற்கே. (அன்பு வளர்த்தல், 4)	அன்போடு இயைந்த வழக் கென்ப ஆருயிர்க்கு என்போடு இயைந்த தொடர்பு (குறள். 73)
43.	ஒறுத்தார்க் கொருகணத் தொருசிறி தின்பமாம். பொறுத்தார்க் கென்றும் பொன்றா வின்பமாம். (பொறுமை கொள்ளல், 8.9)	ஒறுத்தார்க்கு ஒருநாளை இன்பம் பொறுத்தார்க்குப் பொன்றுந் துணையும் புகழ். (குறள். 156)
44.	இல்லார்க் கீவதே யீகை யென்ப. மற்றையோர்க் கீதன் மாற்றிலா மடமை (ஈகை புரிதல், 1.)	வறியார்க்கொன்று ஈவதே ஈகைமற் றெல்லாம் குறியெதிர்ப்பை நீர துடைத்து. (குறள். 221)
45.	புகழ்செய் தவரே பொன்றாது நிற்பவர். (புகழ் செய்தல், 2)	ஒன்றா உலகத்து உயர்ந்த புகழல்லால் பொன்றாது நிற்பதொன்று இல் (குறள். 233)

46.	கொடையா லின்சொ லாற் கூடிடுஞ் சுற்றம், (சுற்றம் பெருக்கல், 7)	கொடுத்தலும் இன்சொல்லும் ஆற்றின் அடுக்கிய சுற்றத்தால் சுற்றப்படும் (குறள். 525)
47.	கருமங் கெடாவகை கண் ணோடல் தக்கது. (கண் ணோட்டம், 8)	கருமஞ் சிதையாமல் கண் ணோட வல்லார்க்கு உரிமை உடைத்திவ் வுலகு. (குறள். 378)
48.	இயற்றத் தொடங்கி யெண்ணுத லிழுக்காம். இயற்றுமுன் செயலி னியல்பினை யாய்க. (சூழ்ச்சி புரிதல். 3,4)	எண்ணித் துணிக கருமம் துணிந்தபின் எண்ணுவம் என்பது இழுக்கு. (குறள். 467)
49.	அறம் பொருளின்புயி அறம் பொருள் இன்பம் ரச்சத்தாற் றெளிக. (தெரிந்து தெளிதல், 9)	அறம்பொருள் இன்பம் உயிரச்சம் நான்கின் திறன் தெரிந்து தேறப்படும் (குறள். 501)
50.	தெளியுமுன் கொண்டி டேல் தெளிந்தபி னையுறேல் (தெரிந்து தெளிதல், 10)	தேரான் தெளிவும் தெளிந் தான்கண் ஐயறவும் தீரா இடும்பை தரும். (குறள். 510)
51.	இறையிதான் முடிப்ப னென் றதையவன் பால்விடல், (செய்வினை ஆளுதல் 6)	இதனை இதனால் இவன் முடிக்கும் என்றாய்ந்து அதனை அவன் கண் விடல். (குறள். 517)
52.	கடா அவுருவொடு கண்ணஞ்சா தறிவது. உறுப்பெலாஞ் சிதைப்பினு முகா அமை வல்லது (ஒற்றாளுதல், 2, 3)	கடா அ உருவொடு கண் ணஞ்சாது யாண்டும் உகா அமை வல்லதே ஒற்று. (குறள். 685)
53.	ஒற்றுமுன் றொத்திடி னுண்மையென் றறிக. (ஒற்றாளுதல், 8)	ஒற்றொற் றுணராமை ஆள்க உடன்மூவர் சொல்தொக்க தேறப்படும். (குறள். 589)
54.	சுருங்கத் தொகுத்து விளங்கச் சொல்லல் (அறிந்து சொல்லல், 8)	பலசொல்லக் காமுறுவர் மன்றமா சற்ற சிலசொல் தற்றா தவர். (குறள். 649)

55.	மறுக்கா விதத்து மாணுறச் சொல்லல். (அறிந்து சொல்லல், 10)	சொல்லுக சொல்லைப் பிறி தோர்சொல் அச்சொல்லை வெல்லுஞ்சொல் இன்மை அறிந்து. (குறள். 645)
56.	மக்களுட் பண்பிலார் மர மெனப் படுவர். (பண்பு செய்தல் 3)	அரம்போலும் கூர்மைய ரேனும் மரம்போல்வர் மக்கட்பண்பில்லா தவர். (குறள். 997)
57.	அகலா தணுகா தனற் காய் வார் போல்க (அவர் பால் ஒழுகல். 1)	அகலாது அணுகாது தீக் காய்வார் போல்க இகல்வேந்தர்ச் சேர்ந்தொழுகுவார். (குறள். 691)
58.	அவர்விழை பலவற்றை யகத்தினும் விழையேல். (அவர் பால் ஒழுகல், 6)	மன்னர் விழைய விழையாமை மன்னரால் மன்னிய ஆக்கந் தரும். (குறள். 692)
59.	இன்றைய சினத்தின ரென நினைந் திகழேல். (அவர் பால் ஒழுக்கம், 8)	இளையர் இனமுறையர் என்றிகழார் நின்ற ஒளியோடு ஒழுகம்படும். (குறள். 698)
60.	பழையவரெனினும் பண் பிலா தனசெயேல். (அவர் பால் ஒழுகல், 9)	பழையம் எனக் கருதிப் பண் பல்ல செய்யும் கெழுதகைமை கேடு தரும். (குறள். 700)
61.	குறிப்பி னுணர்தல் கூறா துணர்தல். (குறிப்பு உணர்வுடைமை, 4)	கூறாமை நோக்கிக் குறிப்பறி வான் எஞ்ஞான்றும் மாறாநீர் - வையக் கணி. (குறள். 701)
62.	அகத்தினிலுள்ளது முகத்தினிற் றெரியும். (குறிப்பு உணர்வுடைமை, 6)	அடுத்தது காட்டும் பளிங்கு போல் நெஞ்சம் காடுத்தது காட்டும் முகம். (குறள். 706)
63.	அரியவை நட்புநா டரண் பொருள் படையே. (அரியவை பெறுதல், 1)	படைகுடி கூழமைச்சு நட் பரண் ஆறும் உடையரன் அரசரு ளேறு (குறள். 381)

64.	நிலநதி மலைகட னல நிதம் வளர்தல். அரணு மரசு மமைந்து நடு நிற்றல் (நாட்டுச் சிறப்பு, 3,5)	இருபுனலும் வாய்ந்த மலையும் வருபுனலும் வல்லரணும் நாட்டிற்குறுப்பு. (குறள். 737)
65.	உறுபசி யரும்பிணி செறு பகை யிலாமை (நாட்டுச் சிறப்பு)	உறுபசியும் ஓவாப்பிணியும் செறுபகையும் சேரா தியல்வது நாடு. (குறள். 734)
66.	அரணுயிர் பொருள்களை யளிக்குமோர் காப்பு (அரண். 1)	ஆற்று பவர்க்கும் அரண் பொருள் அஞ்சித்தற் போற்று பவர்க்கும் பொருள். (குறள். 741)
67.	நீர்சூ ழுலகெலா மோர் நொடி யிற்றரும். (பொருட் சிறப்பு. 3)	பொருளென்னும் பொய்யா விளக்கும் இருளறுக்கும். எண்ணிய தேயத்துச்சென்று (குறள். 753)
68.	உழவு செய் முறை நிலங் கிழவர் தாங் காண்டால். (உழவு, 3)	செல்லான் கிழவன் இருப் பின் நிலம்புலந்து இல்லாளின் ஊடி விடும். (குறள். 1039)
69.	வித்திற் காமெரு மெத்த விடுதல் வேர் செலு மாழ மேர்செல வுழுதல். களை கட்கு நீர்பாய்ச்சிக் காத்துப் பயன் கொள்ளல் (உழவு, 6,7,9)	ஏரினும் நன்றால் எரு இடுதல் கட்டபின் நீரினும் நன்றதன் காப்பு. (குறள். 1039)
70.	பிறரது பொருளையுந் தமதெனப் பேணல். (வாணிகம். 10)	வாணிகஞ் செய்வார்க்கு வாணிகம் பேணிப் பிறவுந் தம்போற் செயின் (குறள். 120)
71.	கூற்றையு மெதிர்த்திடு மாற்றலொடு செல்லல். (படை அளித்தல், 7)	கூற்றுடன்று மேல்வரினும் கூடி எதிர் நிற்கும். ஆற்ற லதுவே படை. (குறள். 765)
72.	இடித்துக் கூற விடுக்கண் களைதல். (நட்பு, 4)	நகுதற் பொருட்டன்று நட் டல் மிகுதிக்கண் மேற்சென்று இடித்தற் பொருட்டு (குறள். 784)

73.	புணர்ச்சி பழகுத லுணர்ச்சி யானட்பாம். (நட்பு, 5)	புணர்ச்சி பழகுதல் வேண்டா உணர்ச்சிதான் நட்பாங் கிழமை தரும். (குறள். 785)
74.	ஆய்ந்தறி யா துறல் சாந்துயர் தருமே. (நட்பு, 7)	ஆய்ந்தாய்ந்துகொள்ளா தான் கேண்மை கடைமுறை தான்சாந் துயரம் தரும். (குறள். 792)
75.	அழிவந்த செய்யினு மன்பறா ராகுக (பழமை, 5)	அழிவந்த செய்யினும் அன்பறார் அன்பின் வழிவந்த கேண்மை யவர் (குறள். 807)
76.	பழையார்ப் பிரியாரை விழையாகும் விழைப. (பழமை. 8)	விழையார் விழையப் படுப பழையார் கண் பண்பின் தலைப்பிரியா தார். (குறள். 810)
77.	வினையொடு தஞ்சொல் வேறுபடு வஞ்சகர். ஆகா நட்பு, 4)	கனவினும் இன்னாது மன்னோ வினைவேறு சொல்வேறு பட்டார் தொடர்பு. (குறள். 819)
78.	ஊறுறா தாற்றுக வூறுறிற் றளரேல் (அமர்த் திட்பம், 2)	ஊறொரால் உற்றபின் ஒல் காமை இவ்விரண்டின் ஆறென்பர் ஆய்ந்தவர் கோள் (குறள். 662)
79.	சொல்லுத லெளிது செய் தலோ வரிது. (அமர்த்திட்பம், 4)	சொல்லுதல் யார்க்கும் எளிய அரியவாம் சொல்லிய வண்ணம் செயல். (குறள். 664)
80.	திண்ணியா ரெண்ணிய வெண்ணியாங் கடைவர். (அமர்த்திட்பம், 6)	எண்ணிய எண்ணியாங்கு எய்துப எண்ணியார் திண்ணிய ராகப் பெறின். (குறள். 666)
81.	தனது படையையுத் தனத்தையு மறிக பகையது தனத்தையும் படையையு மறிக. தன்றுணைப் படை யையுந் தனத்தையு மறிக. பகைத்துணை தனத்தையும் படையையு மறிக. (வலியறிதல், 1,2,3,4)	வினைவலியும் தன்வலியும் மாற்றான் வலியும் துணைவவியும் தூக்கிச் செயல். (குறள். 471)

82.	வலிமிகு கூகையைப் பகல்வெலுங் காகம். (காலம் அறிதல், 1)	பகல்வெல்லும் கூகையைக் காக்கை இகல்வெல்லும் வேந்தர்க்கு வேண்டும் பொழுது. (குறள். 481)
83.	கூம்பும் பொழுது கொக் கொத்தமர்க. அடர்க்கும் பருவத்ததுபோற் குத்துக. (காலம் அறிதல், 9.10)	கொக்கொக்க கூம்பும் பருவத்து மற்றதன் குத்தொக்க சீர்த்த இடத்து. (குறள். 490)
84.	காலமறிந் தேசெயின் ஞாலமுட னெய்தும். (காலம் அறிதல். 10)	ஞாலம் கருதினுங் கைகூடும் காலம் கருதி இடத்தாற் செயின். (குறள். 484)
85.	நெடும்புனலுண் முதலை யாலடுங்களிறு படுமே. (இடனறிதல், 1)	நெடும்புனலுள் வெல்லும் முதலை அடும்புனலின் நீங்கின் அதனைப் பிற. (குறள். 495)
86.	கால்வ னெடுந்தேர் கடலோ டாதே. நிலமிசை நாவாய் நின்றோ டாதே. (இடனறிதல். 3, 4)	கடலோடா கால்வல் நெடுந்தேர் கடலோடும் நாவாயும் ஓடா நிலத்து. (குறள். 496)
87.	அமையமும் பிறவு மறிந்து சொலுந் திறனே. (தூதுவிடல், 9)	கடனறிந்து காலம் கருதி இடனறிந்து எண்ணி உரைப்பான் தலை. (குறள். 687)
88.	அமர்பகை யெச்ச மனலதா மென்ப. (வெற்றி யடைதல், 8)	வினை பகை என்றிரண்டில் எச்சம் நினையுங்கால் தீயெச்சம் போலத் தெறும். (குறள். 674)
89.	முறைகண் ணோடா துயிர் வெளவ (லென்ப முறை செய்தல், 7)	ஓர்ந்து கண் ணோடாது இறை புரிந்து யார்மாட்டும் தேர்ந்துசெய் வஃதே முறை. (குறள். 541)
90.	அந்தண ரறத்தொடு செந் தண்மை பூண்டவர். (அந்தணர் இயல்பு.1)	அந்தணர் என்போர் அறவோர் மற்றெவ்வுயிர்க்கும் செந்தண்மை பூண்டொழுக லான். (குறள். 30)
91.	ஓதலினந்தணர்க் கொழுக்க நன் றென்ப. (அந்தணர் ஒழுக்கம் 1)	மறப்பினும் ஒத்துக் கொளலாகும் பார்ப்பான் பிறப்பொழுக்கங் குன்றக் கெடும். (குறள். 134)

92.	மானொரு மயிரற மாயுமவ் விடத்தே. (மானம் காத்தல், 4)	மயிர் நீப்பின் வாழாக் கவரிமா வன்னார் உயிர் நீப்பர் மானம் வரின் (குறள். 969)
93.	வெகுளி யகத்தெழும் வெங்கனற் சுடரே இச் சுடர் தம்மையு மினத்தை யுமழிக்கும் (வெகுளாமை, 1, 2)	சினமென்னும் சேர்ந்தாரைக் கொல்லி இனமென்றும் ஏமப் புணையைச் சுடும். (குறள். 306)
94.	நகையை யுவகையைத் தகையைக் கொல்லும். (வெகுளாமை, 3)	நகையும் உவகையும் கொல்லும் சினத்தின் பகையும் உளவோ பிற. (குறள். 304)
95.	இன்னா செய்தார்க் கின்னா வந்துறும். ஒன்றொரு கோடி யாய்ப் பின்றை நாள் வந்துறும். (இன்னா செய்யாமை, 8,9)	பிறர்க்கின்னா முற்பகல் செய்யின் தமக்கின்னார் பிற்பகல் தாமே வரும். (குறள். 319)
96.	தவமென் பதுதனைச் சார்ந்து நோய்பொறுத்தல். உணர்வுடை யுயிர்கட் கூறுசெய் யாமை. (தவஞ் செய்தல், 1,2)	உற்றநோய் நோன்றல் உயிர்க்குறுகண் செய்யாமை அற்றே தவத்திற் குரு. (குறள். 261)
97.	தவஞ்செய லொன்றே தஞ்செய லென்ப. (தவஞ் செய்தல், 6)	தவஞ் செய்வார் தங்கருமஞ் செய்வார்மற் றல்லாம் அவஞ் செய்வார் ஆசையுட் பட்டு. (குறள். 266)
98.	தவமுடித் தாரே சமனைக் கடப்பர். (தவஞ் செய்தல், 8)	கூற்றம் குதித்தலும் கைகூடும் நோற்றலின் ஆற்றல் தலைப் பட்டவர்க்கு. (குறள். 269)
99.	துறவியா னெனதெனு முறவினை யொழித்தல். (துறவடைதல், 1)	யான் எனது என்னும் செறுக்கறுப்பான் வானோர்க்கு உயர்ந்த உலகம் புகும். (குறள். 346)

மெய்யறத்தில் பிற நூல்களின் தாக்கம்

எண்	வ.உ.சி. பாடம்	பிறநூல்
1.	இளமைப் பருவ மியைந்த ததற்கே. (மாணவர் கடமை, 3)	இளமையிற் கல். (ஆத்திசூடி, 29)

2.	தாயுந் தந்தையுந் தம்முதற் தெய்வம். (தாய் தந்தையரைத் தொழுதல், 1)	அன்னையும் பிதாவும் முன்னறி தெய்வம். (கொன்றை வேந்தன், 1)
3.	தினமு நல்லினந் தெரிந்து சேர்ந்திடுக. (நல்லினஞ் சேர்தல், 10)	சேரிடம் அறிந்து சேர். (ஆத்திசூடி. 50)
4.	அவர்கடன் மாணவ ரறிதிற னறிதல். அறிந்தவை யெல்லாஞ் செறிந்திடச் சொல்லல். (ஆசிரியரை அடைதல், 5,8)	கொள்வோன் கொள்வகை யறிந்தவ னுளங்கொளக் கோட்டமின் மனத்தினூல் கொடுத்த லென்ப. (நன்னூல், 36)
5.	இன்னிலை எவற்றினு நன்னிலை யென்ப. (இல்வாழ்வு உயர்வு, 6)	இல்லற மல்லது நல்லறமன்று. (கொன்றை வேந்தன், 3)
6.	பொறுமையைக் கொண்டவர் புவியெலாங் கொள்வர். (பொறுமை கொள்ளல், 6)	பொறுத்தவரே யரசாள்வார் பொங்கினவர் காடாளப் போவார் தாமே. (தண்டலையார் சதகம். 17)
7.	குற்றம் விடுதலாற் சுற்றுறுஞ் சுற்றம். (சுற்றம் பெருக்கம், 6)	குற்றம் பார்க்கின் சுற்றம் இல்லை. (கொன்றை வேந்தன், 18)
8.	கண்ணிற் கழகு கண்ணோட்ட மென்ப. (கண்ணோட்டம், 4)	கண்ணுக் கணிகலம் கண்ணோட்டம் காமுற்ற பெண்ணுக் கணிகலம் நாணுடமை. (திரிகடுகம், 52)
9.	பாடறிந் தொழுகலே பண்பென மொழிப. (பண்பு செய்தல், 1)	பண்பெனப் படுவது பாடறிந் தொழுகல். (கலித்தொகை, 133)
10.	மலைகாடு வயல்கடல் மருவிய நானிலம். அவை குறிஞ்சி முல்லை மருத நெய்தல். (நாடு, 2,3)	முல்லை குறிஞ்சி மருதம் நெய்தலெனச் சொல்லிய முறையாற் சொல்லவும் படுமே. (தொல்காப்பியம், 950)
11.	அவைபல வுயிருணா மரமுதற் றாங்கும். (நாடு, 4)	தெய்வம் உணாவே மாமரம் புட்பறை செய்தி யாழின் பகுதியொடு தொகைஇ அவ்வகை பிறவும் கருவென மொழிப. (தொல்காப்பியம் 963)

12.	வெட்சி நல் லுயிர்களை விரோதிபாற் கவர்தல்; (அமர்வகை, 3)	வென்றி வேந்தன் பணிப்பவும் பணிப் பின்றியும் சென்றி கண்முனை ஆதந்தன்று. (புறப்பொருள் வெண்பா மாலை, 1)
13.	வஞ்சிமண்ண சைமன்னஞ்சவடல் குறித்தல்; (அமர்வகை, 5)	வாடாவஞ்சி தலைமலைந்து கூடார்மண் கொளல் குறித்தன்று. (புறப்பொருள் வெண்பாமாலை, 7)
14.	உழிஞையரண் முற்றி யுரத்தினாற் கோடல்; (அமர்வகை, 7)	முடிமிசை உழிஞை சூடி ஒன்னார் கொடிநுடங் காரெயில் கொளக் கருதின்று. (புறப்பொருள் வெண்பாமாலை, 6)
15.	தும்பை முன் வந்தமன் மைந்து தலை யழித்தல். (அமர்வகை, 9)	செங்களத்து மறங்கருதிப் பைந்தும்பை தலைமலைந் தன்று (புறப்பொருள் வெண்பாமாலை, 7)

குறிப்புகள்

1. வ.உ.சி. சிதம்பரம் பிள்ளை, மெய்யறம், சமர்ப்பணம், ப.V
2. மேலது, முனனுரை, ப.
3. குறள். 1062.
4. மேலது, 292.
5. மேலது, 196
6. மேலது, 834
7. மேலது, 71.
8. மேலது, 575.
9. மேலது, 585.
10. மேலது, 734.
11. மேலது, 765.
12. மேலது, 785.
13. மேலது, 664.
14. மேலது, 666.
15. மேலது, 30.
16. மேலது, 121.
17. மேலது, 1038.
18. மேலது, 471.

19. மேலது, 69.
20. மேலது, 70.
21. மேலது, 326.
22. மேலது, 53.
23. மேலது, 621.
24. மேலது, 623.
25. மேலது, 73.
26. மேலது, 838.
27. மேலது, 495.
28. மேலது, 306.
29. மேலது, 674.
30. மேலது, 691.
31. மேலது, 481.
32. மேலது, 490.
33. மேலது, 496.
34. மேலது, 969.
35. ரா. வேங்கடராஜுலு (மொ.ஆ.), மகாத்மா காந்தியின் சுயசரிதம், ப. 133.
36. Junior World Encyclopaedia, Vol 7, p. 524.
37. குறுந்தொகை, 349.
38. குறள். 26.
39. மேலது, 26.

2.4 பாடற்றிரட்டு

2.4.0	முன்னுரை	154
2.4.1.	நூலின் அமைப்பு	154
2.4.2	கருத்துப் பகுப்பாய்வு	155
2.4.2.1	அறநெறிப்பாடல்கள்	155
2.4.2.1.1	மரபு வழிப்பட்ட கருத்துக்கள்	155
2.4.2.1.2	புதிய எண்ணத்தில் எழுந்த கருத்துக்கள்	159
2.4.2.1.3	உணர்த்தும் முறை	162
2.4.2.2	இறைநெறிப் பாடல்கள்	162
2.4.2.2.1.	கடவுளின் உண்மைத் தன்மை	162
2.4.2.2.2	கடவுளின் சிறப்புக்கள்	164
2.4.2.2.3	கடவுளின் இயல்புகள்	164
2.4.2.2.4	உயிரின் இயல்புகள்	165
2.4.2.2.5	வ.உ.சி.யின் இறைக் கொள்கை	165
2.4.2.2.5.1	பக்தி முறை	166
2.4.2.2.5.2	பாடும் முறை	167
2.4.2.3	தன்னிலை விளக்கப் பாடல்கள்	167
2.4.2.3.1	இறைநெறிப் பாடல்களில் தன்னிலை விளக்கம்	167
2.4.2.3.2	கடிதப் பாடல்களில் தன்னிலை விளக்கம்	169
2.4.2.3.2.1	குடும்ப நல உணர்வு	169
2.4.2.3.2.2	பரந்துபட்ட எண்ணப் போக்கு	170
2.4.2.3.2.3	நன்றி பாராட்டும் இயல்பு	172
2.4.2 3.2.4	இலக்கிய இலக்கண நூல்களில் ஈடுபாடு	174
2.4.2.3.2.5	நெருக்கடி அனுபவங்கள்	174
2.4.2.3.3	இரங்கற்பா ல்கள்	176
2.4.2.3.4	புலம்பற் பாடல்கள்	177
2.4.2.4	வாழ்த்து பாடல்கள்	178
2.4.2.5	பல்சுவை நறுக்குகள்	179
2.4.2.6	தன்னாற்றலை வெளிப்படுத்தும் பாடல்கள்	179
	முடிவுரை	180
	குறிப்புக்கள்	183

2.4 பாடற்றிரட்டு

2.4.0 முன்னுரை

வ.உ.சி. எழுதிய தனிப்பாடல்களின் வடிவம், பகுப்பு செய்திகள், அப்பாடல்களில் வெளிப்படும் வ.உ.சி.யின் கோட்பாடுகள் ஆகியன இவண் ஆராயப்படுகின்றன. தொல்காப்பிய காலந்தொட்டு இற்றை நாள்வரை வளர்ந்து வரும் தனிப்பாடல்கள். தொகுக்கப்பட்டும் வகுக்கப்பட்டும் உள்ளன. 'நூல் வடிவில் தொடர் நிலைச் செய்யுளாகச் செய்யப்பெறாமல் யாதேனும் ஒரு காரணத்தை முன்னிட்டுத் தனியாகச் செய்யப்பட்ட பாடல்கள் தனிப்பாடல் என்னும் பெயரைப் பெறும்" என்பார் இராமசாமிப் புலவர். "ஒவ்வொரு தனிப்பாடலும் கவிதைச் சிறுகதை என்று கூறத்தக்க வரலாற்றுப் பின்னணி கொண்டு அமையும். தனிப்பாடல் திரட்டும் விரிக்காத மயில் தோகை போல் அமைந்து விரிந்தவிடத்து இன்புறுத்தும்" என்பார் த.மு. சுப்பிரமணியம். இந்நூல வ.உ.சி.யின் வேறு வேறான எண்ணங்களை ஒரு முகமாக்கிக் காட்டும் அரிய பாடல்களின் தொகுப்பாகும்.

2.4.1. நூலின் அமைப்பு

1915 -ஆம் ஆண்டு வெளியிடப்பட்ட இப்பாடல் திரட்டு 380 பாக்களை உடையது. இவற்றுள் நூறு பாக்கள் கடவுளைப் பற்றியன; மற்றொரு நூறுபாக்கள் ஒழுக்கம் முதலியன பற்றியன, எஞ்சிய நூற்றெண்பது பாக்களும் சுற்றத்தார்க்கும் நண்பர்களுக்கும் உறவுமுறைத் தொடர்பில் அமைந்தார்க்கும் எழுதப்பட்டவையாகும். அரச நிந்தனைக்காகச்

சிறைக்கு அனுப்பப்பட்டதற்கு முன் பாடிய பாடல்களில் தொண்ணூற்றேழு முதற் பகுதியாகவும், சிறையில் இருந்த காலத்தில் பாடிய இருநூற்று எண்பத்து நான்கு பாடல்கள் இரண்டாம் பகுதியாகவும் இந் நூலில் அமைந்துள்ளன.

அவர்தம் தனிப்பாடல்களில் முந்நூற்றைம்பது வெண்பாக்களும் ஒரு தாலாட்டும் மூன்று விருத்தங்களும் பதினைந்து கட்டளைக் கலித்துறைகளும் நானூற்று நாற்பத்து மூன்று வரிகள் கொண்ட பதினொரு நிலைமண்டில ஆசிரியப்பாக்களும் அடங்கியுள்ளன.

2.4.2 கருத்துப் பகுப்பாய்வு

வ.உ.சி. இயற்றிய பாடல்களை அறநெறிப்பாடல்கள், இறைநெறிப்பாடல்கள், தன்னிலை விளக்கப்பாடல்கள், வாழ்த்துப்பாடல்கள், பல்சுவை நறுக்குகள், தன்னாற்றலை வெளிப்படுத்தும் பாடல்கள் எனப் பகுக்கலாம்.

2.4.2.1 அறநெறிப்பாடல்கள்

தமிழ் மக்கள் பன்னெடுங் காலத்திற்கு முன்னரே, அறத்தின் மாண்பினை உணர்ந்தவர்கள். தமிழர் மனிதனின் நடத்தை, ஒழுக்கம் வாழ்க்கையின் நோக்கங்கள் முதலியவற்றை முறையாக ஒழுங்குபடுத்தியுள்ளனர். இத்தகைய பாடல்களில் காணப்படும் கருத்துக்கள், அவற்றை உணர்த்தும் முறைச் சிறப்பு ஆகியன ஆராயப்படுகின்றன. கருத்துக்கள் மரபு வழியில் அமைந்தவை என்றும் வ.உ.சி.யின் புதிய எண்ணத்தில் மலர்ந்தவை என்றும் இரு பகுப்புகளாக ஆராயப்படுகின்றன.

2.4.2.1.1 மரபு வழிப்பட்ட கருத்துக்கள்

ஈகை, அன்பு, உண்மை என்னும் உடன் பாட்டறங்களையும், கொலையின் கொடுமை என்னும் எதிர்மறை அறத்தினையும் வ.உ.சி., வள்ளுவர் முதலிய அறநெறியாளர்களின் வழியில் மரபினைப் பேணி விளக்கம் செய்துள்ளார்.

ஈகையறம்

வறியராய்த் தன்மாட்டு வந்து இல்லையென்று இரந்த வர்க்கு இல்லையென்னாது கொடுத்துப் பொதுவின் அவர்

வறுமைப்பிணி தீர்த்தலையும், சிறப்பின் அவர் பசிப்பிணி தீர்த்தலையும் கருதிற்று" என்ற ஈகை பற்றிய உயரிய கொள்கை தமிழறம் வகுத்த பண்பாடாகும்.

"இல்லார்க் கிரங்கியுட னீவதுதா னீகை........."

(பா.தி., ப. 3)

என வ.உ.சி. வறியார்க்கொன் றீவதே ஈகை"[4] எனக் குறிப்பிடும் வள்ளுவர் நெறியில் ஈகையின் இலக்கணத்தினை வரையறுக்கின்றார். ஈவதினால் நற்புகழ் உண்டாகும் என்னும் வ.உ.சி.யின் கருத்து. ஈகையினால் புகழுண்டாகும் என்ற வள்ளுவர் கருத்தினை அடியொற்றி எழுந்ததாகும்.

"இல்லார்க்கு வேண்டுவதொன் றீயுங்கா லேற்றிடுமவ்
வில்லாக்கு மீபவர்க்கு மேனையர்க்கு - மெல்லார்க்கு
மின்பமது தானுதிக்கும்.......... ...." (பா.தி., ப. 3)

என வ.உ, சி. குறித்திருப்பது, ஈத்துவக்கும் இன்பம்"[5] என்னும் குறட் கருத்தினை நினைவூட்டுகின்றது.

"மேலுலகம் இல்லெனினும் ஈதலே நன்று"[6]

எனக் காட்டும் வள்ளுவர், ஈவதினால் மேலுலகம் கிட்டும் என்று மறைமுகமாக உணர்த்துவதைப் போன்றே வ.உ.சி.யும்,

"ஈதலினால் வீடதனை யெய்துவர்..........." (பா.தி., ப. 3)

என்று வீடுபேறு கிடைக்கும் வழியாக ஈகைப்பண்பினைக் காட்டுகின்றார். வள்ளுவர் குறித்துள்ள குறியெதிர்ப்பு"[7] என்னும் தொடருக்கு.

"வாங்கிவைத்த வாங்குகிற வாங்கநின்ற மாபொருட்கு
வாங்குகவென் றேயளிக்கு மாற்று"

(பா.தி., ப. 3)

என வ.உ.சி. விளக்கம் தருகிறார்.

அன்பு

தமக்குத் தொடர்புடையாரிடத்துக் கொள்ளும் பற்று அல்லது காதல் அன்பு எனப்படும். இவ்வன்பே ஒருவரோ டொருவர் தொடர்பறாமல் பிணித்துவைத்திருக்கும் பிணிப்

பாகும்" என அன்பு பற்றி விளக்குவர். பிறரை அயன்மையாகக் கருதாத பண்பு அன்பு எனப்படும். அன்பின் வழியது உயிர் நிலை"⁹, 'அன்பிலார் எல்லாம் தமக்குரியர்; அன்புடையார் என்பும் உரியர் பிறர்க்கு"¹⁰, "அன்பிலதனை அறம் காயும்"¹¹ என்றெல்லாம் அன்புடையார் சிறப்புக்களையும் அன்பிலார் இழிவுகளையும் வள்ளுவர் வழி உணரலாம்.

இத்தகைய அன்பு என்னும் கயிற்றால் இவ்வுலகம் கட்டுண்டு கிடக்கின்றது. இறைவனையே அன்பாகக் காணுவது சைவ மரபு. இறைவன் அன்பு வடிவமாகத் துலங்குகின்றான்" அவன் வடிவு அன்பு எனில் உலகெங்கும் அன்பு இயக்கமாகத் திகழ்பவன் இறைவன் எனலாம். எனவே இறைவன் உயிர்கள் வடிவில் அன்பு செலுத்த உலகம் இன்பத்தால் மகிழும் என அறியலாம். இவ்வடிப்படையில் வ.உ.சி, அன்பு பற்றிய செய்திகளை வழங்கியுள்ளார்.

"ஏவரையுந் தன்னுயிரென் றெண்ணி நள்ள லன்பு..."

(பா. தி., ப. 5)

என அன்பின் முதிர்ச்சியை வ.உ.சி. காட்டுகின்றார்.

"அன்பின் வழிய துயிர்நிலை அஃதிலார்க்கு
என்புதோல் போர்த்த உடம்பு"¹²

என்ற குறள் கருத்தினையே,

"அன்பாவ தியாவர்க்கு மாருயிரின் மிக்கதுவா
மின்பர மதன்சொருப மெஞ்ஞான்று - மென்பென்ப
தன்றியுட லென்னா மதுபோல வேயன்பு
மன்றியுயி ரென்னா மறி."

(பா.தி., ப. 6)

என்று கூறுவதன் வாயிலாக வ.உ.சி. வலியுறுத்துகின்றார்.

உண்மை

உண்மையே அனைத்து அறங்களுக்கும் அடிப்படையாக திகழ்கிறது எனலாம். உண்மையுள்ளம் அனைத்துப் பண்களையும் கொண்டு சேர்க்கும் என்பதை வாழ்க்கை நெறிமுலைகள் எடுத்துக்காட்டுகின்றன. உண்மை பேசுவதால் நிகாம் நன்மைகளைப் பிற நூலோர்கள் குறிப்பால் சுட்டியிருக்க வ.உ.சி.,

பொன்வளரக் கல்விமி தம் புத்திமிகும் பண்டிதரு
நன்மறைய ரும்வந்து நள்ளுவர் காண் - பின்வளரு
நல்லவறம் நல்லின்பம் ஞானமிவற் றாற்பெறுவ
னல்லலிலா மெயவீ டறி" (பா.தி., ப. 7)

என உண்மை பேசுவதால் நிகழும் நன்மைகளைப் பட்டிய லிட்டுக் காட்டுகின்றார்.

கொலையின் கொடுமைகள்

புலால் மறுத்தல் என்ற கொள்கையும் கொல்லாமையும் ஒன்றையொன்று சார்ந்தவை என வ.உ.சி. கருதுகின்றார். எனவேதான் பசுக்களின் பெருமையினை ஐந்து வெண்பாக்களில் பாடும் அவர் கொலையின் கொடுமையினை விளக்காது பசுவின் பெருமைகளையே பாடுகின்றார்.

"அறவினை யாதெனின் கொல்லாமை கோறல்
பிறவினை எல்லாம் தரும்[13]

கொல்லான் புலாலை மறுத்தானைக் கைகூப்பி
எல்லா உயிரும் தொழும்[14]

என்று கொல்லாமை பற்றி வள்ளுவர் கூறியுள்ள கருத்துக்களை வ.உ.சி.யும் போற்றுகின்றார்.

.... **இன்ம றிகாள் நும்மைக்**
குரூரமொடு தின்பதென்னோ கொன்று." (பா. தி., ப.78)

என்று கொல்லப்படும் விலங்கினை நோக்கி வ.உ.சி. வருந்தி வினவுகின்றார்.

"மன்குலமோ சாம்குலமோ மற்று." (பா.தி., ப.78)

என்று காளைகளைக் கொன்ரண்பாரை வ உ.சி. வன்மையாகக் கடிகின்றார்.

"எம்மனம்கொண் டார்கொல்வார் இங்கு." (பா தி., ப.78) எனக் கொலைபுரிதல், புலால் உண்ணுதல் ஆகியவற்றின் கொடுரைகளை வ.உ.சி. எடுத்துக்காட்டுகின்றார். பசுவின் நல்லியல்புகளையும் நற்பண்புகளையும் வ.உ.சி.,

'மேய்ப்பாரே இல்லாது மேய்ந்துலவும் நல்லாவே
தாய்ப்பாலே நல்தென்ப சான்றோரும்- தாய்ப்பாலோ

தா யளித்த தாமசத்தைத் தந்தழிக்கும் நின்பாலோ
சேயளிக்கும் சத்துவத்தைச் சேர்த்து." (பா.தி.,ப. 77)

"தன்குருதித் தீங்கெல்லாம் சாமாறு செய்ததற்கு நன்குருசி
வாழ்வளிக்கும் நல்லமிர்த-நன்கெல்லாம் ஈந்ததனை
ஆருயிர்க்கே ஈயுமுயிர் நின்னையல்லால் மீந்தவற்றுள்
உண்டோ விளம்பு." (பா.தி., ப.78)

எனப் பலவாறாகப் புகழ்கின்றார்.

"வாடிய பயிரைக் கண்டபோ தெல்லாம் வாடினேன் என
வருந்திய வள்ளலார் வழியில் வ.உ.சி.,

"தன்னிழலும் காற்றும் தருகின்ற நட்பரங்காள்
எண்ணியலும் ஐயறிவும் இல்லாதும் - ஒண்ணடலையை
நும்மினின்று வேறாக்க நோகிறதே என்னுள்ளம்
எம்மனம்கொண் டார்கொல்வார் இங்கு. (பா,தி.. ப.78)

என வேதனைப் படுவதிலிருந்து மரங்களை வெட்டிவதுங்கூட அவருக்குக் கொலைக் கொடுமையாகப்படுகின்றது என அறியலாம்.

2.4.2.1.2 புதிய எண்ணத்தில் எழுந்த கருத்துக்கள்

"............ஈதலினாற் சாருநமைப்
பற்றின்மை யன்புடைமை பார்." (பா.தி. ப.8)

என்று ஈகையால் பற்றின்மையும்பிறக்கும் என்று வ.உ.சி. கூறுவது இதுவரை யாரும் கூறாத பதுமைக் கருத்தாகும்.

பாவர்க்கு மீதலினால் யாரிடத்து மன்புண்டாம்
யாவர்க்கு மாதார மான்மாவே - யாவதினா
லான்மாவை நேசித்த தாமதனா லம்மனந்தா
னான்மாவே யாகு மறி."
(பா.தி ... ப .4)

என்று அறிவுறுத்துவதால் நாடு, மொழி ஆகிய எல்லைப் பரப்புகளைக் கடந்து காணும் மக்கள் அன்பு அவர்தம் கருத்தில் விளங்கக் காணலாம். முற்பிறப்பு வினை, இப்பிறப்பு வினை, வரும்பிறப்பு வினை எனக் கூறப்படும் மூவகை வினைகளில்

ஈகை இப்பிறப்பு வினையினைத் தீர்க்குமென்பது வ.உ.சி..யின் புதிய கருத்தாகும்.

> **"வல்லார்சேர் முத்திபெற்று வன்பிறப்பி னீங்குதலா**
> **லில்லார்க் கிரங்கியுட னீ."** (பா.தி., ப.4)

என்ற அடிகள் ஈகையின் சிறப்பினைச் சமயவழி நின்று வ.உ.சி: விளக்குவதை உணர்த்துகின்றன.

அன்பு, பக்தி, பாசம் ஆகியவை ஒரே பொருளை உணர்த்துவன எனக் கருதுவார்க்கு அன்பும், பக்தியும், பாசமும் வேறாகும் என உணர்த்தி, அவற்றின் வேறுபாட்டினை நுண்மையாக வ.உ.சி. காட்டுகின்றார்.

> **யாவரையுந் தன்னுயிரென் றாதரித்த லன்பாகுந்**
> **தேவரையு ஞானியையுஞ் சீலகுண - மூவரையு**
> **மாதரித்தல் பத்தியா மன்னைதந்தை யாதியரை**
> **யாதரித்தல் பாசமே யாம் "** (பா. தி. ப.5)

இதில் யாவரையும் தம்முயிராய்க் கருதுவதை ஆன்மவொளி அன்பாகவும் தேவர், ஞானியர். சீலர் ஆகிய மூவரிடம் காட்டு வதைப் பக்தியாகவும் சார்ந்த தாய்தந்தையரிடம் காட்டுவதைப் பாசமாகவும் என்று இம்மூன்றின் பொருள் வேறுபாடு விளங்கு மாறு வ.உ.சி. காட்டியுள்ளார்.

> **"ஆதரித்த னன்றே யறவோரை** ...." (பா. தி., ப.5)

என உதவியினைப் பெறத் தகுதியுடையவரைக் குறிப்பிடு "வ.உ.சி.,[5]

> .... **தீதிழைக்கும்**
> **பாவிகளை யெந்நாளும் பல்விதத்திற் றண்டித்து**
> **மாவிகளைந் தும்வாழ்த லன்பு."** (பா.தி., ப.)

எனத் தீதிழைக்கும் பாவிகளை எந்நாளும் பல்வகையில் தண்டித்து, அவர்தம் ஆவிகளைய வேண்டுமென அன்பிற்குப் புதுவிளக்கம் தருகின்றார்.

> **"அன்னியத்தை யாருயிரென் றாதரிக்கச் சீவலெனுந்**
> **தன்னிலுள பற்றொழியுஞ் சாற்றினனாற் - றன்னினுள**

பற்றொழிய நெஞ்சத்துப் பாசமல நீங்குமுன்மெய்
முற்றுவிளங்கும்பின் முனைத்து." (பா.தி., ப.5)

என்று அன்பு வாயிலாக மெய்ப்பொருட் கருத்தினை வ.உ.சி. விளக்குகின்றார்.

"தன்னுடைய மெய்ச்சொருபஞ் சச்சிதா நந்தமென்று
மன்னியம்போற் றோன்றுமெலா மஃதென்றுந் - தன்னையுறுந்
துக்கமெலாங் கானலினீர்த் தோற்றமென்றுங் - கண்டுணர்ந்து
துக்கமற்று வாழ்வான் சுகித்து." (பா. தி., ப. 6)

எனத் துக்கத்தினைக் கானல் நீராய்க் கருதுவோர் இன்புற்று வாழ்வார் என வ.உ.சி. வாழும் முறையினைப் புதிய நெறியில் வகுத்துக் காட்டுகின்றார். இப்பாடலில் இரண்டன்மைக் (அத்வைதம்) கொள்கையினை அயன்மை போலத் தோன்று மெலாம் அஃதென்றும் துக்கமெலாம் கானல் நீரென்றும் பொருள் நயந்தோன்ற வ.உ.சி. விளக்கியுள்ளார். இதன்வழி, துக்கமற்று இன்புற்று வாழப் பழகுவதே அவர் காட்டும் வாழ்க்கை நெறியாகத் தோன்றுகின்றது. உலகியலாகக் காட்டவந்த அன்பினை மெய்ப்பொருளாக்கி வ.உ.சி. விளக்கம் தந்துள்ளார்

நன்மையினை யாக்குவது நல்லின்ப நல்குவதும்
புன்மையினைப் போக்குவதும் பூதலத்தில் - வன்மையுட
னுள்ளதையே சொல்லுவது முன்மையென்ப நீதிமுறை
யுள்ள கலை பற்பலவு மோர்ந்து."

(பா.தி., ப. 7)

என உண்மைக்கு வ.உ.சி. புதியதோர் இலக்கணம் தருகிறார். காதல், கவறாடல், கள்ளுண்ணல் இவை மூன்றினையும் முப்பெருங் கரிசுகளாகக் (பாவங்கள்) காட்டி, மெய்யுரைக் அவையெல்லாம் நீங்கும் என வ.உ.சி. புதுமையாகக் குறித் துள்ளார்

"ஓரிடமு மில்லெனவு மோருருவு மில்லெனவுந்
தேரிடமு மில்லெனவும் ...." (பா.தி., ப. 8)

என உண்மையைக் கடவுள் தன்மையுடன் ஒப்பிட்டு வ.உ.சி. காண முயலுவது அவர் காட்டும் புதிய நெறியாகும்.

2.4.2.1.3 உணர்த்தும் முறை

தாம் கூற விழையும் அறங்களை உடன்பாட்டிலும் எதிர் மறையிலும் வ.உ.சி. உணர்த்துகிறார். ஈதல், அன்பினை உணர்த்தும் எனவும், வீடுபேற்றினைத் தரும் எனவும் ஈதலினால் இப்பிறப்பு வினைகள் (ஆகாமியம்) நீங்கும் எனவும் உடன் பாட்டு முறையில் அணுகிய வ.உசி., ஈயாமையினால் அழியும் நிகழும் என எதிர்மறையாகவும் விளக்குகின்றார். இல்லார்க்கு ஈவதினால் இன்பம் விளையும் எனக் காட்டும் வ.உ. சி... இல்லார் அல்லார்க்கு ஈவதினால் இன்பம் எத்துணையும் விளையாது என எதிர்மறை விளக்கமும் தந்துள்ளார்.

உண்மையினை வரையறுத்துக் காட்டும் வ.உ.சி. வாழ்வில் வளமை பெறவும் திண்மை பெறவும் துன்பம் அற்றுப் போகவும் கூறப்படும் தன்னலம் சார்ந்த கூற்றுக்கள் உண்மையின் பாற்படா எனச் சுட்டியுள்ளார்,

> **.................... பொய்யுரைக்கச்**
> **சொல்லியவெல் லாமொழியத் தொன்னரகில்**
> **வீழ்வனெனச் சொல்லினரே யான்றோர் தொகுத்து."**
>
> **(பா.தி., ப.7)**

என உண்மையின் எதிர்மறையான பொய்யின் தீமையினைக் கூறி, உண்மையின் இன்றியமையாமையினை வ.உ.சி. வலியுறுத்துகின்றார்.

2.4.2.2 இறைநெறிப் பாடல்கள்

கடவுளின் உண்மைத்தன்மை, கடவுளின் சிறப்புக்கள் கடவுளின் இயல்புகள், உயிரின் இயல்புகள், வ.உ.சி.யின் இறைக்கொள்கை ஆகியவை இப்பகுதியில் விளக்கப்படுகின்றன.

2.4.2.2.1. கடவுளின் உண்மைத் தன்மை

கடவுள் உண்டெனும் கோட்பாட்டில் வ.உ.சி. நம்பிக்கை கொண்டவர் என்பதற்குத் தமது நூலினைக் கடவுள் வாழ்த் துடன் தொடங்கியிருப்பது சான்றாகும். வ.உ.சி. கடவுள் உண்டென்பதற்குக் காட்டும் காரணங்கள் சமயச் சான்றோர் காட்டிய நெறியில் அமைந்துள்ளன. பிறப்பு, இறப்புகட்கு

உட்படுவதாகிய தன்மை இல்லாப் பெரும்பொருளான பதியின் தன்மையினை,

"அறிவாக எப்பொருட்கும் ஆதார மாகச்
செறிவாக நிற்கின்ற தேவு………." (பா. தி., ப. 84)

என உணர்த்துகின்றார். இக்கருத்து,

"ஆக்கப் படாத பொருளாய் அனைத்தினிலும்
தாக்கித்தான் ஒன்றோடும் தாக்காதே - நீக்கியுடன்
நிற்கும் பொருளுடனே நிற்கும் பொருளுடனாய்
நிற்கை நிராதார மாம்.'"[16]

எனும் திருக்களிற்றுப்படியாரின் பாடல் கருத்தினைத் தழுவிய தாகும்.

"வித்துமதன் அங்குரமும் போன்றிருக்கும் மெய்ஞ்ஞானம்
வித்துமதன் அங்குரமும் மெய்யுணரில் - வித்ததனிற்
காணாமை யா லதனைக் கைவிடுவர் கண்டவர்கள்
பேணாமை யாலற்றார் பேறு.[17]

என வரும் திருக்களிற்றுப் படியார் பாடலின் கருத்தின் அடிப் படையில் வித்துக்குள் இலை, பூ, காய், கனி இருப்பதை உணரவேண்டாவா என வினவி உயிர்கள் தோறும் உறையும் இறைவனை வ.உ.சி. உணர்த்துகின்றார்.

சைவ சித்தாந்தத்தில் முப்பொருள்களாகிய இறை, உயிர், உலகம் என்பன என்றும் – உளப் பொருள்களாக ஒப்புக் கொள்ளப்பட்டவையாதலால், அவை மூன்றும் சத்தே ஆகும் எனக் கருதப்படுகின்றன. இக்கருத்தினையே,

"………………… பொருள்கள்
தம்முள் இருப்பதுமெய்ச் சத்து." (பாதி., ப.84)

என வ.உ.சி. விளக்குகிறார்.

ஒடுங்குதலும் தோன்றுதலும் ஆகிய வினைகள் இறை வனுக்கு இல்லாமையால் அவன் வினையின் நீங்கி விளங்கிய அறிவனாவான் எனச் சாத்திரங்கள் காட்டுகின்றன. இக் கருத்தினை ஏற்றுக்கொண்ட வ.உ.சி,

"ஒடுங்கிநிற்கும் தோற்றிநிற்கும் ஓர் பொருளே"
(பா: தி... ப. 85)

என இறைவனுக்குரிய தோற்றமின்மையினையும் ஒடுக்கமின்மை யினையும் குறிப்பிடுகின்றார். மெய்ப்பொருளும் அதுபற்றிய நினைப்பும் சூடும் ஒளியும் போலாகும் எனக்காட்டி, சூடும் ஒளியும் வேறாகாது ஒன்றாதல் போன்று மெய்ப்பொருளும் அதுபற்றிய நினைவும் ஒன்றேயாகும் என வ.உ.சி. விளக்குகின்றார். இத்தகைய விரிந்த விளக்கங்களால் கடவுளின் உண்மைத் தன்மையினை வ.உ.சி. நிலைநாட்டுகிறார்.

2.4.2.2.2 கடவுளின் சிறப்புக்கள்

மூலப் பழம்பொருளாகவும் மூவா உலகின் முதலாகவும் ஐம்பூதமாய் நிற்பவனாகவும் ஊழின் பயனை ஒழிப்பவனாகவும் உடம்பில் உறையும் உயிராகவும் கன்மேந்திரியமாக் காக்கின்ற தெய்வமாகவும் ஞானேந்திரியமாய் விளங்குபவனாகவும் மனத்தில் உறைந்து மாயம் செய்பவனாகவும் அறிவனாகவும் உயிர்க்கும் உயிராக நிற்பவனாகவும் மெய்ப்பொருளைக் காட்டி அதன் சிறப்புக்களை வ.உ.சி. உணர்த்துகின்றார்:[18]

"வானாகி மண்ணாகி வளியாகி ஒளியாகி
ஊனாகி உயிராகி உண்மையுமாய் இன்மையுமாய்க்
கோனாகி யானெனதென் றவரவரைக் கூத்தாட்டு
வானாகி நின்றாயை என்சொல்லி வாழ்த்துவனே."[19]

என மாணிக்கவாசகர் இறைவனைச் சிறப்பிப்பது போன்று. வ.உ.சி.யும் இறைவனைச் சிறப்பித்துக் காட்டியுள்ளார்.

2.4.2.2.3 கடவுளின் இயல்புகள்

கடவுளின் இயல்புகளை நேராகக் கூறாமல், மாந்தருள ஒருவராகிய தமது இயல்புகளுடன் ஒப்பிட்டுக் காட்டி கடவுளின் இயல்புகளைச் சிறப்பித்தும் தம்வழியாக மாந்தர் இயல்புகளை இழிவு படுத்தியும் வ.உ.சி. காட்டுகின்றார்.

".................... - குறைவல்
நிறைவல்யான் எஞ்ஞான்றும் நீஇருந்த வாறே
உறைவாய் ஒரே தன்மை உற்று ." (பா.தி., ப. 46)

என இயல்பில் குறைந்தும் நிறைந்தும் மாறும் தன்மைகொண்ட தம்மைப் போலல்லாமல், இறைவன் இருந்தவாறே ஒரே தன்மை உற்று, மாறாத இயல்பினனாம் என வ.உ.சி. விளக்குகின்றார்.

“ஓரிடநின் றோரிடத்திற் கோடுவல்யான் என்றுமிவண்
ஓரிட நின் றோரிடத்திற் கோடாய் நீ ....”

(பாதி., ப. 86)

என ஓடுதல் தமக்குண்டென்றும் ஓடாமை இறைவனுக்கு உண்டென்றும் வ.உ.சி. குறிப்பிடுகின்றார்,

‘இன்பமிலை துன்பமிலை ஈறு நடு வாதியிலை
அன்புபகை நாடுநகர் அன்னைதந்தை - என்புமனம்
ஒன்றுமிலை நிற்கெனக்கிங் குண்டெல்லாம் ஆதலினால்
என்றுமிலை நீஎற் கிணை.

(பா.தி, ப 86)

என ஒரு பாடல் முழுவதிலும் இறைவனையும், தம்மையும் ஒப்பீடு செய்து, தம்மைவிடச் சிறந்த இறைவனின் மெய்ப் பொருண்மையினை வ.உ.சி. விளக்குகின்றார்.

2.4.2.2.4 உயிரின் இயல்புகள்

ஆன்மா, மனம் ஆகிய இரண்டும் யாக்கையிடத்துள்ளன. ஆன்மா புரிவதெல்லாம் நன்மையாகும். புன்மனம்தான் தீதெல்லாம் புரியும் தன்மையதாகும். இவற்றின் உண்மை இயல்புகளை அறிந்துள்ள மாந்தர் சிலரேயாவர். இவற்றின் இயல்புகளை அறியாத மிகப்பலர் மனம்போன போக்கில் சென்று, நன்மையினை விடுத்துத் தீமையினையே ஆற்றுவர். மனம் விரும்புவதெல்லாம் குற்றமற்ற இறைவனின் ஆணை எனில், இவ்வுலக இன்பம் கருதி, நாளும் மாந்தர் தீமை செய்யார். கடவுள் எல்லாம் செய்வதென்றால், மாந்தர் கல்லிற்கு ஒப்பாவர் என்று காட்டுவதன் வாயிலாக, மனிதர் செயல்களெல்லாம் கடவுள் செயலாகாது என வ.உ.சி உணர்த்துகின்றார். ஆதி ஞானத்திற்கும் ஆத்ம ஞானத்திற்கும் நதி ஞானத்திற்கும் தொடக்க காலமுதல் புகழ்பெற்ற தமிழ்மொழியில் எழுந்துள்ள பேரறிஞர்களின் நூல்களைப் பயின்று இவ்வுண்மைகளை அறிந்து கொள்ளுமாறு வ.உ.சி. வேண்டுகின்றார்.[20]

2.4.2.2.5 வ.உ.சி.யின் இறைக்கொள்கை

இப்பகுதியில் வ.உ.சி.யின் பக்தி முறைமையும் பாடும் முறைமையும் விளக்கப் பெறுகின்றன.

2.4.2.2 5.1 பக்தி முறை

தாம் வாழ, தம் குடும்பம் மட்டும் வாழ இறைவனின் அருளினை வேண்டினாரில்லை; இவற்றிற்கும் மேலாக நாட்டு நலத்தினையும் மனத்திற்கொண்டே இறைவனை வேண்டுகின்றார்.

வ.உ.சி. விநாயகரிடம் முறையிடும் பொழுது,

"................... என்னிடுக்க னீக்கித்
தடுத்தெ னையாட் கொள்வாய் சகத்து." (பா.தி., ப. 26)

"............................... - மணமகளை
நீங்கிச் சிறையிருக்க நேர்ந்தவிதி போக்கியவட்
பாங்கிருக்கச் செய்வாய் பரிந்து." (பா.தி ... ப. 26)

மனைபிரிந்து வாழ்தலினும் வாழாது மாய்தல்
எனைவருந்தச் செய்யா திவண்." (பா. தி ... ப. 26)

எனத் தமதுநலம், மனைநலம் ஆகியவற்றைக் காக்குமாறு வேண்டுகின்றார்.

".. மன்னுயிர்கள்
இன்பமுறக் காத்தளிக்கு மென்சிவமே யென்னாட்டின்
றுன்பமற நல்காயோ துப்பு." (பா. தி, ப. 20)

எனச் சிவனை வழிபடுமிடத்து வ.உ.சி.யிடம் நாட்டு நலமே முதன்மை பெறுவதைக் காண முடிகிறது.

தமது குடும்ப உறவு கடந்து. நோய்வாய்ப்பட்டிருக்கும் தமது மைத்துனனையும்

"எத்தினமும் காத்தருளு மீசா வெனதுநல்ல
மைத்துனனைக் காப்பாய் மகிழ்ந்து." (பா. தி., ப. 15)

எனப் பிணியிலிருந்து காக்குமாறு இறைவனிடம் வ.உ.சி. வேண்டுகின்றார்.

தமது நாட்டு மக்கள் அறிவிலும், ஒழுக்கத்திலும் சிறந்து விளங்க,

"கல்வியறி வாய்நின்று கல்வியெலா மீகின்ற செவ்வியடி
யுள்வைத்துச் சிந்திப்போர் - கல்வி
யறிவுற்று நன்றாற்று யாதிநிலை சார்ந்து

செறிவுற்று வாழ்வர் தினம்."

(பா.தி., ப. 20)

என வாணியினை வ.உ.சி. வேண்டுகின்றார்.

2.4.2.2.5.2 பாடும் முறை

மைத்துனன் நலம்பெறத் திருமாலினை வேண்டும் பொழுது, புராண நிகழ்ச்சிகளையும் கதைகளையும் இடையிடையே வ.உ.சி. இணைத்துக் காட்டிச் செய்திக்குச் சுவை சேர்க்கின்றார். அங்ஙனம் வேண்டும் பொழுது,

"அன்பருள வெப்பத்தையாற்றின்ப நல்க வெண்ணெய்
தின் பலெனக் கொண்டவுண்மை தேராது - மன்புவியர்
கள்ளனெனக் கூறலுற்றார் கண்ணா வவர் வார்த்தை
தள்ளுவனே குற்றமெனத் தான்" (பா. தி., ப. 16)

எனத் திருமால் கண்ணன் அவதாரத்தில் வெண்ணெய் திருடி, உண்ட கதையினை விளக்குகின்றார். வாரணம் அழைக்க முன்னாள் வாவியில் தோன்றிக் காத்த நாரணன் கதையினையும் வ.உ.சி. சுட்டுகின்றார்.

திருமாலின் இராமாவதாரச் சிறப்பினை,

"இலங்கையை முன்னா ளாண்ட விராவணனீந்த நோயாற்
கலங்கிய தேவர் தம்மைக் கருணையாற் காத்ததேவே!"

(பா.தி., ப. 17)

என வ.உ.சி. குறிக்கின்றார்.

2.4.2.3 தன்னிலை விளக்கப் பாடல்கள்

வ.உ.சி. ஆக்கியுள்ள 1. இறைநெறிப் பாடல்கள், 2. கடிதவடிவப் பாடல்கள், 3. இரங்கற் பாடல்கள், 4. புலப்பற பாடல்கள் ஆகியவற்றில் அவரது தன்னிலை விளக்கத்தினைக் காணலாம்.

2.4.2.3.1 இறைநெறிப் பாடல்களில் தன்னிலை விளக்கம்

நாட்டிற்காகத் தாம் சிறைப்படுத்தப்பட்டமை ஆட்சிப் பொறுப்பில் இருந்தவர்களின் அடாத செயல் என்றும், தீயோரின் செயலை மாற்றித் தமக்கு இன்பம் வழங்கும் ஆற்றல்

இறைவனுக்கே உரியதென்றும் வ.உ.சி. அழுத்தமாக நம்புகிறார். சிறை வாழ்க்கை தம்மீது அடாது சுமத்தப்பட்டதை,

சிறையுள்ளே நின்றின்று தீயவெலாந் துய்க்கக்
குறையென்னே செய்தேன்காண் கூறு.” (பா.தி., ப. 28)

“துன்பச் சிறையுட் டொலையாது நின்றழிய
முன்பென்ன செய்தேன் மொழி.” (பா. தி., ப.32)

என இறைவனிடம் வ உ.சி. முறையிடுகின்றார்.

“ஏ தமி னெஞ்சுட விச்சிறை நின்றுளேற் கின் பருளே.”
(பா.தி., ப. 27)

என இறைவனைத் தம் துன்பம் தீர்க்கும் வாயிலாக வ.உ.சி. காட்டுகின்றார். இவற்றால் கொடுமை கண்டு கொதிக்கும் அவரது அறநெஞ்சம் நமக்குப் புலனாகிறது. சிறையில் இருந்த பொழுதும் வீடு, நாடு ஆகியவற்றின் நலனையே வ.உ.சி. நாடி யிருந்தமையை,

“பாரியை மக்களைப் பண்டுபோற் சேரநான் பார்த்தருளே.”
(பா.தி., ப. 29)

“தீய சிறைவிட்டுத் தேயத்திற் சேர்த்தருள் சீக்கிரமே.”
(பா.தி., ப. 32)

என்ற இப்பாடல் அடிகள் உணர்த்துகின்றன. நோய்வாய்ப் பட்ட மைந்தனுக்கு மருந்து கொடுக்குமாறு அவர்தம் துணைவியார் அவரை வற்புறுத்த,

“.................................. - மடமனையா
ளன்புகொண்ட புத்திரனுக் காமவிழ்த நல்கவென்று
துன்புறுத்துகின்றா டொழுது.” (பா.தி., ப. 13)

என இறைவனிடம் முறையிட,

“அன்புடைய மைந்தா வறியாது சொற்ற னைநீ
துன்பின்பு நல்குவது தொல்கரும மென்பதுமெய்
யானாலுநீ தொன்னூ லறைந்தபடி நோய்க்கவிழ்த
நானாகி னுங்கொள்ள னன்று.”

(பா.தி., ப. 13)

என இறைவனே பதிலிறுப்பது போல் வ.உ.சி. பாடியுள்ளமை அவரது கற்பனைத் திறனைக் காட்டுவதோடு, மனைவி, மக்களிடம் அவர் கொண்டிருந்த ஈடுபாட்டினையும் விளக்குகின்றது

2.4.2.3.2 கடிதப் பாடல்களில் தன்னிலை விளக்கம்

வ.உ.சி. குடும்பத்தினருக்கும் உறவினர்க்கும் நண்பர்களுக்கும் கவிதை வடிவில் பல கடிதங்களை இலக்கியச் சுவையுடன் எழுதியுள்ளார். இவற்றின் வாயிலாக, வ.உ.சி.யின் குடும்ப நலவுணர்வு, விரிந்த எண்ணப் போக்கு, நன்றி பாராட்டும் இயல்பு, இலக்கிய இலக்கண நூல்களில் ஈடுபாடு, நெருக்கடி அனுபவங்கள் ஆகியவை புலனாகின்றன.

2.4.2.3.2.1 குடும்ப நல உணர்வு

"தாயே பரமாயி தாங்கிஎனைப் பெற்றுவளர்த்,
தாயே நினக்கென்ன யான்செய்தேன் - நோயே
எனைச் சுமந்த நாள்தொடங்கி ஈந்தேனே அல்லால்
நினைச்சுமந்து போற்றிலனே நின்று."

(பா. தி., ப. 33)

எனத் தாய்க்கெழுதிய கடிதத்தில் வல்லவனாகத் தாம் வாழ்ந்தில தால், சான்றோன் என்னும் சொற்கேட்டுத் தாயை உவக்க வைக்க முடியாமைக்கு வ.உ.சி. மிக வருந்துகிறார்.

"நன்றுபுரி யாதிழிந்தேன் நான்.

(பா. தி., ப. 39)

என்ற பாடலடி தாய்க்குத் தாம் உதவமுடியாமை பற்றிய வ.உ.சி.யின் வருத்தத்தினைப் புலப்படுத்துகின்றது. தமது துணைவிக்கு எழுதிய கடிதத்தில்,

'கோனாட்சி நீக்கிக் குடியாட்சி ஏற்படுத்தித்
தானாட்சி செய்வலெனச் சாற்றியோன் - மீனாட்சி
என்றழைக்க உள்மகிழும் ஏந்திழையே உற்றனையோ
இன்றழைக்கக் காணா இடர்"

(பா. தி., ப. 41)

என வ.உ.சி. தமது சிறைப்பிரிவிற்காக வருந்தும் துணைவிக்காக வருந்துகின்றார். மாசிலா மனைவியாகவும் மயிலாகவும்

அன்னமாகவும் கிளியாகவும் உயிரின் துணையாகவும் மெய்த் துணையாகவும் மனத்துள் வாழ்த்துணையாகவும் உயிரை ஆளுகின்ற துணையாகவும் உணர்ச்சி ததும்பும் சொற்களில் தம் மனைவியை வ.உ.சி. விளித்துப் போற்றுகின்றார்.

"என்னரும் உயிரினும் என்னுயர் உளத்தினும்
மன்னுறப் பாதியை மகிழ்ந்துனக் களித்தேன்;"

(பா.தி., ப. 42)

என்ற பாடலடிகள் வ.உ.சி.யின் இல்வாழ்வுச் சிறப்பினை உணர்த்துகின்றன. சூரனைக் கொன்ற ஆறுமுகன் பெயர் கொண்ட தம் மூத்த செல்வனால் மெய்வலியும் மெய்யறிவும் தாம் பெற்றதாகத் தம் மைந்தர்க்கு எழுதிய கடிதத்தில் வ.உ.சி. குறிப்பிடுகின்றார்.

"அண்ணன் பகைவர் அரணுள் அழிவனெனும்
எண்ணம் உன தறிவை ஏய்த்ததோ........."

(ப.தி ... ப. 51)

எனத் தமக்குத் தரப்பட்ட சிறைத் தண்டனை கேட்டு அறிவு திரிந்த தம் தம்பிக்காக வருந்தி எழுதி,

"............ நல்ல றிவுற்
றிவ்வுலகில் வாழ்வாய் இனிது." (பா.தி., ப. 52)

எனத் தம்பியினை வ.உ.சி. தேற்றுகின்றார். இவற்றால் வீடு சிறந்தாலன்றி, நாடு சிறவாது எனக் கருதி இல்லறத்திணை நல்லறமாக நடத்திய வ.உ.சி.யின் நன்னெஞ்சினை உன்லாம்.

2.4.2.3.2.2 பரந்துபட்ட எண்ணப்போக்கு

தந்தை, தாய், மனைவி, மைந்தன், மைத்துனன், ஆகியோர்க்குக் கடிதவடிவில் எழுதப்பட்ட பாடல்களில் தமது சிறை வாழ்க்கைத் துன்பங்களை எடுத்து மொழிவதோடு சிறை விடுதலை விரைவில் பெற்று நாட்டை உய்விப்பதாக வ.உ.சி. கூறும் செய்திகள் அவரது எண்ணச் சிறப்பினை உணர்த்துகின்றன. வீட்டுநலம் பேணுவதுடன் அவரது கடமை நில்லாது, நாட்டுநலம் பேணும் அளவிற்கு விரிந்து செல்கின்றது. சிறை புக்கது தம் குறையாலா. தம் தந்தையின் குறையாலா, மன்பதையின் குறையாலா எனத் தம்முள் தாமே வினவுகிறார்.

சிறை புகுந்ததற்கு ஊழே காரணமாகும் என அவரே விடையிறுக்கின்றார். சிறையிலிருந்தபொழுது தமது இழப்புக்களைச் தம்தந்தைக்கு உணர்த்தினாலும்

"ஆதலினால் என்தந்தாய் யான் சிறையுள் நம்குடும்பம்
ஏதமுறப் புக்கேனென் றெண்ணற்க - நோதல்
அடைந்தேனென் றெண்ணற்க ஆதியருள் கோண்மை
அடைந்தேனென் றெண்ணுகநன் கியான்."

(பா. தி., ப. 39)

எனச் சிறை புகுந்ததால் அருமையும் பெருமையும் தாம் பெற்ற தாக வ.உ.சி. பெருமிதம் அடைகின்றார். தம் தாய்க்கு எழுதிய கடிதத்தினை,

"ஆதலினால் என் அன்னாய் யான்இன்று பல்நூலும்
ஓதலினால் எய்துமுயர் ஓர்வுகொடு - வேதம்
பிறந்தஅரும் நாடாண்டு பின்னருள காண்டிங்
கறந்திரளச் செய்வேன் அறிந்து." (பா.தி., ப. 40)

எனப் பிறந்த நாடாளும் பேற்றைத் தாம் பெறப்போகும் உறுதி யுடன் வ.உ.சி. முற்றுவிக்கின்றார்.

"............ தீவினையைத் தும்சம்
செயச்சிறையுள் புக்கேன் சிரித்து." (பா.தி., ப. 41),

எனத் தாம் சிறை செல்வதற்குரிய குறிக்கோளினைத் துணைவி யார்க்குக் கடிதத்தில் குறித்துள்ள வ.உ.சி., தம்முயிரினும் உளத்தினும் பாதியைத் தம் மனைவிக்கு மகிழ்ந்தளித்துப் பின்னுள பாதியைத் தம் தேயத்திற்கு வழங்கியதாகக் குறிப்பிடுவ திலிருந்து வீட்டு நலமொத்து நாட்டு நலமும் இருத்தல் வேண்டுமென்பதில் வ.உ.சி நாட்டமுடையவராக இருந்தார் எனத் தெரிகின்றது.

பிள்ளைப் பாசத்திலும் நாட்டின் உயர்வே சிறந்தது எனக் கருதும் வ.உ.சி.யின் மனவுணர்வினை,

"நம்முயர் நாட்டை நமக்கவர் நல்கிடுவர்
நம்முயர்வு காண்கின்ற நாள்." (பா. தி., ப. 46)

என்னருமை ஆறுமுகா இன்றுன்னைக் கண்டறிந்தேன்
என்னருமைத் தேயநமக் கெய்துமென - உன்னருமை

டாக்டர். அ. சங்கரவள்ளிநாயகம்

வாக்கால் மதியால் மலர்முகத்தால் மாண்நடையால்
ஈக்காற் பொழுதே இருந்து." (பா.தி., ப. 48)

என்ற இப்பாடல் அடிகள் காட்டுகின்றன.

தம் மைத்துனர்க்கு எழுதிய கடிதத்தில்,

'என்னைஇங் கனுப்பிய முன்னைய வினையும்
யானிவண் இழைத்த கோனுயர் தவமும்
நேற்றே முடிந்தன; ....' (பா.தி ... ப. 49)

எனச் சிறைச்சாலையைத் தவச்சாலையாகக் காட்டியும்

உறவினர்க்கு எழுதும் பொழுதெல்லாம்,

"உன்னுடைய சொற்கொண்டேன் உள்ளுவந்தேன் இன்றெய்தும்
என்னுடைய தேயம் எனக்கு." (பா. தி., ப. 50)

எனத் தமது வீடு. பிள்ளை, பெண்டு எனக் குறுகிய எல்லைக் கோட்டில் நிற்காமல் நாட்டின் நலத்தினையே நாடியும் வ.உ.சி. எழுதியுள்ளார்.

2.4.2.3.2.3 நன்றி பாராட்டும் இயல்பு

சிறை புகுமுன்னும் புகுந்த பின்னும் தம் வாழ்வு நடத்தப் பயன்பட்டாரையெல்லாம் கவிதை வடிவிலேயே வ.உ.சி. நன்றி பாராட்டி மகிழ்கின்றார். தினையளவு நன்மை பெற்றிருந்தாலும் நன்மை யாற்றியவரைப் பனையளவாய்ப் பாராட்டுப் இயல்பு அவர்க்கிருந்தது அன்னை, தந்தையினைவிடத் தமக்குத் துணையாய் நின்ற அறம்வளர்த்த சுந்தரம் பிள்ளையினை,

"குலதெய்வ மாவைத்துக்கும்பிட்டு வாழ்வேன்
பலநாளும் அன்பால் பணிந்து." (பா.தி., ப 33)

எனத் தமக்கு உதவி நின்றமைக்காகக் குலதெய்வமாக்கி வழிபடுவதாக அவர்க்கெழுதிய கடிதத்தில் வ.உ.சி. குறிப்பிட்டுள்ளதால் அவரது உயர்ந்த நன்றியறிதற் பண்பு புலனாகிறது.

"அருகணைத்துப் பாலூட்டி ஆதரித்த தாயும்
ஒருகணத்து நின்னன்பிற் கொவ்வான் ...."
(பா.தி., ப. 35)

எனத் தாயினும் பரிந்தூட்டிய கோ. க. சுப்பிரமணிய முதலியாரின் தகைமையினை வ.உ.சி. போற்றுகின்றார் அவரது குடும்பத்தார்க்கு இப்பிறப்பில் மட்டுமில்லாது, வரும் பிறப்புக்களிலும் ஏவல் புரிந்து வாழ விரும்புவதாக வ.உ.சி. புலப்படுத்தித் தமது நன்றிப் பெருக்கினை உணர்த்துகின்றார்.

தூத்துக்குடியைச் சார்ந்த இரு பெரியார்களிடமிருந்து தமக்குப் பணம் பெற்றுக் கொடுத்தமைக்காக ஈசுவரமூர்த்தியா பிள்ளையின் பெருஞ் செயலை வ.உ.சி.

"கடித்துக் கரும்பினைக் கண் தகர நூறி
இடித்து நீர் கொள்ளினும் இன்சுவைத்தே....."

(பா.தி., ப. 55)

எனக் கரும்பின் சுவைக்கு ஒப்பாக்கிப் பாராட்டுகின்றார்.

தேவைப்படும் பொழுதிலெல்லாம் தமக்கு உதவி நின்ற விசயராகவாசாரியார்க்கு நன்றி உணர்த்துவதோடு, –

"என்னுடைய நாவாய்க் கிருநிதிதந் தோர்க்கெல்லாம்
என்னுடைய மெய்வணக்கம் ஈந்திடுவாய் ..."

(பாதி., ப. 55)

எனத் தமக்கு உதவி நின்றோர்க்கெல்லாம் அவர் வாயிலாகவே நன்றியினை வ.உ.சி. புலப்படுத்தியுள்ளார்.

தாய்நிகர் நாயகராக இவருக்கு விளங்கிய வள்ள சுவாமிகளை,

"என்னுடை மனையையும் என்னுயிர் மகாரையும்
நின்னடி நிழலில் நிலைத்திடச் செய்க;" (பா.தி., ப. 60)

எனத் தாம் சிறையிலிருந்த காலத்தில் தமது குடும்பப் பொறுப்பினை ஏற்று நடத்துமாறு வ.உ.சி. வேண்டுகின்றார்.

"ஆண்டுமகப் பேறுக் கன்புடன் உதவியும்
பெற்றநன் மகற்கும் பின்னுற்ற மகற்கும்

(பா.தி, ப. 60)

என வள்ளிநாயக சுவாமிகள் தமது குடும்பத்திற்கு ஆற்றிய பணிகளை வ.உ.சி. அறிவிக்கின்றார். தம் மைத்துனருடன் கொண்ட கருத்து வேறுபாட்டினால் தமது இல்லம் நீங்கிய வள்ளிநாயக சுவாமிகளுக்கு,

> “சென்றன எல்லாம் செல்லுக. நாம்இனி
> நன்றுறும் வழியினை நவில்கிறேன் கேண்மோ:
> என்னுயர் மக்கள் இருவரும் என்றும்
> நின்னடி தொழுது நிலைத்திவண் வாழ்தலே
> என்னுளம் கொண்டுளேன்; ....”
>
> (பா. தி., ப. 64)

எனக் கடிதம் எழுதி மீண்டும் தமது இல்லத்திற்கு வருமாறு வள்ளிநாயக சுவாமிகளை வேண்டியுள்ளமை நன்மை செய் தாரின் நட்பினை மறத்தல் பழியாகும் எனக் கருதிய வ.உ.சி.யின் நல்லியல்பினை விளக்குகின்றது. இங்ஙனம் நூலாக எழுதி னாலும் கடிதமாக எழுதினாலும் அவர் எழுத்துக்களில் எல்லாம் சமுதாய அறமே தலைதூக்கி நிற்பதைக் காணலாம்.

2.4.2.3.2.4 இலக்கிய இலக்கண நூல்களில் ஈடுபாடு

சிலருக்கு எழுதிய கடிதக் குறிப்புக்கள் வாயிலாகத் தமிழ நூல்களில் அவருக்கிருந்த ஈடுபாட்டினை அறியலாம். சில செல்லுமுன் தம் மைத்துனர்க்கு எழுதிய ஒரு பாடலில்,

> “..................................... .... தனநல்குஞ்
> சுந்தரகாண் டம்படித்துத் தூயவரு ளைப்பெற்றுச்
> சந்ததமும் வாழென்னைச் சார்ந்து.’ (பா.தி. ப.)

எனச் சுந்தரகாண்டம் படிக்குமாறு தம் மைத்துனனை வ.உ.சி. வேண்டுகின்றார். இவ்வடிகள் கம்பராமாயணத்தில் வ.உ.சி கொண்டிருந்த ஈடுபாட்டினை உணர்த்துகின்றன.

குற்றால புராணமெனும் நூலைத் தமக்குக் கொடுத்து உதவுமாறு முகவூர் இராமசாமிக் கவிராயரை வ.உ.சி. வேண்டுகின்றார்.[21] சிறையினுள் இருந்தபொழுது நன்னூலும் மெய்ப்பொருளும் உடனிருப்பார்க்குக் கற்றுத் தருவதாகத் தம் நண்பர்க்கு எழுதிய கடிதத்தில் வ.உ.சி. குறிப்பிட்டுள்ளார். சிறையில் இருந்த தமக்குத் தொல்காப்பியம், நிகண்டு. குறள் அகராதி ஆகியவற்றைத் தந்துதவுமாறு ப.சு. நெல்லையப்பப் பிள்ளைக்கு வ.உசி. வேண்டுகோள் விடுக்கின்றார்.[22]

2.4.2.3.2.5 நெருக்கடி அனுபவங்கள்

உற்ற நண்பர்க்கு உரிமையுடன் எழுதியுள்ள கடிதங்கள் வ.உ.சி.யின் வாழ்க்கையில் ஏற்பட்ட நெருக்கடிகள், பொருள்

இல்லாமையினால் உண்டாகிய தொல்லைகள் ஆகியவற்றை உணர்த்துகின்றன. தமது நம்பிக்கைக்குரியவரிடம் எதனையும் மறைக்காது கூறும் இயல்பினராக வ.உ.சி. விளங்கியுள்ளார்.

"நீவிர் முனமளித்த நீள்நிதியெல் லாமெனது
தாவில் வழக்காண்டார் தாம்கொண்டார் - காவல்
மனையாள் நகையிரவால் வந்தபொருள் இன்றிங்
கெனையாள்வார் கொண்டார் இழுத்து." (பா.தி., ப. 54)

எனத் தம் நண்பர்க்குப் பொருள் தொடர்பான சிக்கலை வெளிப்படையாகவே எழுதி.

.... முன்ன ரெனைக்
காத்ததுபோல் இன்றுமெனைக் காத்தளித்தல்
நும்கடன்காண்
ஈத்துமதிக் காறைந் தெமர்க்கு." (பாதி., ப. 54)

என்ற வேண்டுகோளுடன் வ.உ.சி. கடிதத்தை முடிக்கிறார்.

"எல்லாரும் கைவிட்டாரீ ஏந்திழையும் துன்புற்றாள்
வல்லாரும் வல்லுநரும் மா நிலத்துச்செல்லா
திவன்பேச் சினியென் றெனையிகழ்ந்தார் ...."
(பாதி., ப. 50

எனக் கோ. அ. இலக்குமணப் பிள்ளைக்குத் தமது ஆதரவற்ற நிலைமையினை உணர்த்தித் தீபாவளிப் பண்டிகைக்கு அண்டி நின்று தமக்கு உதவ வ.உ.சி. வேண்டுகின்றார். வறுமையின் வலமாக புறக்கணிப்பின் இருப்பிடமாக வ.உ.சி. இருந்தமையை இப்பாடல் விளக்குகின்றது.

மானம் கெடாத வகையில் வாழ விரும்பிய வ.உ.சி.யின் கருத்தினை,

"தருக இது பார்த்த தருணமே வெண்கா
சிருபதொடு முப்ப திசைத்து." (பா. தி., ப. 77)

என ஞான சிகாமணி முதலியார்க்கு வ.உ.சி. எழுதிய கடிதக் குறிப்புக் காட்டுகின்றது.

"மாரியெனக் காப்பாய் மகிழ்ந்து" (பா.தி, ப.77)

"ஓவா வறுமையைவான் ஓட்டு." (பா. தி., ப. 77)

எனத் திருமலாச்சாரியார்க்குத் தமது வறுமையினை உணர்த்தித் தமக்கு உதவுமாறு வ.உ.சி. எழுதியுள்ளார்.

ப. சின்னச்சாமி என்னும் நண்பர்க்கு,

“வந்தகவி ஞர்க்கெல்லாம் மாரியெனப் பல்பொருளும்
தந்த சிதம்பரமன் தாழ்ந்தின்று சந்தமில்வெண்
பாச்சொல்லிப் பிச்சைக்குப்பாரெல்லாம் ஓடுகிறான்
நாச்சொல்லும் தோலும் நலிந்து.” (பா. தி., ப.57)

எனத் தமது முந்திய வளமை வாழ்வினையும் இன்றைய வறுமை வாழ்வினையும் வ.உ.சி. விளக்கிக் காட்டியுள்ளார்.

அவர்க்கு மிக உரிமைப்பட்டவரான ப.சு. நெல்லையப்பப் பிள்ளைக்கு வ.உ.சி. எழுதியுள்ள விரிவான கடிதத்தில் அவா பட்ட குடும்பத் தொல்லைகள் மிகுதியும் இடம் பெற்றுள்ளன. மாதம் முதல் தேதியில் வள்ளிநாயக சுவாமிகள் தருகின்ற பதினைந்தையும் தம்மனைவியிடம் வழங்குமாறும் எஞ்சியரும் தால் பால் வாங்கினதற்கோ, நகையை மீட்டுக் கொள்வதற்கோ தந்துவிடுமாறும் அவ்வாறு பணம் வராது போனால், ஊரார் “கடன்களைத் தீர்க்கச் சொத்தை வைத்துக் கடனைக் கட்டி கழிக்குமாறும் வரவு செலவுக் கணக்குகளை ஏழ்மையில் இருந்துகொண்டே வ.உ.சி. எழுதுகின்றார். படிப்பார்க்குத் தமது வறுமைநிலை மனத்தில் பதியுமாறு,

சடகோபன் தந்தனனோ சாற்றியகட் டெல்லாம்
விடலொண்ணா வேலா யுதத்தின் - கடனோடு
காஞ்சிக் கடனும் கழற்றினையோ நூல்கடைக்குத்
தீஞ்சொல்லை நல்கினையோ செப்பு .” (பா.தி. ப.72)

என எழுதிக் கடன் தீர்த்து மானத்துடன் தாம் வாழ விரும்பு வதையும் வ.உ.சி. உணர்த்துகின்றார். இவ்வாறு உறவு முறையில் அறுவர்க்கும் நட்பு நிலையில் பதின்மூவர்க்கும் எழுதிய கடிதங்கள் வ.உ.சி.யின் பல்வேறு நல்லியல்புகளை வெளிப் படுத்துவனவாகும்.

2.4.2.3.3 இரங்கற்பாடல்கள்

அகம், புறம் என்ற இருகரைகளிடையே ஓடிவரும் தமிழாற்றின் சிறப்பான பண்பாட்டுத்துறை புறமாகும். புறத்தில்

இன்றும் என்றும் நெஞ்சை உருக்குவது கையறு நிலைத்துறை யாகும்.

"ஒழிந்தோர் புலம்பிய கையறு நிலையும்"[23]

எனத் தொல்காப்பியமும்

"செய்கழன் மன்னன் மாயந்தெனச் சேர்ந்தோர்
கையற வுரைத்துக் கைசோர்ந்தன்று"[24]

என்று புறப்பொருள் வெண்பாமாலையும் கையறு நிலைத்துறை யினை விளக்குகின்றன. சங்க காலத்தில் கையறு நிலை என்னும் துறை அமைப்பில் பாடப்பட்ட பாடல்கள் போலவே இன்றைய இரங்கற் பாடல்களும் அமைந்துள்ளன. இப்பாடற் றிரட்டில் வ.உ.சி. பாடிய இரண்டு இரங்கற் பாடல்கள் இடம் பெற்றுள்ளன. இரங்கற் பாடல்களில் இறந்தவர் சிறப்பும் இருப்பவர் துன்பமும் இடம் பெறுவது இயல்பு. வாழ்க்கைத் துணையினை இழந்தபொழுதும் வாழ்வின் வழிகாட்டியினை இழந்தபொழுதும் வ.உ.சி. மிக வருந்தி இப்பாடல்களை எழுதியுள்ளார். இவற்றால் அவர்தம் இல்லற உறவும் நட்பினைப் பாராட்டும் நற்பண்பும் புலப்படுகின்றன.[25]

2.4.2.3.4 புலம்பற் பாடல்கள்

வ.உ.சி.யின் விடுதலை உணர்வினைப் புலம்பற் பாடல்கள் புலப்படுத்துகின்றன. சிறையில் இருந்தபொழுது உள்ளம்பட்ட துயர்களையும் விருப்பங்களையும் வெளிப்படுத்துவதற்காக புலம்பற் பாடல்களை வ.உ.சி. பயன்படுத்தியுள்ளார்.

சிறை விடுதலை பெற்று,

"நண்ணுவனோ நின்னைஇன்று நான்."' (பா.தி., ப.821)

எனத் தம் மனைவியை விளித்துத் தமது விடுதலை விருப்பத்தினை வ.உ.சி. வெளியிடுகின்றார்.

"மெய்தழுவிச் சொற்கேட்டு மேன்மேலும் இன்பமுற
மெய்தருமோ இன்றெனக்கு வீடு" (பா.தி., ப. 82)

எனத் தமது ஏக்கத்தினை மைந்தனிடம் அவர் வெளிப் படுத்தியுள்ளார்.

"வந்தனங்கள் செய்து வெற்றி மாலையிட உன்னினையோ
தந்திடுமோ மெய்வீடு தான்." (பா.தி., ப. 82)

எனச் சிறை விடுதலைக்குப்பின் பாரதம் தமக்கு இவ்வா றெல்லாம் சிறப்புச் செய்யும் எனக் கற்பனையாக வ.உ.சி. எண்ணி மகிழ்கின்றார்.

"மெய்யாக நீமுன் போல் வேண்டியஎற் கிஞ்ஞான்று
மெய்யாக மெய்தருமோ வீடு." (பா. தி., ப. 83)

என்ற பாடலடிகள் விடுதலைபெறத் துடிக்கும் வ.உ.சி.யின் துடிப்பினை உணர்த்துகின்றன.

குருவிக்குஞ்சு, நாகணவாய்ப்புள், மாடப்புறா, குயில், காகம் ஆகியவற்றை விளித்து அவர் சிறையில் பட்ட துன்பத்தினை அவற்றிற்கு விளக்கம் செய்துள்ளார்.

சிறையில் துன்பமுறும் தம்மைப் போலவே கூட்டினைவிட்ட குருவிக்குஞ்சும் துன்புறுகின்றதோ என வ.உ.சி. வரும் பாடுகின்றார். நண்பர், உறவினர் ஆகியோருடன் வாழ்கின்றனவோ, தம்மைப் போன்று பிரிந்து துன்புறுகின்றனவோ என நாகணவாய்ப்புள்ளினை அவர் விளித்துக் கேட்கின்றார். தம்மனைவி, மக்கள் தாழ்ந்து, சிறுமைப்படுத்தும் வறுமை பற்றனரோ என்பதனை அறிந்து. தம்மிடம் வந்து சொல்லுமாறு மாடப்புறாவினை வ.உ.சி. வேண்டுகின்றார். கூவும் குயிலினைப் பார்த்துச் சிறைப்பட்டிருக்கும் தமக்குக் கூறும் செய்தி யாது என அதனை வ.உ.சி. வினவுகின்றார். தாம்படும் துன்பத்திற்கு எல்லையுண்டோ எனக் கரையும் காகத்தினை அவர் வினவுகின்றார்.[26]

"கேட்குந போலவும் கிளக்குந போலவும்
இயக்குந போலவும் இயற்றுந போலவும்
அஃறிணை மருங்கினும் அறையப் படுமே."[27]

என்னும் நன்னூல் நூற்பாவின் பொருளினைக் கருதிப்பார்க்க இப்பாடல்களும் சுவை மிக்கவையாக விளங்கும். இங்ஙனம் சிறையில் வ.உ.சி. பெற்ற வாட்டம், வருத்தம், விடுதலை பெறத் துடித்த உணர்வு ஆகியவற்றை இப்பாடல்கள் விளக்கிக் காட்டுகின்றன.

2.4.2.4 வாழ்த்து பாடல்கள்

தூத்துக்குடியில் உள்ள சைவ சித்தாந்த சபையின் இருபத்திரண்டாம் ஆண்டு விழாவில் கலந்து தலைமையேற்ற இராமநாதபுர மன்னர் பாண்டித்தேவரையும் இருபத்தொன்ப தாம் ஆண்டுவிழாவில் தலைமையேற்ற மறைமலையடிகளையும் வ.உ.சி. வாழ்த்திப் பாடியுள்ளார். இப்பாடல்கள் அறிஞரைப் பாராட்டும் வ.உ.சி.யின் இயல்பினையும் தமிழ்நாடு, தமிழ்மொழி ஆகியவை பற்றி அவர் கொண்டிருந்த கருத்தினையும் புலப் படுத்துகின்றன. நாடு, மொழி ஆகியவை பற்றித் தாம் கொண்டிருந்த கொள்கைகளை விளக்கத் தாம் பாடிய வாழ்த்துப் பாடல்களைக் கருவியாக வ.உ.சி. பயன்படுத்தியுள்ளமை கருதத்தக்கது.[28]

2.4.2.5 பல்சுவை நறுக்குகள்

இப்பாடற்றிரட்டு நூலில் இடம்பெற்றுள்ள சுவைமிக்க சில துண்டுப் பாடல்கள் பல்வேறு துறைகளைத் தழுவியனவாக வுள்ளன. சிறிய சில நிகழ்ச்சிகளும் பாடலாக மலர்ந்துள்ளன. இவ்வகைப் பாடல்களில் தாலாட்டு இடம் பெற்றுள்ளது; மௌனமெனும் உயர் நிலைக்கு வ.உ.சி. விளக்கம் தருகிறார்; போகும் வழியில் பெய்த மழை நிற்குமாறு அவர் மழைக்கு 'விடுத்த வேண்டுகோளும் பாடலாக உள்ளது: வ.உ.சி.யின் குறள் நெறித்தோய்வும் ஒரு பாடலாக அமைந்துள்ளது: தமிழ் நூல்கள் சிலவற்றைப் பற்றிய மதிப்புரையினையும் வ.உ.சி. பாடல் வடிவில் தந்துள்ளார்.

வாக்குண்டாம் பாடிய ஔவை வள்ளுவர்க்கு மூத்தவர் என்று குறிப்பிட்டு ஔவையின் நூலை வ.உ.சி.. பாராட்டுகின்றார். நான்மணிக்கடிகையினை நல்ல சுவையுணவாகவும் மழலை, மனைவி, மலர் ஆகியவரால் தரமுடியாத இன்பமாகவும் இவர் மதிக்கின்றார். சிவப்பிரகாசரின் நன்னெறி இவருக்கு உவகை ஊட்டுகின்றது. நல்வழி என்னும் அறநூல் உண்மையில் நல்வழியைத் தந்து அல்வழி தவிர்க்கின்றது என வ.உ.சி. குறிப்பிடுகின்றார்.[29] இலக்கிய நூல்களில் அறநூல்களே இவரது நெஞ்சினை மிகத் தொட்டுள்ளன.

2.4.2.6 தன்னாற்றலை வெளிப்படுத்தும் பாடல்கள்

சொல்லினைக் கட்டும் புலவர், ஓசை பயிலும் புலவர், ஏருடைக் கவிவாணர், இலக்கண நூற் கவிப்புலமைத் தொன்

– னூலார் என்ற சிறப்புக்களுக்கு வ.உ.சி. முற்றிலும் பொருத்த மானவராகவே விளங்குகின்றார். நாள், மலர், காசு. பிறப்பு என நான்கு சீர்களையும் தனித்தனியே ஈற்றுச் சீர்களாக்கி நான்கு வெண்பாக்களை வ.உ.சி. பாடியுள்ளார். கவிதை வ.உ.சி.க்குக் கைவந்த கலை என இப்பாடல்கள் உணர்த்துகின்றன.

ஈற்றடி கொடுக்கப்பாடியவை

"பெற்றபிறப் பேநற் பிறப்பு."

"படித்ததனா லாய பயன்"

"பந்தமெலாம் போகும் பறந்து."

"அன்பிலா னென்மனித னாம்."

"மயங்குதே யென்றன் மனம்."

"உன்னுவதே மாந்தர்க் குயர்வு."[30]

என்று தமக்குத் தரப்பட்ட ஈற்றடிகளைக் கொண்டு வ.உ.சி ஆறு வெண்பாக்கள் பாடியுள்ளார். இத்தகைய பாடல்களை புனைதல் ஓரளவிற்கு வட்டரங்கு வேலையாகுமேயன்றி, இவற்றில் சுவையும் சிறப்பும் அமையாது என்பது பொது உண்மையாகும். ஆனால் வ.உ.சி. யோ

"உண்டிருக்க நல்லன்ன மூரினுள்ளே யோர்வீடு
கண்டிருக்க நன்மக்கள் காதலிக்கப் - பெண்டொருத்தி
கற்றுணர வோர்தோழன் காக்கவிறைநோன்புடையோன்
பெற்றபிறப் பேநற் பிறப்பு." (பா.தி., ப.17)

எனக் கவிதைச் சுவையும் பொருட்சிறப்பும் கலந்த வெண்பா வினைப் பாடியுள்ளமையை உணரலாம். மேற்கூறியவற்றில் எஞ்சிய ஐந்து பாக்களும் இப்பாடலை ஒத்த சுவை உடையன வாக விளங்குகின்றன.

முடிவுரை

பாடற்றிரட்டில் பல பாடல்கள் கடவுள், ஒழுக்கம் பற்றியன. எஞ்சியவை உறவினர்க்கும் நண்பர்களுக்கும் கடித வடிவத்தில் வ.உ.சி.யால் எழுதப்பட்ட பாடல்களாகும்.

இப்பாடல்கள் அறநெறிப்பாடல், இறைநெறிப்பாடல், தன்னிலை விளக்கப்பாடல், வாழ்த்துப்பாடல், பல்சுவை

நறுக்குப்பாடல், தன்னாற்றலை வெளிப்படுத்தும் பாடல் என்னும் பகுப்புகளில் ஆயப்பட்டுள்ளன.

அறநெறிப் பாடல்களில் காணப்படும் ஈகை, அன்பு, உண்மை, கொலையின் கொடுமைகள் ஆகிய அறங்களுக்கு முன்னைய அறநூல்கள் சுட்டியுள்ள கருத்துக்களின் அடிப் படையில் வ.உ.சி. விளக்கம் தந்துள்ளார். இவ்வறங்களைப் பற்றிய தமது புதிய கருத்துக்களையும் வ.உ.சி. புலப்படுத்தியுள்ளார். உடன்பாட்டிலும் எதிர்மறையிலும் இவ்வறங்களை எடுத்து மொழிந்து வற்புறுத்தியுள்ளமை அவரது உணர்த்தும் முறை யினைச் சிறப்பித்துள்ளது

இறைநெறிப் பாடல்கள் அவரது கடவுட் பற்றினை உணர்த்துவதோடு, கடவுள் உண்டென்பதனை நிலைநாட்ட அவர் காட்டும் ஆதாரச் சிறப்பினையும் உணர்த்துகின்றன. மெய்ப்பொருளாம் இறைவனின் உயர்பண்புகளை அவர் விளக்கிக் காட்டியுள்ளார். அவர், கடவுளின் இயல்புகளை மாந்தரின் இயல்புகளுடன் ஒப்பீடு செய்து, கடவுள் இயல்புகளின் சிறப்புத் தன்மையினை உணர்த்தியுள்ளார். உயிர்களின் குறைப்பண்பினைச் சுட்டி அக்குறை போக்கி உயிரினை நெறிப்படுத்தும் வழிகளையும் வ.உ.சி. காட்டியுள்ளார். தாம் வாழ்வதோடு தம்மைச் சார்ந்தோர். தம் நாட்டினரும் நல்வாழ்வு பெற விரும்பிய வ.உ.சி.யின் உயர்ந்த உள்ளத்தினை இறைநெறிப் பாடல்களில் காணலாம். இறைவனின் பெருமைகளைப் பாடுமிடத்தில் புராண நிகழ்ச்சிகளையும் கதைகளையும் இணைத்தே வ.உ.சி. பாடியுள்ளார்.

கடித வடிவப்பாடல்கள், இரங்கற்பாடல்கள் புலம்பற்பாடல்கள், ஆகியவை அவரின் தன்னிலை விளக்கப் பாடல்களாக அமைந்துள்ளன. உறவினர்க்கும் நண்பர்க்கும் அவரால் எழுதப்பட்ட கடிதப்பாடல்கள் அவரது குடும்பநல உணர்வு, விரிந்த எண்ணம், நன்றி பாராட்டும் இயல்பு, இலக்கண இலக்கிய நூல்களில் அவர்க்கிருந்த ஈடுபாடு, வாழ்க்கையில் ஏற்பட்ட அவரது நெருக்கடி அனுபவங்கள் ஆகியவற்றை விரிவாக விளக்குகின்றன. இரங்கற் பாடல்கள் அவர்தம் துணைவியாரிடத்தும் நண்பரிடத்தும் அவர் கொண்டிருந்த ஆழமான அன்பினைப் புலப்படுத்துகின்றன. சிறையில் பட்ட

துன்பங்களையும் அவர் கொண்டிருந்த விருப்பங்களையும் வெளிப்படுத்தும் கருவியாக அவரது புலம்பற் பாடல்கள் அமைந்துள்ளன.

வாழ்த்துப் பாடல்கள் தமிழ்நாடு. தமிழ்மொழி ஆகியவை பற்றி வ.உ.சி. கொண்டிருந்த சிறந்த கருத்துக்களை அறிவிக்கின்றன.

பல்சுவை நறுக்குப் பாடல்கள் வழியாக எப்பொருளையும் சுவைபடப் பாடும் வ.உ.சி.யின் கவிப்புலமை வெளிப்படுகின்றது.

தன்னாற்றலை விளக்கும் நிலையில் அமைந்த பாடல்கள் வ.உ.சி.யின் கவிபாடும் கலைத்திறனைக் காட்டுகின்றன. எனவே வ.உ.சி.யைப் பல கோணங்களில் ஆய்ந்து பார்ப்பதற்கு இப்பாடல்களின் தொகுப்பு, பெரிதும் துணை புரியும் எனலாம்.

குறிப்புக்கள்

1. சு. அ. இராமசாமிப் புலவர் (உ.ஆ.), தனிப்பாடல் திரட்டு, முன்னுரை, ப. 9.
2. த.மு. சுப்பிரமணியம், தனிப்பாடல் திரட்டு. தமிழ் இலக்கியக் கொள்கை', ப. 240.
3. சொ. தண்டபாணிப் பிள்ளை (உ.ஆ.), திருக்குறள். ப. 176.
4. குறள்.
5. மேலது, 228.
6. மேலது, 222.
7. மேலது. 221.
8. குழந்தை (உ.ஆ.), திருக்குறள். ப. 31.
9. குறள். 80.
10. மேலது, 72.
11. மேலது, 77.
12. மேலது, 80.
13. மேலது, 321.
14. மேலது, 260.
15. திருவருட்பா – பிள்ளைப் பெரு விண்ணப்பம், பா .30.
16. திருக்களிற்றுப்படியார், பா. 25.

17. மேலது, பா.57.
18. வ.உ.சிதம்பரம் பிள்ளை, பாடற்றிரட்டு, பக். 27, 28, 30, 31, 32.
19. திருவாசகம் – திருச்சதகம், 15.
20. வ.உ.சிதம்பரம் பிள்ளை பாடற்றிரட்டு, பக். 66–67.
21. மேலது, ப. 19.
22. மேலது, ப. 71.
23. தொல்காப்பியம், 1024.
24. புறப்பொருள் வெண்பாமாலை, 267.
25. வ.உ.சிதம்பரம் பிள்ளை, பாடற்றிரட்டு, பக். 8, 12.
26. மேலது, பக். 83–84.
27. நன்னூல், 409.
28. வ.உ.சிதம்பரம் பிள்ளை, பாடற்றிரட்டு, பக். 21, 88.
29. மேலது, பக். 79–80. 30. மேலது, பக். 17–18.

3. உரைவளப்பணி

3.0	முன்னுரை	186
3.1	இன்னிலை விருத்தியுரை	187
3.1.0	முன்னுரை	187
3.1.1	நூல் அமைப்பு	187
3.1.2	உரைப்போக்கு	188
3.1.2.1	இலக்கணம் பொருத்திக் காட்டுதல்	189
3.1.2.1.1	இலக்கணக் கருத்துக்களின் விளக்கம்	189
3.1.2.1.2	யாப்புப்பொருத்தம்	190
3.1.2.2	சொற்பொருள் விளக்கம் தருதல்	191
3.1.2.3	நுண்பொருள் விளக்கம் தருதல்	192
3.1.2.4	சொற்களை ஒருவித்துப் பொருள் சுட்டல்	193
3.1.2.5	கொண்டுகூட்டிப் பொருள் உரைத்தல்	194
3.1.2.6	இலக்கிய மேற்கோள் தருதல்	195
	முடிவுரை	197

3. உரைவளப்பணி

3.0 முன்னுரை

உரைகளின் வளர்ச்சியினை 1) அரும்பத உரைதருதல், 2) குறிப்புரை தருதல், 3) முன்னோர் தந்த உரையினைச் சுட்டி விளக்கவுரை தருதல் என்ற மூன்று நிலைகளில் காணலாம்.

தொடக்க காலத்தில் மூல நூல்களில் அருஞ்சொற்களுக்குப் பொருள் உரைத்துச் சொற்களைக் கொண்டுகூட்டி முடிக்கும் வகை காட்டி, மிகச் சுருக்கமான வரலாற்றுக் குறிப்பினோடும் உரைகள் எழுந்தன. நாளடைவில் குறிப்புரையுடன், தொடக்க கால உரையாசிரியர்கள் தந்த விளக்கமும் மேற்கோளும் விரிவடையத் தொடங்கின. அவற்றையும் ஏட்டில் எழுதும் நோக்கம் ஏற்படவே, மூல நூல்களில் விரிவுரையும் விளக்கவுரையும் தோன்றலாயின.

உரையாசிரியர்களின் நடை முறுகி அமைந்ததாலும் பிறர் துணையின்றிப் பொருள் விளங்கிக் கொள்ள முடியாததாக இருந்ததாலும் உரைக்கு உரை எழுத வேண்டிய சூழல் ஏற்பட்டது. அதன் விளைவாக, ஒரு நூலுக்கு எழுந்த பல்வேறு உரைகளைத் தொகுத்துக் காணவேண்டும் என்ற ஆர்வம் எழுந்தது. உரை வேற்றுமை, உரைக்கொத்து என்னும் பெயர்களில் உரைகளை ஒப்பிட்டு நோக்குதலும் திறனாய்வு செய்தலும் வளர்ந்தன. பழைய உரைகளைத் திருத்தமாக வெளியிடுதல், உரையில் வழுவுள்ள இடங்களை ஆராய்ந்து உண்மைப் பாடம் காணுதல், பொருந்தும் பாடம் கண்ட

பொழுது போற்றுதல், அரிய உரைப்பகுதிக்கு எளிய நடையில் விளக்கம் எழுதுதல் ஆகிய முயற்சிகள் தோன்றின. அச்சூழ் நிலையில் வ.உ.சி.யும் உரையாசிரியப் பணியில் தம்மை ஈடு படுத்திக் கொண்டார்.

இன்னிலை, திருக்குறளின் அறத்துப்பால், சிவஞானபோதம் ஆகிய மூன்றிற்கும் வ.உ.சி. உரை எழுதியுள்ளார்.

3.1 இன்னிலை விருத்தியுரை

3.1.0 முன்னுரை

இன்னிலையைக் கீழ்க்கணக்கு நூல்களுள் ஒன்றாக வ.உ.சி. கருதுகின்றார். இக்கருத்து பிழைபட்டதாகும் என வையாபுரிப்பிள்ளை நிறுவுகின்றார்.[1] வ.உ.சி. இன்னிலையின் தொகுப்பாசிரியராகச் சங்கப் புலவருள் ஒருவரான மதுரை யாசிரியரைக் குறிப்பிட்டிருப்பதற்கும் கடவுள் வாழ்த்துப் பாடியிருப்பவராகப் பாரதம் பாடிய பெருந்தேவனாரைக் காட்டியிருப்பதற்கும் மயிலை சீனி. வேங்கடசாமி மறுப்பினை வழங்கியுள்ளார்.[2] இந்நூலின் ஆசிரியரான பொய்கையாழ்வாரும் முதற்றிருவந்தாதி பாடிய பொய்கையாழ்வாரும் ஒருவரே என்று வ.உ.சி. கருதுவதை அறிஞர் மறுப்பர்,[3] முதற்றிருவந்தாதியின் செய்யுட்கள் பல இன்னிலையின் செய்யுட்கள் பலவற்றுடன் ஒத்துப் போவதாக வ.உ.சி. காட்டியுள்ளதை மு. இராகவய்யங் கார் மறுத்துரைத்துள்ளார்.[4]

இன்னிலையை வ.உ.சி. 1915-ஆம் ஆண்டில் பதிப்பித்து அதற்கு நல்லதோர் உரையினை எழுதி வெளியிட்டுள்ளார். ஆழ்வார் திருநகரியில் மூன்று நூற்றாண்டுகளுக்கு முன்னர் வாழ்ந்த இரத்தினக் கவிராயரால் எழுதப்பட்டிருந்த ஏட்டுப் படியின் துணைக்கொண்டு அதனை வெளியிட்டுள்ளதாக வ.உ.சி. குறிக்கின்றார்.[5]

3.1.1 நூல் அமைப்பு

இந்நூல் அறப்பால், பொருட்பால், இன்பப்பால், வீட்டுப் பால் என நான்கு பகுப்புக்களை உடையது. அவற்றில் வீட்டுப்பால் இல்லியல், துறவியல் என இரண்டு இயல்களா கவும் பகுக்கப்பட்டுள்ளது; அறப்பால் பத்து வெண்பாக்களையும்

பொருட்பால் ஒன்பது வெண்பாக்களையும் வீட்டுப்பாலின் முதற் பகுப்பான இல்லியல் எட்டு வெண்பாக்களையும் துறவியல் ஆறு வெண்பாக்களையும் கொண்டுள்ளன. இவற்றுள் ஒருசில பாடல்கள் யாவராலும் விளங்கிக் கொள்ளத் தக்கவையாகவும், வேறு சில பாடல்கள் இலக்கிய இலக்கணப் பயிற்சியுடையார் மட்டும் விளங்கிக் கொள்ளத் தக்கவையாகவும் மற்றவை இப்ப யிற்சியுடையாரையும் மருட்டத் தக்கவையாகவும் இருப்பதாக வ.உ.சி. குறிப்பிடுகின்றார். இவற்றில் முப்பத்து மூன்று நேரிசை வெண்பா, ஏழு இன்னிசை வெண்பா, மூன்று சிந்தியல் வெண்பா, இரண்டு பஃறொ டை வெண்பா ஆகியன அமைந் துள்ளன என வ.உ.சி. குறிப்பிடுகிறார்.[6]

3.1.2 உரைப்போக்கு

வ.உ.சி ஒவ்வொரு பாடலுக்கும் அநுவயம், பதவுரை, பொழிப்புரை, கருத்துரை, விசேடவுரை என்னும் ஐவகைப் பகுப்பில் உரை வகுத்துச் சென்றுள்ளார். அநுவயப் பகுதியில் பாடலுக்குப் பொருள் கொள்முறையை விளக்கும் – நிலையில் சொற்புணர்ப்புக்களைப் பிரித்துக் காட்டிப் பாடலை அவர் எளிமைப்படுத்திக் காட்டுகிறார். பதவுரைப் பகுதியில் பாடற் பதங்களின் பொருளை விளக்குகின்றார்; பொழிப்புரைப் பகுதியில் செய்திகளைத் தொகுத்துப் பொழிப்புரையாக்குகின்றார்; கருத்துரைப் பகுதியில் சுருங்கிய வடிவில் பாடலின் திரண்ட கருத்தினையும் விளக்குகின்றார்; விசேட உரைப்பகுதி வ.உ.சி.யின் உரைத்திறனை வெளிப்படுத்தும் இடமாக விளங்குகிறது. இப்பகுதியில் இடம்பெறும் இலக்கணக் குறிப்புக்கள், இலக்கிய இலக்கண மேற்கோள்கள், கதைக் குறிப்பிற்குத் தரப்பட்டுள்ள விளக்கம், அருஞ்சொற்களுக்குத் தரும் எளிமையான பொருள், செய்யுட் பொருள்களுக்குத் தரும் விரிந்த விளக்கம் ஆகியன வ.உ.சி.யைச் சிறந்த உரையாசிரியர் எனக் காட்டுகின்றன. நூலில் பாடவேறுபாடு இடம்பெறின், அதனையும் தக்க முறையில் இப்பகுதியில் வ.உ.சி, சுட்டிச் செல்கின்றார்.

இன்னிலையின் உரைச் சிறப்பினை. *1)* இலக்கணம் பொருத்திக்காட்டடல், *2)* சொற்பொருள் விளக்கம் தருதல், *3)* நுண்பொருள் விளக்கம் காணல், *4)* இலக்கிய மேற்கோள் காட்டடல், *5)* கொண்டுகூட்டிப் பொருள் உணர்த்தல். *6)*

சொற்களை வருவித்துப் பொருள் உணர்த்தல் எனப் பகுத்து விளக்கலாம்.

3.1.2.1 இலக்கணம் பொருத்திக் காட்டுதல்

இன்னிலையில் காணப்படும் இலக்கணக் கருத்துக்களை அந்நூலின் பாடல்களின் துணைக்கொண்டு வ.உ.சி. விளக்கி 'யுள்ளார். பாடலின் யாப்புப் பற்றி இலக்கண நூல்கள் காட்டும் நுட்பமான சில இலக்கணங்களுக்கு இன்னிலைச் செய்யுட்கள் இலக்கியங்களாக அமைந்துள்ளன. இவற்றினை உரிய இடங்களில் பிற மேற்கோள் காட்டி வ.உ.சி. உணரச் செய்கிறார். எனவே, வ.உ.சி.யின் இலக்கண உரைப்பாங்கின் நோக்கினை, 1) இலக்கணக் கருத்துக்களின் விளக்கம், 2) யாப்புப் பொருத்தம் என இருவகையில் காணலாம்.

3.1.2.1.1 இலக்கணக் கருத்துக்களின் விளக்கம்

குற்றியலுகரத்திற்குப் பின்னும் உயிர்வருங்கால் சிறு பான்மை வகர உடம்படுமெய் தோன்றும் என்பதை .

"உண்மைமா லீர்த்து விருள் கடிந்து சாரையம்
புண்விலங்கச் சார்பொருளைப் போற்றினோர்
நுண்ணுணர்வா
அண்ணா நிலைப்படுவ ராற்றல் விழுப்புலனை
யெண்பொருட் கூரியலைச் சார்ந்து."

என வரும் துறவியல் இரண்டாம் பாடலின் முதலடியில் காணப்படும் ஈர்த்து' என்பதற்குப்பின் வந்துள்ள 'இருள்' என்பதன் இகரம் வகர உடம்படுமெய் பெற்று நிற்பதைக் கொண்டு வ.உ.சி. நிறுவுகின்றார். இதற்குப் பிறநூற் சான்றாக,

"ஆங்கு மலரும் குவியுமா லுந்திவாய்
ஓங்கு கமலத்தின் ஒண்போது - வாங்கைத்
திகிரி சுடரென்றும் வெண்சங்கம் வானில்
பகரு மதியென்றும் பார்த்து."

என்ற பேயாழ்வாரின் பாடலை வ.உ.சி. மேற்கோளாகக் காட்டுகின்றார்.

பலர்பால் படர்க்கைச் சொல் "செய்யும்' என்னும் வாய்பாட்டுச் சொல்லைப் பயனிலையாகக்கொண்டு வருவதற்குப்

பொருட்பால் இரண்டாவது செய்யுளில் காணப்படும் சுற் முடையவரும் வேறுபடும்" என்னும் தொடரும், அப்பாலின் நான்காவது செய்யுளில் இடம் பெற்றுள்ள "வெறுக்கையிலார் ஆகும்" என்னும் தொடரும் இலக்கியமாகும் என வ.உ.சி. காட்டுகின்றார்.

'உம்' என்பது 'உந்து' என்றாவதற்கு இந்நூல் இறுதிச் செய்யுளில் உள்ள 'பெயர்க்குந்து' என்னும் சொல் இலக்கிய மாவதனை அவர் சுட்டுகின்றார். இவ்வாறு இலக்கணத்தின் அரிய நுட்பங்களைத் தமது உரையில் ஆங்காங்கே வ.உ.சி. குறிப்பிடுகின்றார்.

3.1.2.1.2 யாப்புப்பொருத்தம்

"தாமீட் டருவினைக டண்டா உடம்பொன்ற
நாமீட் டொறுக்கொணா ஞாங்க ரடிப்பட்ட சீம்பால்
பிதுக்கப் பெயல்போற் பிறப்பிறப்பும் போகா
கதுப்போ டிறுத்தல் கடன்."

இச் செய்யுள் அறப்பாலின் ஏழாம் செய்யுளாகும். இச்செய்யுளின் இரண்டாம் அடி ஐந்து சீர்களால் அமைந்துள்ளதை வெண்பா வில் ஐந்து சீர் பயிலும் என்பதற்கு மேற்கோளாக வ.உ.சி. சுட்டுகின்றார்.

"பட்டாங்குத் தூயர் பழிச்சற் குரியரா
யொட்டின் றுயர வுலகத்தோர் - கட்டளை
யாம்வெறுக்கை யின்றி யமையாரா மஃதிலார் மையாவி
னாம் வெறுக்கை நிற்க வுடம்பு."

என வரும் செய்யுள் பொருட்பாலின் ஒன்பதாம் செய்யுளாகும். இச்செய்யுளின் மூன்றாமடியில் ஐந்து சீர் பயின்றுள்ளமையை வ.உ.சி, காட்டுகின்றார்.

"அழுக்குடம்புச் சீழ்நீரான் யாத்த சீர் மெல்லியலை யான
முழுக்காட்டி மன்றின்முன் கைத்தாக் - குழீஇக்கூட
லென்னே செறிகாமம் பூட்டு மியல்மாரன்
மன்னரசான் மாண்பூப் புலகு."

என இன்பப்பாலின் நான்காம் செய்யுளாக இடம்பெறும் இச் செய்யளின் முதலடியை வெண்பாவில் ஐந்து சீர்

பயிலுமென்பதற்கு வ.உ.சி. சான்றாக்கிக் காட்டுகின்றார். வெண்பாவிலும் ஆசிரியப்பாவிலும் ஐஞ்சீரடி விரவி வருமென்பதனை.

வெண்டளை விரவியும் ஆசிரியம் விரவியும்
ஐஞ்சீ ரடியு முளவென மொழிய"

என்னும் தொல்காப்பியச் சூத்திரத்தாலும் அச்சூத்திரவுரையில் காட்டப்பட்டுள்ள,

"கண்டகம் பற்றிக் கடகமணி துளங்க
வொண்செங் குருதியி னோடு கிடப்பதே கெண்டிக்
கெழுதகையில்லேன் கிடந்தூடப் பன்னாள்
அழுதகண்ணீர் துடைத்த கை."

என்னும் எடுத்துக்காட்டுச் செய்யுளாலும் நிறுவுகின்றார்.[8]

"காமம்வீழின்பக் கடலாமே காதலரி
னேம விருக்கையே தூந்திரையா - மேமத்தீண்
டாம்பரலே தோன்று மளியூடலாம்பரலிற்
றெற்றித் தெறிப்பா மொளியொளிபாய் கண்ணேசீர்த்
துற்றுகப்பாய்ப் பெற்ற மகவு."

என வரும் இன்பப்பால் எட்டாம் செய்யுள் முற்றியலுகர வீற்றுச் சீரைக்கொண்டு வெண்பா முடியலாம் என்னும் இலக்கணத் திற்கு இலக்கியமாக அமைந்துள்ளது.

வெண்பாவில் மூன்றடி பயின்றமையை,

"கடட முகந்து தீம்பெயலை யூழ்க்கு மெழிலி
மகினுடையார் கோ தகற்றி மாண்புறுத்த லேமம்
படைத்தாக்கல் பண்பறிந்தோர் சால்பு."

என வரும் அறப்பாலின் ஒன்பதாவது பாடலில் வ.உ.சி. விளக்குகின்றார். இதற்கு, இவ்வெண்பா மூன்றடியால் வந்த மையின் சிந்தியல் வெண்பாவாகும்: நேரிசை யின்னிசைபோல நடந்தடி மூன்றின்வந்தால், நேரிசை யின்னிசை சிந்தியலாகும்' என்பது யாப்பருங்கலக்காரிகை யாதலின்[9] *என வ.உ.சி.. சான்று காட்டியுள்ளார்,*

3.1.22 சொற்பொருள் விளக்கம் தருதல்

வ.உ.சி, செய்யுட்களுக்கு உரை கூறுங்கால் சில சொற் களுக்குத் தனிப்பொருள் விளக்கம் தருகின்றார். இதன்

வாயிலாக அச்சொற்களின் பொருட்செறிவை வ.உ.சி. புலப்படுத்துகின்றார். 'விரி நிழல்' என்னும் சொற்றொடருக்கு, இறைவனது திருவடி நிழல் உலகம் முழுதும் பரவியிருத்தலால் அது விரி நிழல் எனப்பட்டது என்கிறார். 'வெறுக்கை' என்னும் சொல்லிற்குச் செல்வம் எனவும் வெறுக்கத்தக்கது எனவும் இருபொருள் காட்டி, அஃது இங்கு இரண்டாவது பொருளிற் கூறப்பட்டுள்ளது என வ.உ.சி. விளக்கம் தருகின்றார். 'அறங்கரை நா' என்னும் சொற்றொடர் அறத்தைச் சொல்கின்ற நாவும் அறத்தைச் செய்விக்கின்ற நாவுமாம் என விளக்கப்பட்டுள்ளது. நாற்பணி யோன்' என்னும் தொடருக்குப் பயிர்த் தொழிலுக்கு நால்வகைப் பணிகளையும் செய்வோன் எனக் குறித்து உழுதலும் எருவிடுதலும் நீர் பாய்ச்சலும் கதிர் காத்தலுமாம் என்ற பணிகள் நான்கு எனவும் விளக்குகின்றார் 'ஐங்குரவர்' என்பது அரசர், உவாத்தியாயன், தந்தை, தேசிகர், மூத்தோன் என்பாரைக் குறிக்கும் என்றும் விளக்குகின்றார்.[10]

3.1.2.3 நுண்பொருள் விளக்கம் தருதல்

சொற்களில் அமைந்துள்ள பொருள் நுட்பமெல்லாம் வ.உ.சியின் விளக்கத்தால் சிறப்புப் பெறுகின்றன.

ஒரு பிறப்பில் செய்த வினைகள் அப்பிறப்போடு நில்லாது மறு பிறப்பிலும் சென்று தமது பயன்களை அளிக்குமென்பதை விளக்க இன்னிலை ஆசிரியர் எடுத்துக்கொண்ட உவமை "ஈர்ம்பெயல்' என்பதாகும். ஈர்ம்பெயல் எனின் கூதிர்கால மழை யாகும். இவ்வுவமையின் நயம் வ.உ.சி. தரும் உரை விளக்கத் தால் மேலும் சிறப்படைகின்றது 'கூதிர்கால மழை, நிலத்திற்கு மிக்க ஈரத்தையும பயிர்களுக்கு மிக்க ஈரத்தையும் உயிர்களுக்கு மிக்க குளிரையும் நல்குவதால், அஃது ஈர்ம்பெயலெனப்பட்டது. அக்காலத்து மழை, பெய்த அக்காலத்து விளையுளையும், குளம் முதலியவற்றில் தங்கி அடுத்த காலத்து விளையுளையும் நல்குவதால் அது அம்மையும் இம்மையும் பயன் கொடுக்கும் அம்மை (முற்பிறப்பு) வினைகளுக்கு உவமிக்கப்பட்டது.[11] என வ.உ.சி. ஈர்ம்பெயல் என்னும் உவமையினைப் பொருள் சிறக்குமாறு விளக்குகின்றார்.

உடைமைகள் மயக்கத்திற்குக் காரணமாகும். எனவே அவற்றில் நாட்டம் செலுத்துதல் தவறு என்பாரின் பொருந்தாக்

கூற்றை மறுத்து, உடைமைகள் உண்மையில் அறம் ஆற்றலே பயன்படும் என்னும் கருத்தினை இன்னிலைவலியுறுத்துகின்றது. இக்கருத்தினை விளக்க இன்னிலை ஆசிரியர் இரு பக்கங்களி லும் தோன்றும் கண்களையும் இரு பக்கங்களிலும் ஒளிரும் 'வாளினையும்' உவமையாக்கிக் காட்டுகின்றார். "கண்களின் பார்வை இரண்டு பக்கங்களிலும் தோன்றினாலும், அவை உண் மையில் ஒரு பக்கத்திலேயே நோக்கும். மரத்தை அறுக்கின்ற வாள்கள் இரண்டு பக்கங்களிலும் ஒளிர்ந்தாலும், அவை உண் மையில் ஒரு பக்கத்திலேயே அறுக்கும். அதுபோலச் செல்வங்கள் மயக்கத்திற்குக் காரணமாகவும் முத்தி நெறியாகிய அறத் திற்குக் காரணமாகவும் தோன்றினாலும், அவை உண்மையில் அறத்தைச் செய்வதற்குப் பயன்படும்[12] என இவ்வுவமைகளின் பொருளாழத்தை வ.உ.சி. விளக்குகின்றார்.

இளம்பருவத்தில் பொருள் வருவாயைப் பெருக்காதவர் தம் சிறப்பெல்லாம் இழப்பர் என்னும் கருத்தை விளக்கக் 'குருட்டாயன் நீள்கானம் பெறுதலை' உவமையாக்கி நூலாசிரியர் காட்டுவார். அவ்வுமையின் தகுதியினை, ' பெரிய காட்டின் கண் புக்க குருட்டிடையன் தனது ஆட்டை அடையா தவனாயும் தனது மேய்த்தற்றொழிலை இழந்தவனாயும் பல துன்பங்களை – யுடையவனாயும் தனித்து வருந்துதல் போல, இளம்பருவத்தில் பொருள் வருவாயை அடையாதவன் ஒரு பொருளாக மதிக்கப்படாதவனாயும் அறம் செய்யாதவனயும் சுற்றத்தை இழந்தவனாயும் துன்பங்களை யெல்லாம் பொருந்தி அற்பனாய் வருந்துவன்[13] என்னும் தமது விளக்கத்தால் வ.உ.சி. நிறுவிக் காட்டுகின்றார்.

3.1.2.4 சொற்களை வருவித்துப் பொருள் சுட்டல்

பாடலுக்குப் பதவுரை தரும்போது பொருள் தெளிவினை ஏற்படுத்தத் தொடர்புடைய சொற்களை வருவித்து, அங்ஙனம் வருவிக்கப்பட்ட சொற்களை அடைப்புக் குறியினுள் பெய்து உரை காண்பது அவரது நெறியாக உள்ளது. சான்றாக அறப் பாலின் ஐந்தாம் பாடற்கு அவர் தந்த பதவுரையின் வாயிலா கப் பாடலின் பொருட்சிறப்பை உணரமுடியும்:

"உரைத்த – (பெரியோர்) கூறிய, உரையதனை – அறவுரைகளை, கேட்டும் – கேட்டும், திரைத்த – சுருண்ட

பாய்களை, விரிக்கின் – விரித்தால், நாவாய் போல் – (கப்பலோட்டி – வழியில் செல்லும்) மரக்கலம் போல, உரைத்த பயன் – (அவர் சொல்லிய அறவுரைகளின் பயன்கள், தவாது செய்வார் – கெடாது செய்பவர், சிலரே; திரைப்பின் – (அப்பாய்களைச்) சுருட்டினால் நாவாய் போல் – (காற்றின் போக்கில் செல்லும்) மரக்கள் போல, தம் நெஞ்சத்து இயன்றவாறு – தமது மனத்தில் இயன் வாறு, செய்வார் – செய்பவர், பலர் – பலராவார்."[14]

இங்ஙனம் தேவைப்படும் சொற்களை வருவித்து வ.உ.சி. பொருள் கொண்டதனால் மரக்கலத்தின் இயக்கத்தினை நன்கு புலப்படுத்தி அதன் வழியாக மனத்தின் இயக்கத்தினையும் தெளிவுபடுத்துகிறார்.

3.1.2.5. கொண்டுகூட்டிப் பொருள் உரைத்தல்

"காமம்வீ ழின்பக் கடலாமே காதலரி
னேம விருக்கையே தூந்திரையா - மேமத்தீண்
டாம்பரலே தோன்று மளியூடலாம்பரலிற்
றெற்றித் தெறிப்பா மொளியொளிபாய் கண்ணே சீர்த்
துற்றுகப்பாய்ப் பெற்ற மகவு."

என்னும் பாடலுக்கு எழுதியுள்ள உரையில் கடலாமே" என்பதன் ஏகாரம் 'காமம்' என்பதனோடும் 'பரலே' என்பதன் ஏகாரம் அளி' என்பதனோடும் 'ஈண்டாம்' என்பதன் ஆக்கச் சொல் பரல்' என்பதனோடும் 'தெறிப்பாம்' என்பதன் ஆக்கச் சொல் 'ஒளி' என்பதனோடும் கூட்டியுரைக்கப்பட்டன என் வ.உ.சி. கொண்டுகூட்டிப் பொருள் விளக்கம் தருகின்றார்." கடலே என்பதன் ஏகாரம் காமத்தினோடு சேர்வதால் காமம் என்னும் சொல் பொருள் அழுத்தம் பெறுகின்றது. அதுபோலவே பரலே என்பதன் ஏகாரததை அளி என்னும் சொல் பெறுவதாலும் ஈண்டாம் என்பதன் ஆம் என்னும் ஆக்கச் சொல்லினைப பரல் என்னும் சொல்லும், தெறிப்பாம் என்பதன் ஆக்கள் சொல்லான ஆம் என்னும் சொல்லினை ஒளி என்னும் சொல்லும் பெறுவதாலும் அளியின் சிறப்பும் பரலின் உயர்வும் ஒளியில் பெருமையும் வ.உ.சி.யின் கொண்டுகூட்டிப் பொருள் உரைகும் முறையால் நன்கு விளக்கம் செய்யப்பட்டுள்ளன.

3.1.2.6. இலக்கிய மேற்கோள் தருதல்

தாம் மேற்கோளாக எடுத்துக் கொண்ட நூல்களின் பட்டியலை உரைமேற்கோள் அகராதி என்னும் தலைப்பில் வ.உ.சி. வழங்கியுள்ளார். இவர் இச்சிறிய நூலுக்கு முப்பது நூல்களிலிருந்து மேற்கோள் காட்டியுள்ளார்.[16] ஒன்றிற்கு மேற்பட்ட மேற்கோள் பாடல்களை ஒரு பாடலுக்கே காட்ட வேண்டியதிருப்பின் அப்பாடற் செய்திகளுக்குத் தகுந்த மேற்கோள்களை வ.உ.சி. காட்டிச் செல்கிறார். சான்றாக இன்பப்பால் மூன்றாம் பாடற் கருத்திற்கு வ.உ.சி. பின்வரும் மேற்கோள் செய்திகளைக் காட்டுகின்றார்:

தானும், தன் இல்லாளும் துணையாக நின்று இல்லறத்தை நடத்த வேண்டுமென்பதற்கு,

“மருவிய காதல் மனையாளும் தானும்
இருவரும் பூண்டீர்ப்பினல்லால்-ஒருவரால்
இல்வாழ்க்கை யென்னும் இயல்புடைய வான்சகடம்
செல்லாது தெற்றிற்று நின்று”

என்னும் அறநெறிச் சாரச் செய்யுளையும்,

‘உடம்பொடுயிரிடை என்னமற் றன்ன மடந்தையொ
டெம்மிடை நட்பு”

என்னும் திருக்குறளையும் எடுத்துக் காட்டுகின்றார். இல் லாளைத் தூமலரின் மென்மையுறு தோற்றத்தே வைத்து நடத்த வேண்டுமென்பதற்கு,

“மெல்லிய னல்லாருள் மென்மை”

என்னும் நாலடியையும்,

“அனிச்சமும் அன்னத்தின் தூவியும் மாதர்
அடிக்கு நெருஞ்சிப் பழம்”[17]

என்னும் திருக்குறளையும் எடுத்துக்காட்டுகின்றார்.

ஒரு செய்யுளில் பொருளால் இருவேறுபட்ட செய்திகள் இருப்பின் அவற்றிற்கேற்பவும் மேற்கோள்களை வ உ.சி. வழங்குகின்றார். பொருட்பால் எட்டாம் பாடலில் இடம் பெறும் வ.உ.சி.யின் மேற்கோள்கள் மேற்குறிக்கப்பட்ட கருத் தினை அரண்செய்கின்றன. அப்பாடல் கூறும் செய்திகளாவன:

செல்வம் நல்வினையால் உண்டாகும்; தீவனையால் நீங்கும்; அது பொருந்திய பெயரோ வெறுக்கை; அதனை விலக்க வேதங்கள் சொல்லும்; இருப்பினும் அதை ஈட்டுதல் யாது காரணம்? அதனை ஈட்டுதலால் களிப்படையோம் என்று ஒருவர் பொருளீட்டும் தொழிலை விலக்குதல், பொருளைத் தொகுக்கும் வழியை அறியாமையாம். இக்கருத்துக்களை வலியுறுத்த வ.உ.சி.. பின்வரும் மேற்கோள்களைக் காட்டுகின்றார்:

செல்வம் நல்வினையால் உண்டாகித் தீவினையால் நீங்கும் என்பதற்கு,

"நடுக்குற்றுத் தற்சேர்ந்தார் துன்பம் துடையார்
கொடுத்துத்தான் துய்ப்பினும் ஈண்டுங்கால் ஈண்டும்
மிடுக்குற்றுப் பற்றினும் நில்லாது செல்வம்
விடுக்கும் வினைவந்தக் கால்."

என்னும் நாலடியார்ச் செய்யுளையும், செல்வம் வெறுக்கத் தக்கது என்பதற்கு,

"பொருவரு பந்தமெல்லாம் புணர்த்திடும் தெய்வசிந்தை
ஒருவமே விட்டுநிற்கும் உறக்கமும் இறக்கச்செய்யும்
கருவினுட் புகுத்துமின்ன கரிசுகண் டதனாலன்றோ
இருநிலத் திடைவெறுக்கை யென்மனார் புலமை
சான்றோர்."

என்னும் குசேலோபாக்கியானச் செய்யுளையும் பொருளில்லாதான் எஞ்ஞான்றுந் துன்பமுறுவான் என்பதற்கு,

"வடுவிலா வையத்து மன்னிய மூன்றில்
நடுவண தெய்த இருதலையு மெய்தும்
நடுவண தெய்தா தான் எய்தும் உலைப்பெய்
தடுவது போலும் துயர்."[18]

என்னும் நாலடியார்ச் செய்யுளையும் எடுத்துக்காட்டுகின்றார்.

இல்லியல் ஏழாம் பாடல் குறிக்கும் எண்ணான்கு (முப்பத்திரண்டு) அறங்கள் இவையெனக் காட்டுவதற்கும் வ.உ.சி.யின் இலக்கியப் பயிற்சி துணை நிற்கின்றது. வ.உ.சி., "முப்பத்திரண்டு" அறநெறிகள் எவையெனக் கூறும் போது,

"ஆதுலர் சாலை சோலை யாவின்வா யுறைகண் ணாடி
யோதுவார்க் குணவு தண்ணீ ருறுபந்தர் மடந்த டாகம்
கோதிலா வுரிஞ்சி சுண்ணங் கொலையுயிர் விடுத்த லேறு
மாதலைக் கெண்ணெய் கண்ணோய் மருந்துநன்
மகப்பால் சோறு'

"அறுசமயத் தோர்க்குண்டி யழிந்தோரை நிறுத்த லட்டுண்
பிறரறங் காத்த லையம் பெண்போக மகப்பே றுய்த்தல்
நறியதீன் விலங்கூண் வண்ணா னாவிதன் சிறைச்சோறாதி
மறுதலத் தறமெண் ணான்கு மனையறத் திவ்வூர்நல்கும்"[13]

என்னும் திருக்குற்றாலப் புராணப் பாடல்களைக் காட்டுகின்றார்.

முடிவுரை

இன்னிலை என்னும் நூலினை இரத்தினக் கவிராயரால் எழுதப்பட்டிருந்த ஏட்டுப்படியின் துணைக்கொண்டு வெளியிட்ட வ.உ.சி. அதனைக் கீழ்க்கணக்கு நூல்களுள் ஒன்றாகக் காட்டியுள்ளார். அங்ஙனம் அவர் காட்டியுள்ளதற்குத் தக்க சான்றுகள் இன்மையால் அவர் கருத்து பிழைபட்டதாகும் என அறிஞர்கள் நிறுவியுள்ளனர். இருப்பினும், இந்நூலிற்குக் கற்றோர் பாராட்டும் முறையில் சிறந்த உரையினை வ.உ.சி. எழுதியுள்ளார்.

இலக்கணம் பொருத்திக் காட்டல், சொற் பொருள் விளக்கம் தருதல், நுண்பொருள் விளக்கம் காணுதல், இலக்கிய மேற்கோள் காட்டல், கொண்டுகூட்டிப் பொருள் உரைத்தல், சொற்களை வருவித்துப் பொருள் உணர்த்தல் ஆகியவற்றை வ உ.சி. உரையின் சிறப்புக் கூறுகளாகச் சுட்டலாம்.

இலக்கிய மேற்கோள் காட்டுதல், இலக்கணம் பொருத்திக் காட்டுதல் என்ற இரண்டு உரைப்பான்மையையும் சேர்த்து இணைத்துப் பிணைப்பதாக ஒரு புதிய உரைமுறையை அவர் தோற்றுவித்திருக்கிறார் எனலாம். இலக்கிய மேற்கோள் காட்டல், இலக்கிய அற நூல்களிலிருந்து எடுத்துக்காட்டுத் தரல் ஆகியவையெல்லாம் அவரது இயல்பான இலக்கிய உணர்வைக் காட்டுகின்றன. எனவே, இலக்கண உனை எழுதுதல், இலக்கிய உரை எழுதுதல் என்ற இரண்டையும் ஒத்திசைவு செய்வது

போலப் புதிய உரை முறையை வ.உ.சி. தோற்றுவித்துள்ளார் எனலாம்.

தொல்காப்பியம், யாப்பருங்கலம் ஆகியவற்றில் யாப்புத் தொடர்பாகக் காணப்படும் சூத்திரங்கள் சிலவற்றிற்கு இன்னி லைப் பாடல்கள் இலக்கியமாக விளங்குவதனை வ.உ.சி. விளக்கிக் காட்டியுள்ளமையும், இலக்கணக் கருத்துக்களை இன்னிலை நூற்பாக்களின் துணைக்கொண்டு விளக்கியுள்ளமையும் சிறப்பிற்குரியனவாகும்.

உவமைகளுக்கு விளக்கம் தருவதிலும், நுண்பொருளுக்கு விளக்கம் தருவதிலும் வ.உ.சி.யின் ஆழமான அறிவும் பன்னூற் பயிற்சியும் புலனாகின்றன. பிற இலக்கியங்களிலிருந்து மேற் கோள் காட்டும் பகுதிகளின் வாயிலாகத் தமிழிலக்கியங்களில் அவர்க்கிருந்த புலமையினை அறியலாம். இன்னிலையில் தரம் மேற்கோளாகக் காட்டிய முப்பது நூல்களில் குறளையே மிகுதியும் காட்டுவதால், அவரது குறள் ஈடுபாட்டினை உணர்ந்து கொள்ள முடிகின்றது. இத்தகைய உரைச்சிறப்புக் கூறுகள் வ.உ.சி.யைத் தகுதியான உரையாசிரியர்களின் வரிசையில் ஒருவராக வைத்தெண்ணும் தகுதியினை வழங்கியுள்ளன.

குறிப்புக்கள்

1. எஸ். வையாபுரிப் பிள்ளை, இலக்கிய மணிமாலை, ப. 82.
2. மயிலை சீனி. வேங்கடசாமி, பத்தொன்பதாம் நூற்றாண்டில் தமிழ் இலக்கியம். பக். 332–335.
3. B.V. Ramanujan. History of Vaishnavism in South India upto Ramanuja, p. 156.
4. மு. இராகவையங்கார், ஆழ்வார்கள் கால நிலை, ப. 29.
5. வ.உ. சிதம்பரம் பிள்ளை, இன்னிலை விருத்தியுரை, முன்னுரை, ப. 15.
6. மேலது,ப.6
7. வ.உ. சிதம்பரம் பிள்ளை, இன்னிலை விருத்தியுரை, ப. 107.
8. மேலது,பக். 46–47.
9. மேலது,ப. 50.
10. மேலது, பக் 40, 65, 69,93, 100.
11. மேலது. ப. 44.
12. மேலது, ப. 53.
13. மேலது,ப.60.
14. மேலது,ப. 42.
15. மேலது,ப. 81.
16. மேலது, பக். VII & X.

வ.உ.சி. காட்டியுள்ள மேற்கோள் நூல்கள்

1. அறநெறிச்சாரம்,
2. இறையனார் அகப்பொருள் உரை,
3. கந்தபுராணம்.
4. கம்பராமாயணம்,
5. காசிகாண்டம்,
6. காஞ்சிபுராணம்,
7. குசேலோபாக்கியானம்,
8. சசிவர்ணபோதம்,
9. சாங்கிய சூத்திரம்,
10. சிலப்பதிகாரம்,
11. சீவக சிந்தாமணி,
12. திரிகடுகம்,
13. திருக்குற்றாலபுராணம்
14. திருக்குறள்,
15. திருக்குறள் மணக்குடவர் உரை.
16. திருக்கோவையார்,
17. திருவள்ளுவமாலை,
18. நாலாயிரப்பிரபந்தம்,
19. தொல்காப்பிய உரை,
20. நல்வழி,
21. நாலடியார்.
22. நான்மணிக்கடிகை,
23. திருவாய்மொழி
24. நீதிநெறி விளக்கம்,
25. நீதிவெண்பா,
26. பிரபோத சந்திரோதயம்,
27. பிரமோத்தர காண்டம்,
28. மூதுரை,
29. யாப்பருங்கலக்காரிகை
30. வளையாபதி.

17. மேலது, ப. 73.
18. மேலது, பக். 65 66.
19. மேலது,ப. 100.

3.2 திருக்குறள் உரை

3.2.1	உரை கண்ட அதிகாரங்கள்	203
3.2.1.1	இயல் பாகுபாடு	203
3.2.1.2	அதிகார வைப்பு	204
3.2.1.3	அதிகாரப் பெயர் மாற்றம்	204
3.2.1.4	குறள் வைப்பு முறையில் வேறுபாடு	204
3.2.2	பாயிரம் பற்றிய கருத்து	205
3.2.2.1	அகச்சான்று	206
3.2.2.2	புறச்சான்று	207
3.2.3	குறளுக்குப் பொருள் கூறும் முறை	208
3.2.3.1	சொற்களின் தனிப்பொருள் விளக்கம்	209
3.2.3.2	புதிய விளக்கம்	210
3.2.3.3	நுணுகிய விளக்கம் தரல்	212
3.2.3.4	வருவிக்கப்பட்ட சொற்களுடன் விளக்குதல்	213
3.2.3.5	சொற்கிடக்கையின் நுணுக்கத்தினை வெளிப்படுத்துதல்	214
3.2.3.6	சொற்களைப் பிரித்துக் காட்டல்	214
3.2.3.7	கொண்டுகூட்டிப் பொருள் உரைத்தல்	214
3.2.3.8	இலக்கணக் குறிப்பினைச் சுட்டல்	215
3.2.3.9	குறட்பாவைக் குறட்பா வாயிலாக விளக்குதல்	216
3.2.3.10	இலக்கிய மேற்கோள்கள் காட்டுதல்	217
3.2.3.11	பரிமேலழகர் உரையைக் கொள்ளலும் தள்ளலும்	218

3.2.3.11.1	ஏற்றவை	218
3.2.3.11.2	மறுத்தவை	219
3.2.3.11.2.1	பொருத்தமின்மை	220
3.2.3.11.2.2	சொற்களின் வைப்புமுறையினை உணராமை	221
3.2.3.11.2.3	உலக வழக்கிற்கு முரண்படல்	221
3.2.3.11.2.4	சொற்பொருள் உணராமை	223
3.2.3.11.2.5	இலக்கணப் பொருத்தமின்மை	223
3.2.3.11.2.6	நூல் வழக்கிற்கு முரண்பாடு	224
3.2.4	பாட வேறுபாடுகள்	225
3.2.4.1	திருக்குறள் பாட வேறுபாடு எழுந்த காலம்	225
3.2.4.2	மூலபாட வேறுபாடுகள்	225
	முடிவுரை	229

3.2. திருக்குறள் உரை

திருக்குறளுக்குப் பதின்மர் எழுதிய உரைகள் அரிய – தமிழ் நடையில் அமைந்துள்ளன; பிழைபட்ட மூல பாடங்கள் சில வற்றைக் கொண்டுள்ளன. நுண்ணிய அறிவுடையார் ஏற்றுக் கொள்ள இயலாத கருத்துக்கள் சில குறள்களுக்கு அமைந்துள் ளன. இத்தகைய காரணங்களைக் காட்டித் திருக்குறளை நேரிய பொருளோடும் பிழைகள் இன்றியும் தமிழ் மக்கள் எளிதில் கற்கும்படியாக ஓர் உரை இயற்றியதாக வ.உ.சி. தாம் திருக் குறளிற்கு உரை வகுத்தற்குரிய சூழலை விளக்குகின்றார்.

3.2.1 உரை கண்ட அதிகாரங்கள்

வள்ளுவர் வகுத்த அறத்துப்பாலில் அடங்கிய முப்பத்தெட்டு அதிகாரங்கட்கும் வ.உ.சி. உரை வகுத்துள்ளார்; பொருட் பாலுக்கும் காமத்துப்பாலுக்கும் உரை வகுக்கவில்லை.

3.2.1.1 இயல் பாகுபாடு

அறத்துப்பாலை இயல்களாகப் பகுப்பதில் பரிமேலழகர் முறையினின்று வ.உ.சி. வேறுபடுகின்றார். அறத்துப்பாலைப் பாயிரம், இல்லறவியல். துறவறவியல், ஊழியல் எனப் பரிமேலழகர் நான்காகப் பகுத்திருக்க, வ.உ.சி. அதனைப் பாயிரம், இல்லறவியல், துறவறவியல், வீட்டியல், ஊழியல் என்னும் ஐந்து இயல்களாகப் பகுத்துள்ளார்.

“வீடு இல் வாழ்வார். துறந்தார் ஆகிய திறத்தார்க்கும் உரியதாகலானும், அறத்துப்பாலில், ‘வீட்டியல்’ என ஓர் இயல்

உண்டென்று யான் கேட்டிருக்கின்றமையானும், நிலையாமை' முதலிய நான்கு அதிகாரங்களும் வீட்டியலிற்குரியனவாக லானும், அவற்றை வீட்டியல்' என்னும் ஓர் இயலாக அமைத் துள்ளேன்[2] என வீட்டியல் என்னும் புதியவியலைத் தாம் வகுத்தமைக்கு வ.உ.சி. விளக்கம் தருகின்றார்.

3.2.1.2 அதிகார வைப்பு

பரிமேலழகர் இல்லறவியலில் காட்டியுள்ள 'வெஃகாமை, பயனில சொல்லாமை' என்னும் இரண்டு அதிகாரங்களைத் துறவறவியலிலும் துறவறவியலுள் அவர் காட்டியுள்ள, "வாய்மை', 'கள்ளாமை' என்னும் இரண்டு அதிகாரங்களை இல்லறவியலிலும் வ.உ.சி. சேர்த்திருக்கின்றார். அங்ஙனம் சேர்த்தற்கு, "வாய்மையும்கள்ளாமையும் இல்வாழ்வார்க்கும் இன்றியமையாதனவாகலானும், வெஃகாமையும் பயனில சொல்லாமையும் இல்வாழ்வார் கைக்கொள்வதற்கு அரியன வாகலானும், துறவிகள் கைக்கொள்வதற்கு உரியனவாகலானும், முன்னிரண்டு அதிகாரங்களின் பாக்களில் சில இல்வாழ்வாரைக் குறித்தும் பின்னிரண்டு அதிகாரங்களின் பாடல்களிற் சில துறவிகளைக் குறித்தும் பாடப்பட்டிருக்கின்றமையாலும் அவ்வாறு செய்தேன்" என வ.உ.சி. காரணமும் காட்டுகின்றார்.

32.1.3 அதிகாரப் பெயர் மாற்றம்

புதல்வரைப் பெறுதல்' என்னும் அதிகாரத் தலைப்பினை மகப்பேறு' என்றும், அழுக்காறாமை' என்பதனை உரை யாசிரியர் தருமர் பாடவழி நின்று அழுக்கறாமை' என்றும் வ.உ.சி. அதிகாரப் பெயரினை மாற்றி அமைத்துள்ளார்.

3.2.1.4 குறள் வைப்புமுறையில் வேறுபாடு

ஓரதிகாரத்துள் அமைந்துள்ள குறள் வரிசை முறையில் பரிமேலழகரிடமிருந்து வ.உ.சி. வேறுபடுகின்றார்.

'வாய்மை' என்னும் அதிகாரத்தில் பரிமேலழகர் முதற் குறளாக அமைத்துக்காட்டுவது:

"வாய்மை எனப்படுவது யாதெனின் யாதொன்றும்
    தீமை யிலாத சொலல்"

என்பதாகும். வ.உ.சி.யின் வைப்புமுறையில் இக்குறள் இரண்டாவதாக இடம் பெறுகின்றது. அவர் வைப்புமுறையில்,

"தன்னெஞ் சறிவது பொய்யற்க பொய்த்தபின்
தன்னெஞ்சே தன்னைச் சுடும்"

என்ற குறள் முதலாவதாக அமைந்துள்ளது.

பரிமேலழகர் இக்குறளை மூன்றாங் குறளாகவும், 'வாய்மை எனப்படுவது யாதெனின்' என்றும், 'பொய்ம்மையும் வாய்மை யிடத்த' என்றும் தொடங்கும் குறள்களை முறையே முதலிரு குறள்களாகவும் கொண்டார். இக்குறள் வாய்மைக்கு விதி கூறு கின்றமையாலும், பரிமேலழகர் கொண்ட முதலிரு குறள்கள் முறையை வாய்மைக்கு விலக்கும் பொய்ம்மைக்கு விலக்கும் கூறு கின்றமையாலும் இது முதற் குறளாகவும், அவை முறையே இரண்டாவது குறளாகவும் மூன்றாவது குறளாகவும் அமைக்கப்பட்டதாக வ.உ.சி. தமது குறள் வைப்புமுறையினை விளக்குகின்றார்

3.2.2 பாயிரம் பற்றிய கருத்து

பாயிரத்தை வள்ளுவரே இயற்றினார் என்பது உரைகாரர் அனைவரும் ஒத்துக்கொண்ட உண்மையாகும். அங்ஙனமிருக்க, அறன் வலியுறுத்தல் என்னும் அதிகார மொன்றினையே வ.உ.சி. பாயிரமாகக் கொண்டு, பாயிரத்தில் அடங்கப்பெற்ற கடவுள் வாழ்த்து, வான் சிறப்பு, நீத்தார் பெருமை ஆகிய அதிகாரங் களை வள்ளுவரே பாடவில்லையென்பது: வ.உ.சியின் கருத் தாகும். எனவே அப்பாயிரம் திருவள்ளுவர் காலத்திற்குப் பிற் காலமும் முந்திய உரையாசிரியர் காலத்திற்கு முற்காலமுமாகிய இடைக்காலத்துப் புலவர் ஒருவரால் பாடிச் சேர்க்கப்பட்ட தென்றும் தமது உரைப பாயிரத்தில் வ.உ.சி. சுட்டுகிறார். ஆயினும் அம்மூன்று அதிகாரங்களும் திருவள்ளுவராலே இயற்றப்பட்டவை என்று பலர் கருதி வருகின்றனர். எனவே அவர் மனம் நோகும்படியாக அம்மூன்று அதிகாரங்களையும் திருக்குறளிலிருந்து நீக்கிவிட வ.உ.சி. விரும்பவில்லை எனினும் அவை இடைக்காலத்தில் வந்து சேர்ந்த பாயிரமென்று யாவரும் தெரிந்துகொள்ளும் பொருட்டு, அவற்றிற்கு 'இடைப்பாயிரம்' என்னும் தலைப்பெயர் கொடுத்து அவற்றைக் கையெழுத்து

ஏடுகளிலும் அச்சு குறட் புத்தகங்களிலும் அவை காணப்படுகிற இடத்திலேயே வ.உ.சி.சேர்த்துள்ளார். இவ்வாறு அவர் கருதுவதற்குச் சில அகப்புறச் சான்றுகளை குறிப்பிடுகின்றார்.

3.2.2.1. அகச்சான்று

முதல் மூன்று அதிகாரங்களில் காணப்படும் பாடல்கள் நூலின் பிற பாடல்களைப் போலச் சொற்செறிவும் பொது செறிவும் உடையனவல்ல என்று வ.உ.சி, கருதுகின்றார். இக் கூற்றினை அவர் நிறுவிக்காட்டவில்லை சொல் ஒழுங்கு முறையும் கட்டமைப்பும் பொருள் முடிவும் ஏனைய அதிகாரங்களைப் போலவே இவ்வதிகாரங்களிலும் அமைந்துள்ளமையால் வ.உ.சி.யின் கூற்று ஏற்புடையதாகத் தெரியவில்லை

இம்மூன்று அதிகாரப் பாடல்கள் பலவற்றின் பொருள்கள் பல தடைகளுக்கு இடம் கொடுக்கின்றன என வ.உ.சி. குறிக்கின்றார். இங்கும் வ.உ.சி. சான்று காட்டித் தம் கருத்தினை வலியுறுத்தவில்லை,

'மெய்யுணர்தல்', 'துறவு' என்னும் அதிகாரங்கள் நூலின் கண் இருக்கின்றமையால் 'கடவுள் வாழ்த்து' 'நீத்தார் பெருமை', என்னும் அதிகாரங்களைப் பாயிரத்தில் கூற வேண்டுவதில்லை என வ.உ.சி.. சுட்டுகின்றார்

ஒரு பொருளை உணர்ந்து அதனைப் பற்றி நிற்பதற்குமுன் அப்பொருளின் இயல்புகள், சிறப்புக்கள் இவற்றை முன்னதாக, காட்டுதல் முறையாகும். அம்முறைப்படி மெய்யுணர்தலுக்கு முன்னதாக உணர்தலுக்கு ஏதுவாக அமையும் மெய்ப்பொருளின் இயல்புகள், சிறப்புக்கள் ஆகியவற்றை அறிதல் வேண்டும் என்னும் அடிப்படையிலேயே வள்ளுவர் கடவுள் வாழ்த்தை முதலில் இடம்பெறச் செய்திருக்க வேண்டும். நீத்தார் பெருமை யினை முதலிடத்தே சிறப்பித்துக் கூறுமுகத்தான் துறவின் பெருமையை உணரவும் அந்நிலையினை ஏற்கவும் வாயிலாக அமையும் எனக் கருதியே நீத்தார் பெருமையை வள்ளுவர் பாடியுள்ளார். எனவே மெய்யுணர்தல், துறவு என்னும் அதிகாரங்க இருப்பதனால் கடவுள் வாழ்த்து, நீத்தார் பெருமை என்னும் அதிகாரங்களை வள்ளுவர் பாடியிரார் என்னும் கூர் ஏற்புடையதாயில்லை.

'மெய்யுணர்'தலில் கடவுளுக்குக் கூறியுள்ள இலக்கணங்களையும் ஒப்பிட்டுப் பார்த்ததால் இரண்டு அதிகாரங்களையும் இயற்றியவர் ஒருவரல்லர் என வ.உ.சி. தம் மறுப்புக் கருத்தை நிலை நாட்டுகிறார்

கடவுள் வாழ்த்து அதிகாரத்தில் கடவுளுக்குரிய இலக்கணங்களையும் மெய்யுணர்தல் அதிகாரத்தில் மெய்யுணரத் தலைப் படுவாரின் இலக்கணங்களையும் வள்ளுவர் சுட்டுவதால், இரு அதிகாரங்களும் இரு வேறு இயல்பினதாகலின் கருத்துக்கள் வேறுபட்டமை தவிர்க்க முடியாததாகும். அவ்வாறே 'துறவின்' பாக்களையும் ' நீத்தார் பெருமையின்' பாடல்களையும் ஒப்பிட் டுப் பார்த்ததால் அவ்விரண்டு அதிகாரங்களையும் இயற்றியவர் ஒருவரல்ல என்பது வ.உ.சி. கண்ட முடிபாகும்.

'நீத்தார் பெருமை' என்னும் அதிகாரத்தில் பேசப்படும் கருத்துக்கள் ஏற்கனவே துறவறம் பெற்றிருப்பாரின் சிறப்புக்களை வலியுறுத்துகின்றன, துறவு என்னும் அதிகாரக் கருத்துக்கள் துறவு கொள்வதன் சிறப்புக்களை வலியுறுத்துகின்றன. துறவைக் கொண்டவரின் சிறப்பினை நீத்தார் பெருமை வாயிலாகக் காட்டித் துறவறத்தைப் பிறரும் கொள்ள வேண்டுமென்ற விழைவைத் துறவைச் சிறப்பிப்பதன் வாயிலாக வள்ளுவர் காட்டுகின்றாராதலால் இரு அதிகாரக் கருத்துக்களும் ஒன்றிச் செல்ல வாய்ப்பிராது. ஆதலின் அதிகாரங்களுக்கேற்பக் கருத்துக்கள் இடம் பெறுமேயன்றிக் கருத்துக்களுக்கேற்ப அதிகாரங்கள் அமைவதில்லை.

'மழையைச் சிறப்பிற்றணிப்பாருமில்லை, வறப்பிற்றருவாரு மில்லை. ஆகையால் வான் சிறப்பைக் கூறுதலால் பயன்ஒன்றும் இல்லை என வ.உ.சி. காரணம் காட்டுகின்றார். சிறப்பிற்றணிப் பாரும் வறப்பிற்றருவாருமில்லை யாகையால் இயற்கையின் நன்கொடையாம் மழையினைச் சிறப்பிப்பது பொருந்தாது. என்ற கருத்து கற்றோரால் ஏற்றுக்கொள்ளத்தக்கதன்று. வான் மழையைப் பாராட்டிப்பாடாத புலவர் ஒருவருமில்லை எனத் துணிந்தே கூறலாம்.

3.2.2.2 புறச் சான்று

வ.உ.சி.யின் கருத்துப்படி, திருவள்ளுவமாலையின் பாடல்களைப் பாடியவர்கள் திருவள்ளுவர் காலத்திற்குப்

பிற்பட்ட காலத்தவராவர். அங்ஙனம் பாடியவர்கள் தம் பாடல்களைத் திருக்குறட் சுவடியில் சேர்த்தவர் என்று அவர் கருதுகின்றார். மேலும் அவர்கள் தமக்குக் கிடைத்த திருக்குறட் சுவடிகளில் அமைந்தபடி பால், இயல் அதிகாரங்களின் தொகைகளை வரையறையிட்டுப் பாடல்களைப் பாடித் திருக்குறட் சுவடிகளில் சேர்த்தவர் என்பதும் அப்பாடல்கள் எல்லாம் சேர்ந்து அவர்களுக்குப் பிற்பட்ட காலத்தார் ஒருவரால் தொகுக்கப்பட்ட 'திருவள்ளுவமாலை' என்னும் தலைப்பெயருடன் வழங்கி வருகின்றன என்பதும் வ.உ.சி.யின் துணிந்த முடிபாகும். எனவே பாயிரத்தில் அடங்கியுள்ள முதல் மூன்று அதிகாரங்களையும் வள்ளுவர் பாடவில்லை என்பதற்குப் புறச் சான்றாக இம்மூன்று அதிகாரங்களுடன் கூடிய பாயிரத்தைக் குறிப்பிடும் திருவள்ளுவமாலையின் உண்மை நிலையினை வ.உ.சி. மறுக்கின்றார்.

"திருக்குறளின் அதிகாரம், இயல், பால் அமைப்புக்களை உணர்த்தும் தொன்மையானதும் நம்பத்தக்கதுமான ஒரே நூல் வள்ளுவமாலைதான். 'பாயிரம்' பற்றி ஒரு புலவர் பாடியிருந்தால் ஐயுறுதல் கூடும் ஆயின் மூன்று புலவர்கள் முறையே, 'ஆயிரத்து முந்நூற்று முப்பதருங் குறளும், பாயிரத்தினோடு பகர்ந்த தற்பின்' (16), 'வீடொன்று பாயிரம் நான்கு' (20), 'பாயிரம் நான்கில்' (25), என்றிசைத்த பாடல்களில் 'பகர்ந்ததற்பின்' (16), 'வள்ளுவன் சொன்ன வகை' (20), 'ஆய்ந்துரைத்தார் நூலின் திறத்துப்பால் வள்ளுவனார் தேர்ந்து' (25) என வள்ளுவர் வாய்மொழியே பாயிரம் எனத் தெளிவுறுத்தலானும், ஓரிடத்தும் இயலமைப்பு உரையாசிரியர் கைவண்ணம் என்றுரைக்காமையானும், வள்ளுவமாலைக் காலத்தைய தமிழ்ச் சான்றோர் பாயிரம் வள்ளுவன் அமைப்பு அன்று என்று மறுக்காமையானும் பாயிரம் வள்ளுவன் அமைத்ததே என்ற முடிபிற்கு உய்த்தல் காண்க' எனச் சோ.ந. கந்தசாமி அவர்கள் திருவள்ளுவமாலையின் உண்மை நிலை யினை நிறுவிக் காட்டியுள்ளார்.

3.2.3 குறளுக்குப் பொருள் கூறும் முறை

குறட் சொற்களுக்கும் தொடர்களுக்கும் புதுப் பொருள், புதிய விளக்கம், புதிய நயம் ஆகியவை காணல், இலக்கண

நுட்பத்தோடு விளக்கல், தமிழ் மரபுக் கொவ்வா உரையை மறுத்தல், உரை விளங்காத இடங்களைப் பதவுரையில் வருவிக்கப்பட்ட சொற்களுடன் விளக்குதல் முதலிய பல, கூறுகளை அவருடைய உரையில் காணலாம்.

இதனை அவர், "எனது உரையில் பொருள் என்னும் சொல்லோடு தொடங்கிப் பதவுரை எழுதியுள்ளேன். அவ்வுரையில் வருவிக்கப்பட்ட சொற்களை [ ] இவ் வடையாளங்களுடன் அமைத்துள்ளேன். அகலம் என்னும் சொல்லோடு தொடங்கி இலக்கணக் குறிப்பு, வினா விடை, மேற்கோள், பாடபேதம் முதலியவற்றைக் குறித்துள்ளேன். கருத்து என்னும் சொல்லோடு தொடங்கிக் கருத்தினைக் கூறியுள்ளேன். என் உரையைப் படிக்கத் தொடங்குபவர்களில் முன் இலக்கிய இலக்கண ஆராய்ச்சி இல்லாதார், முதன் முறை படிக்கும்போது பொருளையும் கருத்தையும் மாத்திரம் படிக்குமாறும் ஒரு முறை படித்து முடித்து நூலை இரண்டாம் முறை படிக்கும் போது அகலத்தையும் சேர்த்துப் படிக்குமாறும் வேண்டுகிறேன்" எனக் குறிப்பிட்டுள்ளமையாலும் உணரலாம்.

3.2.3.1 சொற்களின் தனிப்பொருள் விளக்கம்

வ.உ.சி. குறளுக்கு உரை வகுத்துச் சொல்லுங்கால் சில சொற்களுக்குத் தனிப்பொருள் விளக்கம் தருகின்றார். இதனால் சொல்லின் பொருட்செறிவும் அச்சொல் பயின்றுள்ள குறளின் கருத்துப்போக்கும் விளக்கம் பெறுகின்றன:

"முதற்கடவுள் - ஒருபெயரோ, ஓர் உருவோ பெறாது நிற்கும் மெய்ப்பொருள்"[7]

"யார் யார்க்கும்' - யார் யார்க்கும் என்று இரட்டித்து மொழிந்தமையால், இல்வாழ்வார்க்கும் துறந்தார்க்கும் என்று பொருள் உரைக்கப்பட்டது."[8]

"துவ்வு - ஐம்பொறி நுகர்ச்சி, அதற்குரிய பொருள்கள் இல்லாதாரைக் துவ்வாதார் என்றார்."[9]

"சிறு கை என்றமையால் குழந்தைகள் எனவும், தவழ்தல் முதலியவற்றால் அவர்கை, மண், தூசுமுதலிய படிந்திருக்கும் எனவும் கொள்கை."[10]

“நன்றி என்ற சொல்லை வழங்கியமையால் அவ்வாறு கல்வி முதலியவற்றைத் தந்தை அளித்தமையை மகன் செய்ந்

நன்றியாகக் கருதல் வேண்டும் என்பது பெற்றாம்.”[11]

“உதவி என்றமையால் அச்சொல்லைப் பிறர் சொல்லுமாறு மகன் கல்வி, அறிவு, ஒழுக்கங்களோடு நடத்தலாகிய உதவியைத் தந்தை வேண்டி நிற்கின்றான் என்பதும், அதனால்

அவ்வுதவியைத் தந்தைக்கு மகன் தவறாது செய்யக் கடன் பட்டுள்ளான் என்பதும் பெறப்பட்டன.[12]

3.2.3.2 புதிய விளக்கம்

வ.உ.சி. தம் உரையில் சில சொற்களுக்குப் புதுமையான விளக்கம் அளிக்கின்றார். வ.உ.சி.யின் இப்புதுவிளக்கம் குறளின் கருத்துக்கு வலுவூட்டுவதாகவும் அமைகின்றது.

“உரனென்னுந் தோட்டியா னோரைந்துங் காப்பான்
வரனென்னும் வைப்பிற்கோர் வித்து”

என்ற குறட்பாவில் ‘வரனென்னும் வைப்பிற்கோர் வித்து’ என்னும் தொடருக்கு, ஒப்பறற வரன்’ என்னும் கணிக்கு வித்து’ எனவும் பொருள்தருவதோடு ‘வரன்’ முத்தரில் உயர்ந்த நிலையிலுள்ளவன்; வித்து அவனுக்குத் தாழ்ந்த நிலையிலுள்ள வன் என்றும் வித்து என்றமையால் வைப்பு என்பதற்குக் கனி என்னும் பொருள் உரைக்கப்பட்டதென்றும் வ.உ.சி. விளக்கம் தருகின்றார்[13] வித்து என்ற சொல்லிற்கேற்பக் கனி என்ற சொல்லினை வருவித்து விளக்கம் செய்திருப்பது நோக்கத் தக்கதாகும்.

“மங்கல மென்ப மனையாட்சி மற்றத
னன்கல நன்மக்கட் பேறு”

என்ற குறட்பாவில் மங்கலம்’, ‘நன்கலம்’ ஆகிய சொற்களுக்கு முறையே ‘ தாலிக் கொடி’ என்றும் ‘தாலி’[14] என்றும் இவா உரைத்திருக்கும் புதுப் பொருள் பொருந்துவதாகத் தெரிய வில்லை. மங்கலம் என்பதுவும் நன்கலம் என்பதுவும் அவா காட்டியிருக்கும் பொருள்களில் இலக்கியங்களில் யாண்டும் பயின்றுள்ளதாகத் தெரியவில்லை.

அறத்திற்கே யன்புசார் பென் வறியார்
மறத்திற்கு மஃதே துணை

என்ற குறட்பாவில் 'மறத்திற்கு மஃதே துணை' என்றதொடரில் மறத்தைச் செய்தற்கும் அன்பே துணையாகும் என்னும் புதுக் கருத்தினை அறிந்த வ.உ.சி. "ஓர் உயிர் அல்லது ஒரு பொருள் மீது கொண்டுள்ள அன்பே பிறிதோருயிருக்குத் தீங்கிழைத்தற்குக் காரணமாதலால், அன்பே மறத்திற்கும் துணை' என விளக்கம் தருவது சிறப்பிற்குரியது.

"அறன்கடை நின்றாரு ளெல்லாம் பிறன்கடை
நின்றாரிற் போதையா ரில்"

என்ற குறட்பாவில் 'பிறன் கடை' என்பதற்கு அவர், 'பிறன் வீட்டுப் புறவாயிலின்கண்' எனப் பொருள் கூறிப் பிறன் மனை யாளிடம் செல்பவர் அவள் வீட்டு முன்வாயில் வழியாகச் செல் லாமல் ஒளிந்து பின்வாயில் வழியாகச் செல்வது வழக்கம்"[16] எனக் கூறித் தமது கருத்திற்கு உலக வழக்கின் அடிப்படையில் விளக்கம் தருகின்றார்.

"விழுப்பேற்றி னஃதொப்ப தில்லையார் மாட்டு
மழுக்காற்றி அன்மை பெறின்'

என்ற குறட்பாவில், 'அன்மை ' என்ற சொல்லிற்கு வ.உ.சி., "அன்மை என்பது, இன்மையை உணர்த்தாது, மற்றொரு பொருளாதலை உணர்த்தும் ஒரு சொல் எனச் சொல்லின் நேரிய பொருளை விளக்கி அழுக்காற்றின் அன்மை' என்பதனை அழுக்காறன்மை எனக்கொண்டு 'பிறர் ஆக்கம் கண்டு மனம் மகிழ்தலாகும்" எனப் பொருந்திய முறையில் புதுப்பொருள் காணுகின்றார்.

"இன்னா செய்தாரை யொறுத்தவர் நாண
நன்னயஞ் செய்து விடல்"

என்ற குறட்பாவிடைக் காணப்படும் ' விடல்' என்பதற்கு விட்டு நீங்குதல்' எனப் பொருள் கொண்டு, தமக்குத் துன்பம் செய்த வரை ஒறுத்தல், அவர் நாணும்படியாக நல்ல இன்பம் தரும் செயல்களைச் செய்து அவரை விட்டு நீங்குதல் என ஏற்கும் முறையில் புதுமையான விளக்கத்தினை வ.உ.சி. தருகின்றார்.

> "தலைப்பட்டார் தீரத் துறந்தார் மயங்கி
> வலைப்பட்டார் மற்றை யவர்',

என்ற குறட்பாவில் தொடக்கச் சீரான தலைப்பட்டார். என்பதற்கு வ.உ.சி. 'கடவுளை அடைந்தார்' எனப் புதுப்பொருள் கூறித் தலை, தலைவன் எனப் பொருள்படுவதானும் கடவுளை அடைந்தார்கட்குப் பிறப்பில்லை என்பது ஒருதலையாகலானும் தலை என்பதற்குக் கடவுள் எனப் பொருள் உரைத்துள்ளார்.[19]

இங்ஙனம் வ.உ.சி. தந்துள்ள புதிய விளக்கத்தால் சில சொற்களின் நேரிய பொருளும் நுணுகிய பொருளும் வெளிப்பட்டு நிற்பதை உணர முடியும். சொற்களுக்குப் பொருளுரைக்குங்கால் சுற்றி வளைத்துப் பொருள் கூறாது அவை உணர்த்தும் நேரடிப் பொருளைப் புலப்படுத்தும் அவரது இயல்பு தெள்ளிதின் விளங்குகின்றது.

3.2.3.3 நுணுகிய விளக்கம் தரல்

> 'தெய்வந் தொழாஅள்கொழுநற் றொழுதெழுவாள்
> பெய்யெனப் பெய்யும் மழை"

என்ற குறட்பாவிற்கு, "துயில் நீக்குங்கால் கொழுநனைத் தொழுது கொண்டே எழுவாள். எனவே, துயில் கொள்ளுங் காலும் துயிலுங்காலும் கொழுநனைத் தொழுது கொண்டே துயில்வாள் என்பதும், தெய்வந்தொழுதல் மற்றைய காலத்திலே என்பதும் பெறப்பட்டன"[20] என அக்குறளுக்கு நுணுகிய விளக்கம் வ.உ.சி. வழங்கியுள்ளார்.

"ஐயுணர்வு எய்தியக் கண்ணும்" எனத் தொடங்கும் குறட்பாவிற்கு, "ஐயுணர்வுகள் எய்தலாவது, தேச காலங்களால் தடுக்கப்படாது ஐம்புலங்களையும் ஐம்பொறிகள் அறிதல், அஃதாவது கண் மூன்று காலங்களிலும் எல்லாத் தேசங்களிலும் உள்ள பொருள்களைக் காண்டல், அவ்வாறே செவி, மூக்கு, மெய், வாய் என்னும் மற்றைய நான்கு பொறிகளும் முறையே மூன்று காலங்களிலும் எல்லாத் தேசங்களிலும் உள்ள ஓசை, நாற்றம், ஊறு, சுவை என்னும் மற்றைய நான்கு புலங்களையும் அறிதல்"[21] என வ.உ.சி.. விளக்கம் தருவதன் வாயிலாக ஐயுணர்வுகள் பற்றியும் அவற்றின் செயற்பாடுகள் பற்றியும் எளிமையாக அறிய முடிகின்றது.

'ஒருவன் விதைத்த வித்தின் விளைவை விட்டு வேறு வித்தின் விளைவை அடைய முடியாதது போல, ஒருவன் செய்த வினையின் பயனை விட்டு வேறொரு வினையின் பயனை அடைய முடியாதென்றார். அஃதாவது, ஒருவர் ஒரு வினை யைச் செய்து அதன் பயன் அவனைப் பொருந்தும் காலையில் அப்பயனை மாற்றுதற்கு அவன் விரும்பினாலும் அவனால் அதனை மாற்ற முடியாது. அப்பயனை மாற்றத்தக்க வேறு ஒரு வினையைச் செய்து, அதன் விளைவாகிய வேறு ஒரு விதியை ஆக்கி, அதனால் அப்பயனை மாற்ற வேண்டும்' என வ.உ.சி. விளக்கியுள்ளதால் 'ஊழிற் பெருவலி யாவுள் என்னும் குறளின் பொருள் சிறந்து நிற்பதை அறியலாம்.

3.2.3.4 வருவிக்கப்பட்ட சொற்களுடன் விளக்குதல்

தாம் வரைந்துள்ள உரை எளிமையாக அமையவும் பொருளை இடர்ப்பாடின்றி விளங்கிக் கொள்ளவும் வ.உ.சி.. உரையின் இடையே சொற்களை வருவித்து அச்சொற்களை அடைப்புக் குறியினுள் அமைத்து விளக்கம் செய்கிறார். இத்தன்மை உரை முறையில் புதியதாய்த் தோன்றுகிறது. எடுத்துக்காட்டாக,

> **"கெடுப்பதூஉங் கெட்டார்க்குச் சார்வாய் மற்றாங்கே**
> **யெடுப்பதூஉ மெல்லா மழை'**

என்னும் குறட்பாவிற்கு அவர் எழுதியுள்ள உரை விளக்கம் பின்வருமாறு அமைந்துள்ளது:

'கெடுப்பதும் – (பெய்ய வேண்டிய காலத்துப் பெய்யாதும், பெய்ய வேண்டாத காலத்துப் பெய்தும் மாந்தரைக்) கெடுப்ப தும், கெட்டார்க்குச் சார்வாய் எடுப்பதும் – கெட்டவர்க்குத் துணையாகி (ப் பெய்ய வேண்டிய காலத்துப் பெய்தும், பெய்ய வேண்டாத காலத்துப் பெய்யாதும் அவரை ஆக்குவதும், எல்லாம் மழை (யே) – (இவை) எல்லாம் (செய்யவல்லது) மழையே"[23] இவ்வகை உரை முறையால் 'கெடுப்பதும்' 'கெட்டார்க்குச் சார்வாய்' என்னும் சொல்லும் சொற்றொடரும் தமது விளக்கப் பொருளைப் படிப்பார்க்கு உரையிடையே தந்து நிற்பதை அறியலாம்.

3.2.3.5 சொற் கிடக்கையின் நுணுக்கத்தினை வெளிப்படுத்துது

குறட்பாவில் அடுத்தடுத்துப் பெய்துள்ள சொற்கள் பொருள் அடிப்படையில் அமைந்துள்ளமையை வ.உ.சி. தெளிவுபடும் கிறார்: "கற்றீண்டு" எனத் தொடங்கும் குறட்பாவின் சொர் கிடக்கையை விளக்கம் செய்யும் அவரது திறன் எண்ணத் தகுந்ததாகும்.

"மெய்ப்பொருளைக் காண்டற்குக் கல்வி இன்றியமையாத தென்பதைக் குறிப்பதற்காகக் கற்று என்றார். இவ் வுலகத்தை விட்டு வேறு உலகத்தில் மெய்ப் பொருளைக் காணலாகுமோ என்று நினைப்பாரைக் கருதி, இவ்வுலகின் கண்ணேயே மெய்ப்பொருளைக் காணலாகும் என்றார். மெய்ப்பொருளைக் கண்டார் பிறப்பு இறப்புக்களினின்று நீங்குவர் என்பது ஒருதலை யாதலின், மற்று ஈண்டு வாரா நெறி தலைப்படுவன் என்றார்." [24]

3.2.3.6 சொற்களைப் பிரித்துக் காட்டல்

குறளுக்கு உரை விளக்கம் தருங்கால் பொருள் விளங்கிக் கொள்ள இடர்ப்படும் சொற்களின் அரும்புணர்ச்சியினைப் பிரித்துக் காட்டிப் படிப்போர் சொற்பொருளை ஐயம் திரிபின்றி எளிதில் பொருள்கொள்ளுமாறு வ.உ.சி. தமதுரையில் தந்துள்ளார்:

பொருட்டு - பொருள் + து - பொருளையுடையது
பான்மைத்து - பால் +து - தன்மைத்து
படிற்றொழுக்கம் - படிறு + ஒழுக்கம் - பொய்
புக்கில் - புகு + இல்-இல்லம்.[25]

3.2.3.7 கொண்டுகூட்டிப் பொருள் உரைத்தல்

தேவைப்படும் இடங்களில் சொற்களைக் கொண்டுகூட்டித் தாம் கூறும் கருத்திற்கு அழுத்தம் சேர்க்கும் இயல்பு வ.உ.சி. யிடம் உள்ளது.

"உரனென்னுந் தோட்டியா னோரைந்துங் காப்பான்
வரனென்னும் வைப்பிற்கோர் வித்து

'ஓர்' என்பதனைப் பரிமேலழகர் 'வித்தென்னும்' சொல்லுடன் சேர்த்திருக்க வ.உ.சி. அதனை 'வரன்' என்னும் சொல்லிற்கு முன்னதாகக் கொண்டுகூட்டி, 'ஒப்பற்ற' என்னும் பொருள்

உரைத்து ஐம்புலன் அடக்கியோர் பெறும் உயர் நிலைமையினை மேலும் சிறப்பாக்கிக் காட்டியுள்ளார்.[26]

"அன்போ டியைந்த வழக்கென்ப வாருயிர்க்
கென்போ டியைந்த தொடர்பு

என்னும் குறட்பாவிற்கு, "ஆர் என்பதனை 'உயிர்' என்பதனின்று பிரித்து என்பு' என்பதனுடன் சேர்த்துப் பொருள் உரைக்கப்பட்டது' என வ.உ.சி. குறிப்பிடுவது உளங்கொளத் தக்கது. ஆருயிர் எனப் பரிமேலழகர் உரை வகுத்து உயிரின் அருமையினைக் காட்டியிருக்க, 'ஆர்' என்பதனை 'என்பு' என்பதனுடன் கொண்டுகூட்டிப் பொருளுரைத்து உயிர் நிற்க உடம்பின் இன்றியமையாமையினை வ.உ.சி. உணர்த்தியுள்ளார்.

"அஃகாமை செல்வத்திற்கு யாதெனின் வெஃகாமை
வேண்டும் பிறன்கைப் பொருள்"

என்னும் குறட்பா கொண்டுகூட்டிப் பொருள் உரைக்கும் முறையால் சிறக்கின்றது. செல்வத்திற்கு என்பதிலுள்ள நான்காம் வேற்றுமை யுருபைப் பிரித்து அஃகாமை என்பத னுடன் சேர்த்துச் செல்வம் அஃகாமைக்கு வழியாதெனின்' என வ.உ.சி. பொருள் உரைத்துள்ளார்.[23] இங்ஙனம் பொருள் உரைத்திருப்பதால் வெஃகாமையின் இன்றியமையாமையினை வ.உ.சி. மிகத் தெளிவாக்கிக் காட்டியுள்ளார்.

3.2.3.8 இலக்கணக் குறிப்பினைச் சுட்டல்

உரை வகுக்குங்கால் இலக்கணக் குறிப்புத் தந்து சொற்களின் அமைப்பினை வ.உ.சி. தெள்ளிதின் காட்டுகின்றார். சொல்லமைப்பினை அறிவதன் வாயிலாக அதன் கருத்துச் செறிவினையும் காணமுடியும்.

"அகர முதல வெழுத்தெல்லா மாதி
பகவன் முதற்றே யுலகு"

என்னும் குறட்பாவில் 'முதற்றே' என்னும் சொல்லின் ஈற்றின் கண் உள்ள ஏகாரத்தினை வ.உ.சி. அசைநிலையாகவே கொள்கிறார். பரிமேலழகர் இதனைத் தேற்றேகாரமாகக் காட்டுகின்றார்;

> "ஒழுக்கத்தின் ஒல்கார் உரவோர் இழுக்கத்தின்
> ஏதம் படுபாக் கறிந்து"

என்ற குறட்பாவில் பாக்கு என்பது தொழிற் பெயர் விகுதி என்றும் முதல் இன் ஐந்தாம் வேற்றுமைப் பொருளிலும் இரண்டாவது இன் மூன்றாம் வேற்றுமைப் பொருளிலும் வந்தன எனப் பிறர் சுட்டாத இலக்கணக் குறிப்பினை வ.உ.சி. தருகின்றார்.[23] இங்கு வேற்றுமையுருபுகளின் பொருள் பயன்பாட்டு முறையினையும் வ.உ.சி. குறிப்பால் உணர்த்தியுள்ளார்.

> "நெருந லுளனொருவ னின்றில்லை யென்னும்
> பெருமை யுடைத்திவ் வுலகு"

என்ற குறட்பாவில் இடம் பெற்றுள்ள உளன் என்பது குறிப்பு வினையாகலான், அது நேற்று உளன், இன்று உளன், நாளை உளன் என முக்காலத்திலும் வரும் எனப் பிறஉரையாசிரியர் குறிக்காத இலக்கணக் குறிப்பினையும் அவர் சுட்டியுள்ளார்.

3.2.3.9 குறட்பாவைக் குறட்பா வாயிலாக விளக்குதல்

குறட்பா ஒன்றின் பொருள் மேலும் விளக்கம் பெற அதற்குத் தொடர்புடைய பிற குறட்பாக்களையும் ஆங்காங்கே வ.உ.சி. சுட்டிச் செல்கின்றார். குறட்பாவின் ஆழ்ந்த பொருளைக் கண்டுணர்த்தும் இடத்தில் இத்தகு உரை விளக்கப் போக்கினை வ.உ.சி. கையாளுகின்றார். குறட்பாடல்களின் இடையே காணப்படும் கருத்துப் பின்னலைக் கண்டு வெளிப்படுத்தும் அவரது உரைப்பாங்கு சிறப்பிற்குரியது.

> "நிலையிற் றிரியா தடங்கியான் தோற்றம்
> மலையினு மாணப் பெரிது

என்னும் குறட்கு உரை விளக்கம் கூறுமிடத்து, "இல்வாழ்க்கை நிலையினின்று வேறுபடாது அடங்குவதாவது, இல்வாழ்க்கையின் கண் அடக்கியாள வேண்டியவர்களை அடக்கி யாண்டு கொண்டே தான் அடங்கி யொழுகல்' எனப் பொருளுரைத்து, அதனை நிறுவும் பொருட்டுப் பொருட்பாலின் கண்ணோட்டம் என்னும் அதிகாரத்தில் இடம் பெற்றுள்ள கருமஞ் சிதையாமல்' என்னும் தொடக்கத்துக் குறளையும் நோக்குமாறு வ.உ. வேண்டுகின்றார்.[30]

யாமெய்யாக் கண்ட வற்று ளில்லை யெனைத்தொன்றும்
வாய்மை யினல்ல பிற

என்னும் குறட்பாவை விளக்கம் செய்யுமிடத்து, கொல்லாமை என்னும் அதிகாரத்தில் இடம்பெறும் தொடர்புடைய பிறிதொரு குறட்பாவை வ.உ.சி. நினைவுபடுத்துகின்றார்:

"இக்குறள் 'ஒன்றாக நல்லது' என்னும் தொடக்கத்துக் குறளுக்கு மாறுபடாதோ என்னின், மாறுபடாது, என்னை? இக்குறள் கொள்ளவேண்டிய அறங்களில் தலையாயதைக் கூறுகின்றது. அக்குறள் தள்ளவேண்டிய மறங்களில் தலையாயதைக் கூறுகின்றது. இக் குறட்பாவை,

'ஒன்றாக நல்லது கொல்லாமை மற்றதன்
பின்சாரப் பொய்யாமை நன்று"

என்னும் குறட்பாவிற்கு விளக்கம் தரும் பொழுது வ.உ.சி.. சுட்டுகின்றார்:

'தள்ள வேண்டிய மறங்களுள் கொலை முதலாவதென்றும், பொய் இரண்டாவதென்றும் ஈண்டுக் கூறினார். கொள்ள வேண்டிய அறங்களுள் வாய்மை முதலானதென்று 'யாமெய்யாக் கண்டவற்றுள்' என்னும் தொடக்கத்துக்குறளில் கூறினார்."[32] இங்ஙனம் வ.உ.சி பொருள் நிலையில் முரண்படுவது போலத் தோன்றும் குறள்களின் பொருட் பொருத்தத்தினை விளக்கியுள்ளார்.

3.2.3.10 இலக்கிய மேற்கோள்கள் காட்டுதல்

குறள் கருத்துக்களுடன் ஒன்றிப்போகும் பிற இலக்கியக் கருத்துக்களை மேற்கோளாக வ.உ.சி. காட்டியிருத்தல் அவரது நூற் பயிற்சியினை உணர்த்தும்:

'விருந்தோம்பல்' அதிகார விளக்கத்தில் விருந்தினை முகம் திரிந்து நோக்காது மகிழ்வுடன் ஏற்க வேண்டும் என்னும் கருத்தினைக் கூறி,

"ஒப்புடன் முகமலர்ந்தே யுபசரித் துண்மை பேசி
யுப்பிலாக் கூழிட் டாலு முண்பதே யமிர்த மாகு"
முப்பழ மொடுபா லன்ன முகங்கடுத் திடுவா ராயின்
கப்பிய பசியும் போகிக் கடும்பசி யாகுந் தானே."[33]

என்ற விவேகசிந்தாமணியின் பாடலைக் காட்டித் தம் கருத்துக்கு வ.உ.சி. வலுவூட்டுகின்றார். 'செய்நன்றியறிதல்' என்னும் அதிகார விளக்கத்தில் 'உதவியின் பயன் உதவி பெற்றாரது பெருமையின் அளவினதாம்' என்னும் குறள் கருத் திற்கு வ.உ.சி.,

"உறக்குந் துணையதோ ராலம்வித் தீண்டி
யிறப்ப நிழற்பயந் தாஅங் - கறப்பயனுந்
தான்சிறி தாயினுந் தக்கார்கைப் பட்டக்கால்
வான் சிறிதாப் போர்த்து விடும்."

என்னும் நாலடியார் பாடலை மேற்கோளாகக் காட்டித் தம் உரையினைச் சிறக்கச் செய்கின்றார்.

3.2.3,11 பரிமேலழகர் உரையைக் கொள்ளலும் தள்ளலும்

பரிமேலழகரின் உரையினை வ.உ.சி. தமது உரையில் ஏற்றுக்கொண்டுள்ள இடங்களோடு, தக்க காரணங்கள் காட்டி அவ்வுரையினை மறுத்த இடங்களும் உண்டு.

3.2.3.11.1 ஏற்றவை

அறவாழி யந்தணன் றாள்சேர்ந்தார்க் கல்லாற்
பிறவாழி நீந்த லரிது"

என்னும் குறட்பாவில் பிறவாழி' என்பதற்குத் தம் பொருளைச் சுட்டியிருப்பதுடன் பொருளும் இன்பமுமாகிய ஆழிகள்' என்று உரைப்பாரும் உளர் எனக் குறிப்பாற் பரிமேலழகர் தந்த பொருளினையும் வ.உ.சி சுட்டுகின்றார்.

"உரனென்னுந் தோட்டியா னோரைந்துங் காப்பான்
வரனென்னும் வைப்பிற்கோர் வித்து"

என்னும் குறட்பாவின்கண் 'வரன்' என்னும் வைப்பிற்கோர் வித்து' என்பதற்குத் தாம் காட்டியுள்ள உரைப் பொருளுடன். "எல்லா நிலங்களிலும் உயர்ந்த வீட்டு நிலத்திற்கு ஓர் வித்து [36] என்று உரைப்பாரும் உளர் எனப் பரிமேலழகர் உரையினை வ.உ.சி. குறிப்பாற் புலப்படுத்துகின்றார்.

'இல்வாழ்வா னென்பா னியல்புடைய மூவர்க்கும்
நல்லாற்றின் நின்ற துணை'

என்னும் குறளில் இயல்புடைய மூவர்' என்பதற்கு அற இயல் பினை உடைய ஏனை மூவர்க்கும் என்றும், அம்மூவர் பிரம்மச் சாரி, வானப் பிரத்தன், சந்நியாசி என்றும் உரைப்பாரும் உளர் எனக் கூறிப் பரிமேலழகர் உரையினையும் வ.உ.சி. ஏற்றுக் கொண்டுள்ளார்.[37]

"தென்புலத்தார் தெய்வம் விருந்தொக்க றானென்றாங்
கைம்புலத்தா ரோம்ப றலை"

என்னும் குறட்பாவின் முதற்றொடராகிய 'தென்புலத்தார்' என்பதற்குப் 'பிதிரர்' என்று உரைப்பாரும் உளர் எனச் சுட்டு வதன் வாயிலாகப் பரிமேலழகர் உரையினையும் வ.உ.சி. ஒப்புக் கொள்கின்றார்[38]

"தக்கார் தகவில ரென்ப தவரவ
ரெச்சத்தாற் காணப் படும்"

என்னும் குறட்பாவிற்குத் தம்பொருள் கூறுவதோடு, தகுதி யுடையார் அல்லது தகுதியில்லார் என்பது முறையே அவரவரின் நல்ல மக்களாலும் தீய மக்களாலும் அறியப்படும் என்னும் பரிமேலழகர் உரையினையும் வ.உ.சி. ஏற்றுக் கொண்டுள்ள தைக் குறிப்பிட்டுள்ளார்.[39]

3.2.3.11.2 மறுத்தவை

வ.உ.சி. பரிமேலழகர் கூறியுள்ள உரையைத் தழுவியே பேரளவில் உரை கண்டுள்ளார். சிற்சில இடங்களில் பரிமேலழகர் உரையினை மறுத்துக் கூறுகின்றார். மறுப்பிற்கு அவர் காட்டும் காரணங்களை ஆறு வகையாகப் பகுத்துக் கொள்ளலாம்

1. பொருத்தமின்மை
2. சொற்களின் வைப்புமுறையினை உணராமை
3. உலக வழக்கிற்கு முரண்படல்
4. சொற்களுக்கு நேரிய பொருள் உணராமை
5. இலக்கணப் பொருத்தம் இன்மை
6. நூல் வழக்கிற்கு ஒவ்வாமை

3.2.3.11.2.1 பொருத்தமின்மை

"நீரின் றமையா துலகெனின் யார்யார்க்கும்.
வானின் றமையா தொழுக்கு"

என்னும் குறளில் 'ஒழுக்கு வானின்றி யமையாது' என்பதற்கு மழை நீரொழுக்கு வானையின்றியமையாது' என்று உரைப் போரும் உளர் எனக் காட்டி, "அவ்வுண்மை எடுத்துக் கூறப் பட வேண்டாத தொன்றாகலான், அவர் உரை பொருந்தாமை அறிக'[40] எனப் பரிமேலழகரின் உரைப் பொருத்தமின்மையைச் சுட்டுகின்றார்,

பெறுமவற்றுள் யாமறிவ தில்லை அறிவறிந்த
மக்கட்பே றல்ல பிற"

என்னும் குறட்பாவில் 'அறிவறிந்த மக்கட்பேறு' என்னும் தொடர்க்குப் பரிமேலழகர் தந்துள்ள உரையினை வ.உ.சி. ஆய்கின்றார். 'அறிவறிந்த' என்றதனால், மக்கள் என்பது பெண் ஒழித்து நின்றது' என உரைப்பாரும் உளர் எனக் குறிப்பிட்டு "அவ்வுரை பொருந்தாது, கல்வியறிவு இரு பாலார்க்கும் பொதுவாக லான்'[41] எனப் பரிமேலழகரின் உரைப் பொருத்தமின்மையை வ.உ.சி. சுட்டிக் காட்டுகின்றார்.

ஈன்ற பொழுதிற் பெரிதுவக்குந் தன்மகனைச்
சான்றோ னெனக்கேட்ட தாய்"

என்னும் குறளில் சான்றோன் எனக் கேட்ட தாய்' என்னும் தொடருக்குப் பரிமேலழகர் கூறியுள்ள உரைப் பொருத்தமின்மை யினை வ.உ.சி. எடுத்துக் காட்டுகின்றார். "இன் என்றமையால், தன் மகனைச சான்றோனாகத் தான் கண்ட பொழுது உளதாம் உவப்புத் தான் அவனை ஈன்ற பொழுது அடைந்த உவப்பினும் பெரிதென்பதும், பெரிது என்றமையால் அதனினும் தன் மகனைச் சான்றோன் எனப் பிறர் கூறக் கேட்டபொழுது உளதாம் உவப்புப் பெரிதென்பதும் பெறப்பட்டன எனத் தம் உரையில் குறிப்பிடுகின்றார். பின்னர் பெண்ணியல்பால் தானாக அறியாமையினை கேட்ட தாயெனக் கூறினார்[42] எனப் பரிமேலழகர் உரைத்துள்ள பொருளை வ.உ.சி. மறுக்கின்றார்.

"தவமுந் தவமுடையார்க் காகு மவமதனை
வஃதிலார் மேற்கொள் வது"

என்னும் குறளில் தவமும் தவமுடையார்க் காகும்' என்னும் தொடருக்கு, தவ வேடமும் தவமுடையவர்க்குப் பொருந்தும்' எனப் பொருள் உரைக்கும் வ.உ.சி., 'தவப்பயனே யன்றித் தவந்தானும் முற்றவம் உடையார்க்கே ஆகும்'[43] என்று பரிமேலழகர் கருத்துப்படி உரை கூறு வோமாயின், முற்றவத் திற்கும் முற்றவம் வேண்டும் என்று முடிவில்லாது கூறிக் கொண்டே போகநேருமாதலால், பரிமேலழகர் உரை பொருத்த மற்றது எனக் காட்டுகின்றார்.

> தன்னுயிர் தானறப் பெற்றானை யேனைய
> மன்னுயி ரெல்லாந் தொழும்"

என்னும் குறட்பாவில், 'தன்னுயிர் தான் அறப்பெற்றான்' என்ற தொடருக்குத் தனது உயிர் தான் என்பது நீங்கப் பெற்றவன்" எனப் பொருளுரைத்துத் தன் உயிரைத் தான் தனக்கு உரித் தாகப் பெற்றவன்'[44] என்னும் பரிமேலழகரின் உரை பொருந் தாது என வ.உ.சி. சுட்டுகின்றார்.

3.2.3.11.2.2 சொற்களின் வைப்புமுறையினை உணராமை

> "சிறப்பீனுஞ் செல்வமு மீனு மறத்தினூஉங்
> காக்க மெவனோ உயிர்க்கு"

என்னும் இக்குறட்பாவில் பயிலும் 'சிறப்பு'. 'செல்வம்' என்பவற்றிற்குப் பரிமேலழகர் தனித்தனியே பொருள் தந்துள்ளார். வ.உ.சி. சிறப்பினையும் செல்வத்தினையும் இணைத்துப் பொருள் காணுகின்றார். "இன்பமும் புகழும் தரும் செல்வத்தோடு வீட்டைத் தரும் செல்வத்தையும் அறம் கொடுக்கும்" எனப் பொருள் உணர்த்தும் வ.உ.சி.., 'உம்மையைச் செல்வம். என்பதனோடு மாத்திரம் சேர்த்திருத்தலானும், ஈனும் என்னும் சொல்லைச் சிறப்பு என்பதனோடும் செல்வம் என்பதனோடும் சேர்த்திருத்தலானும் மேற்கண்டவாறு பொருள் குறித்தலே – பொருத்தம்"[45] எனச் சொற்களின் வைப்புமுறை யினைக் காட்டிப் பரிமேலழகர் உரையினை ஏற்க மறுக்கின்றார்.

3.2.3.1.2.3 உலக வழக்கிற்கு முரண்படல்

> தம்மின்தம் மக்கள் அறிவுடைமை மாநிலத்து
> மன்னுயிர்க் கெல்லா மினிது"

என்னும் குறளின் உரை ஆராயப்படுகின்றது. "தம்மினும் தமது மக்கள் அறிவுடையராயிருத்தல் பெரிய நிலவுலகின் கண் நிலை பேறுடைய மனித உயிர்களுக்கெல்லாம் இன்பம் பயக்கும்" என வ.உ.சி. பொருளுரைத்துத் 'தம்மின் தம்மக்கள்' என்பதற்குத் 'தம் மக்கள் அறிவுடைமை தமக்குப் பயக்கும் இன்பத்தினும் மாநிலத்து மன்னுயிர்க்கெல்லாம் அதிக இன்பம் பயக்கும்[46] எனப் பரிமேலழகர் கூறுவது உலக அனுபவத்திற்கு மாறுபடுகின்றமையால் அவ்வுரையினைப் போலி உரை என்று தள்ளுகின்றார்.

தோன்றிற் புகழொடு தோன்றுக வஃதிலார்
தோன்றலிற் றோன்றாமை நன்று

என்னும் குறளிற்கு ஒருவன் பல்லார்முன் தோன்றில் புகழுடன் தோன்றுக என்றும் புகழ் இல்லாதார் பல்லார் முன் தோன்று தலினும் தோன்றாதிருத்தல் நன்மை" எனப் பொருள் உரைத துத் தோன்றல் என்பதற்குப் பிறத்தல் என்று பரிமேலழகர் பொருள் உரைத்திருப்பதனையும் காட்டிப் 'பிறத்தலும் பிறவா திருத்தலும் ஒருவன் விருப்பப்படி நிகழ்வன அல்ல; அவன் முன்வினைப்படியே நிகழ்வன[47] என உலகியல் உண்மை கூறி அவ்வுரையினை மறுக்கின்றார்.

"குடம்பை தனித்தொழியப் புட்பறந் தற்றே
யுடம்போ டுயிரிடை நட்பு"

என்ற குறளில் 'குடம்பை' என்னும் சொல்லின் உரை அவரது ஆய்வுக்குரியதாகின்றன. குடம்பை என்பதற்குக் கூடு எனப் பொருள் தரும் வ.உ.சி. குடம்பைக்கு முட்டை எனப் பரிமேலழகர் கூறும பொருளினை மறுக்கின்றார். முட்டையெனப் பொருள் கொண்டால், "இவ்வதிகாரம் – 'நிலையாமை' என்பதையும், இக்குறள் உடம்பை விட்டு உயிர் நீங்கும் தன்மையையே கூறுகின்றதென்பதையும் உடம்போடு உயிர் தோன்றுதலை யாவது, உடம்பினுள் உயிர் மீண்டு புகாமையையாவது கூற வந்ததில்லை என்பதையும் நோக்கிலர். அன்றியும், முட்டையை விட்டு வெளிப்படும் உயிரை அப்பருவத்தில் பார்ப்பு என்று சொல்லுதல் வழக்கேயன்றிப் புள் என்று சொல்லுதல் வழக்கன்று. மேலும், முட்டையை விட்டு வெளிப்பட்டவுடன் பறக்கும் பார்ப்பை நாம் கண்டதுமில்லை; கேட்டதுமில்லை"

என உலக வழக்கினைக் காட்டிப் பரிமேலழகர் உரையினை வ.உ.சி. மறுக்கின்றார்.

2.2.2.11.2.4 சொற்பொருள் உணராமை

"அன்பிற்கு முண்டோ அடைக்குந்தா ழார்வலர்
புன்க ணீர் பூசல் தரும்"

என்னும் குறளில் 'ஆர்வலர் புன்கணீர் பூசல் தரும்' என்ற தொடரின் உரை சற்று விரிவாகவே ஆயப்படுகிறது. "அன்பு செய்யப்பட்டாரது துன்பம் (அக்கதவை) பிளக்கும் தாக்குதலை உண்டாக்கும்" என்பது வ.உ.சி. கண்ட உரையாகும் "ஆர்வலர் புன்கணீர் பூசல் தரும் என்பதற்குத் தம்மால் அன்பு செய்யப்பட்டவரது துன்பங் கண்டுழி' என்ற சொற்களை வருவித்து, 'அன்புடையார் (கண் பொழிகின்ற) புல்லிய கண்ணீரே (உள் நின்ற அன்பினை எல்லாரும் அறியத்) தூற்றும்' என்ற பரிமேலழகர் உரையினையும் காட்டி, அங்ஙனம் உரைப்போர் "ஆர்வலர் என்பதற்கு அன்பு செய்யப் பட்டார்" என்பதே பொருள் என்பதை அறியார் என்றும் 'துன்பம் என்னும் பொருள் தரும் புன்கண் என்ற சொல்லைப் புன், கண் எனப் பிரித்தும், அடைக்கும் தாழ் உண்டோ? என்ற வினாவிற்கு விடையில்லாதும் பொருள் உரைத்து இடர்ப்பட்டனர்"[49] என்று சொற்களுக்கு விரிந்த பொருள் உரைத்துப் பரிமேலழகர் உரை யினை வ.உ.சி. மறுக்கின்றார்.

3.2.3.11.2.5 இலக்கணப் பொருத்தமின்மை

செல்விருந் தோம்பி வருவிருந்து பார்த்திருப்பா
னல்விருந்து வானத் தவர்க்கு"

என்னும் குறளில் 'செல் விருந்தோம்பி வருவிருந்து பார்த்திருப் பான்' என்ற குறட்டொடருக்குப் பரிமேலழகர் உரையினை வ.உ.சி. இலக்கணப் பார்வையில் ஆய்கிறார். '(தன்பால் நின்று) செல்லும் விருந்தினரைப் பேணி (த்தன் பால்) வரும் விருந்தினரை (எதிர்) நோக்கி இருப்பவன்' எனப் பொருள் உரைக்கும் வ.உ.சி., 'தன் கட் சென்ற விருந்தைப் பேணிப் பின் செல்லக் கடவ விருந்தைப் பார்த்துத் தான் அதனோடு உண்ண இருப்பான்' என்ற பரிமேலழகர் உரையினை செல்,

வரு. என்பன 'வினைத்தொகைகள்' எனக் குறித்து, அவை மேற் கூறிய பொருளினை வாதலைத்' 'தருசொல் வருசொல் லாயிரு கிளவியுந், தன்மை முன்னிலை யா யீ ரிடத்த', 'ஏனையிரண்டு மேனையிடத்த' என்னும் தொல்காப்பியச் சூத்திரங்களால் அறிக"[50] என்றும் இச் சூத்திரங்களை அறியாதாரே அத்தகைய உரையினைக் குறித்தனர் என் இலக்கண அமைதி காட்டிப் பரிமேலழகர் உரையினை மறுக்கின்றார்.

> "நாளென வொன்றுபோற் காட்டி யுயிரீரும்
> வாள துணர்வார்ப் பெறின்"

என்னும் குறளில் 'நாளென ஒன்று போல் காட்டி' என்னும் தொடருக்குப் பரிமேலழகர் குறித்துள்ள உரையினை இலக்கண அறிவின் துணைக்கொண்டு வ.உ.சி. மறுத்துரைத்துள்ளார். இதற்கு, 'நாள் என ஒரு பொருள் போல் தோற்றிக் கொண் டிருப்பது" எனப் பொருள் உரைக்கும் வ.உ.சி., 'நாள் என ஒன்று போல் காட்டி ஈரும் வாளது உயிர்' எனக் கொண்டு கூட்டி, அதற்கு நாள் என்று அறுக்கப்படுவதொரு காலவரை யறை போலத் தன்னைக் காட்டி ஈர்ந்து செல்கின்ற வாளின் வாயதுஉயிர்' எனப் பரிமேலழகர் வழங்கியுள்ள உரையினை, காட்டி என்பதை வினையாலணையும் பெயராகக் கொள்ளா மல் வினையெச்சமாகக் கொண்டதால்'[51] விளைந்த தவறான உரையாகும் என வ.உ.சி. குறிக்கின்றார்.

3.2.3.11.2.6 நூல் வழக்கிற்கு முரண்பாடு

> "கொடுப்ப தழுக்கறுப்பான் சுற்றம் உடுப்பதூஉம்
> உண்பதூஉம் இன்றிக் கெடும்"

என்ற குறளிற்கு, 'அழுக்கறுப்பானின் சுற்றம் உடுப்பதும் உண்பதும் இன்றிக் கெடும்' எனப் பரிமேலழகர் உரை வகுத் துள்ளார். அவ்வாறு உரைத்தல், ஒவ்வொருவனும் செய்த வினைகளின் பயன்கள் அவனவனையே சேரும் என்ற வடமொழி தென்மொழிநூல் வழக்கிற்கு முரண்படுவதால்" அவ்வுரை பொருந்தாது எனக் காட்டி, "அழுக்கறுப்பான் சுற்றத்தோடு உடுப்பதும் உண்பதும் இல்லாமல் கெடுவன்'[52] என அதற்கு மிகப் பொருத்தமான உரையினை வ.உ.சி. காட்டியுள்ளார்.

3.2.4 பாட வேறுபாடுகள்

பொதுவாகப் பழந்தமிழ் நூல்கள் பல பாட வேறுபாடு கொண்டவை. பல நூற்றாண்டுகளாகச் சுவடிகளில் எழுதிக் கற்று வந்த காரணத்தினால். நூல்களில் பாட வேறுபாடுகளும் மிகுதியாயின. சுவடிகளில் எழுதும்போது ஒருவர் சொல்லக் கேட்டுப் பிறர் படி எழுதினமையாலும் ஒரு படியை நோக்கி வேறு படி எடுத்தமையாலும் பாட வேறுபாடுகள் உருவாகின.

3.2.4.1 திருக்குறள் பாட வேறுபாடு எழுந்த காலம்

திருக்குறளுக்கு உரை கண்டவர் தருமர், மணக்குடவர், தாமத்தர், நச்சர். பரிதி, திருமலையர், மல்லர், பரிப்பெருமாள், காளிங்கர், பரிமேலழகர் என்னும் பதின்மராவர். இவர்களுள் மணக்குடவர், பரிப்பெருமாள், பரிதியார், பரிமேலழகர் என் பாருடைய உரைகளே இப்பொழுது கிடைத்துள்ளன. இவ்வுரைகாரர் கொண்ட பாடங்கள் சிற்சில குறள்களில் வெவ்வேறாக உள்ளன. ஆகவே திருக்குறளுக்கு உரை எழுதும் முயற்சி தோன்றுவதற்கு முன்பேயே மூல பாடத்தில் வேறுபட்ட வழக்குகள் நாட்டில் இருந்தமை தெரிகிறது.

3.2.4.2 மூலபாட வேறுபாடுகள்

தாம் எழுதிய அறத்துப்பால் விருத்தியுரையில் பரிமேலழகர் கொண்டுள்ள பாடங்களைப் பின்பற்றாது மிகுதியான பாட வேறுபாடுகளை வ.உ.சி. காட்டியுள்ளார். அங்ஙனம் அவர் கொண்ட பாட வேறுபாடுகள் எழுபத்து நான்காகும். அவற்றில் முப்பது பாடங்கள் முந்திய உரையாசிரியர்கள் கொண்டுள்ள பாடங்களாகும். வ.உ.சி. தாமாகக் கொண்டுள்ள பாடங்கள் நாற்பத்து நான்கு ஆகும்.

பாட வேறுபாடு கொள்வது உரையாசிரியர்களுக்குரிய உரிமை என்றாலும் தாம் காட்டும் பாட வேறுபாடுகளைத் தனியாக அடிக்குறிப்பில் காட்டிச் சென்றிருக்க வேண்டும். புற நானூறு முதலிய சங்க கால நூல்களில் உள்ள பாடல்களுக்குரிய பாட வேறுபாடுகளை உரையாசிரியர்கள் தனியாகவே அடிக் குறிப்பில் காட்டிச் சென்றுள்ளார்கள். வ.உ.சி.யோ, தக்க சான்றுகளின் துணையின்றி ஆசிரியர் கருத்து இதுவாக இருக்கு மென்று தாமாகத் துணிந்து பாட வேறுபாடுகளை மூலத்தில்

அமைத்து, மூலங்களை மாற்றியமைத்திருத்தல் உடன்பாட்டிற் குரியதன்று.

மூலத்திற்கு மிகுதியாக மதிப்பினைத் தருவது முன்னைய உரையாசிரியர்களின் இயல்பாக இருந்தது. மூலத்தைச் சுவடிகளில் பாதுகாத்துப் படியமைக்கும் பொழுதும் சுவடிகளில் உள்ளவற்றை நூலாக அச்சேற்றியபொழுதும் பிழைகள் எழலாம். இருப்பினும் தாம் கண்ட மூலத்தை ஒரு எழுத்துக் கூட மாறுபாடின்றித் தந்து சரியாக பாடமாகக் கருதுவதை உரை விளக்கப் பகுதியிலோ தனிப் பகுதியிலோ காட்டுவது தான் உரையாசிரியர்களின் பணியாகும்.

வ.உ.சி. பரிமேலழகரிடமிருந்து வேறுபடும் பாடல்களைக் கீழ்வரும் பட்டியல் வாயிலாகக் காணலாம்:

எண்	பாட்டு முதற் குறிப்பு	குறள் எண்	சொல் அல்லது சொற் றொடர்	வ.உ.சி. பாடல்
1.	மனத்துக்கண்	34	மாசிலனாதல் அனைத்தறண்	மாசிலனா வதனைத் தறன்
2.	பெண்ணிற்	54	பெருந்தக்க	பெறுந்தக்க
3.	பெற்றாற்	58	பெற்றாற்பெறின்	பெற்றாற் பேணிற்
4.	புகழ்புரிந்த	59	புகழ்புரிந்தில்	புகழ்புரிந்தவில்
5.	பெறுமவற்றுள்	61	அறிவறிந்த	அறிவுடைய
6.	தம்பொருள்	63	என்ப	என்பவே
7.	அன்பீனும்	74	நாடாச் சிறப்பு	நாடாத்துணை
8.	அன்பின்	80	அஃதிலார்க்கு	அஃதிலது
9.	விருந்து	82	புறத்ததா	புறத்தாக
10.	உடைமையுள்	89	உடைமையுள் இன்மை	உடைமையுள் உண்மை
11.	நயனீன்று	97	நன்றி	நன்று
12.	மறவற்க	106	மாசற்றார்	மாசறுத்தார்
13.	எழுமை எழுபிறப்பும்	107	தங்கண்	தங்கள்
14.	நன்றிமறப்பது	108	நன்றி	நன்று

15.	எந்நன்றி	110	எந்நன்றி	எந்நன்று
16.	தகுதியெனவொன்று	111	பகுதியாற்	பகுதியார்
17.	வாணிகம்	120	வாணிகம்பேணி	வாணிகமாம்பேணி
18.	எல்லார்க்கும்	125	செல்வர்க்கே	செல்வர்க்கோர்
19.	தீயினால்	129	நாவினால்	வாயினால்
20.	நன்றிக்கு	138	நன்றிக்கு	நன்றுக்கு
21.	ஒறுத்தார்க்கு	156	ஒரு நாளை	ஒரு நாளே
22.	நடுவின்றி	171	குடிபொன்றி	குடிபொன்றும்
23.	படுபயன்	172	நடுவன்மை	நடுவின்மை
24.	இறலீனும்	180	வெஃகின்	வெஃகல்
25.	அறஞ்சொல்லும்	195	அறஞ்சொல்லும்	அறஞ்சொல்வான்
26.	பகச் சொல்லி	187	தேற்றாதவர்	தேறாதவர்
27.	தீயவைதீய	202	தீயவைதீய	தீயவேதீய
28.	அருங்கோடன்	210	செய்யான்	செய்வான்
29.	நயனுடையான்	219	செய்யாதமைகலா	செய்யவமைகலா
30.	நத்தம்போற்	235	நத்தம்போற்	நத்தம்போர்
31.	அல்லல் அருள்வார்க்கு	245	வளிவழங்கு	வழிவழங்கு
32.	உண்ணாமை	255	செய்யாதளறு	செய்வதளறு
33.	சுடச்சுடரும்	267	ஒளிவிடும்	ஒளிமிகும்
34.	இலர்	270	நோற்பார்	நோற்றார்
35.	உள்ளத்தாற் உள்ளலும்	282	கள்வேமெனல்	கள்வேமென
36.	அளவல்ல செய்தாங்கே	289	தேற்றாதவர்	தேறாதவர்
37.	தன்னெஞ்சறிவது	293	தன்னெஞ்சறிவது	தன்னெஞ்சறிந்தது
38.	செய்யாமற் செற்றார்க்கும்	313	செய்யாமற்	செய்யார்மன்
39.	நன்றறாகுமாக்கம்	328	பெரிதெனினும்	பெறுமெனினும்
40.	கூத்தாட்டு	332	குழாத்தற்றே	குழீஇயற்றே
41.	இயல்பாகும்	344	பெயர்த்து	பெயர்ந்து

42.	பற்றற்ற கண்ணே	349	பிறப்பறுக்கும்	பிறப்பறும்
43.	வேண்டுங்கால்	362	வேண்டும்	வேண்டல்

44. ஒரு குறளின் அமைப்பினையே வ. உசி. முழுமையாகவே மாற்றி விடுகின்றார். 'பொறையுடைமை' என்னும் அதிகாரத்தில் ஏழாவது குறளாக இடம்பெறும்.

"திறனல்ல தற்பிறர் செய்யினும் நோநொந்
திறனல்ல செய்யாமை நன்று"

என்னும் குறளை வ.உ.சி.,

'அறனல்ல தற்பிறர் செய்யினும் நொந்து
திறனல்ல செய்யாமை நன்று"

எனச் சொற்களின் வரன்முறையினை மாற்றியும் புதிய சொற்களை அமைத்துக் கொண்டும் ஆக்கியுள்ளார்.

வ.உ.சி.. தாம் உரையாசிரியரெனும் சிந்தனையை உள்ளத்தில் கொள்ளாது, நூலாசிரியராகவே தம்மைக் கருதிக் கொண்டதால் ஏற்பட்ட விளைவே மூலபாடங்களின் மாற்றமாகும். பாட வேறுபாடுகளைத் தாம் மூலத்திலே செய்து கொண்டமைக் குரிய காரணங்களை வ.உ.சி. விளக்கியுள்ளார். இதன் வழி வ.உ.சி. க்கு இருந்த இலக்கணப் புலமை, இலக்கியச் செழுமை அனைத்தும் வெளிப்படுகின்றன. சான்றாகப் 'பொறை யுடைமை' என்னும் அதிகாரத்தில் ஏழாவது குறட்பாவை மாற்றியமைத்தற்கு வ.உ.சி.,

"அறனல்ல தற்பிறர் செய்யின். அவரை ஒறுத்தல் தகுதி, திறனல்ல தற்பிறர் செய்யின், அவரைப் பொறுத்தல் தகுதி; ஈமூன்றாஞ் சீராகிய 'செய்யினும்' எனபதன் உம்மை ஒறுத்தற் குரிய 'அறனல்ல' வற்றையே குறிக்கும். ஆதலான், 'அறனல்ல' என்பதையே ஆசிரியர் முதற் சீராகக் கூறினர் என்று கொள்க. திருத்தமாக எழுதத் தெரியாதவன் எழுதிய ஏட்டெழுத்தில் அகரத்திற்கும்" "திகரத்திற்கும்" வேற்றுமை காண்டல் அரிது. அவ்வேட்டைப் பெயர்த்தெழுதியோன் முதற் சீரின் முதலெழுத்தாகிய அகரத்தைத் திகரமாகக் கருதி அங்ஙனம் எழுதியிருத்தல் கூடும். அவ்வாறு அம்முதற் சீர் திறனல்ல என்றாய பின்னர் இக் குறளைப் படிக்கும் புலவர் எவரும் ஐந்தாஞ்சீர் 'அறனல்ல' என்பதுதான் என்று கருதுதல் இயற்கை.

அவ்வாறு அவர் கருதிய பின்னர்க் குறளின் நான்காஞ் சீர் 'நொந் என ஓர் அசையாக இருத்தல் கண்டு, அதனைத் திருத்த முயலுதலும் இயற்கை. அம் முயற்சியின் பயன் தான்குறளின் நான்காஞ் சீர்நோய் நொந்' எனவும், நோய்நொந்' எனவும் நேர்நொந் மூன்றாக மூவர் உரை ஏடுகளில் காணப் படுகின்றது. திறனல்லவற்றைத் தனக்குப் பிறர் செய்யினும், தான் அறனல்லவற்றைச் செய்யலாகாதென்பது யாவரும் அறிந்ததொன்றாகலான், அதனை ஈண்டுக் கூறுதல் மிகையே யாகும்; ஆனால், அறனல்லவற்றைச் செய்த பிறர்க்கும் நொந்து திறனல்லவற்றைச் செய்யலாகாதென்று கூறுதல் இன்றியமை யாதது. ஆதலான், 'திறனல்ல' என்பதையே ஐந்தாஞ் சீராக ஆசிரியர் கூறினார் என்று கொள்க. ஐந்தாஞ் சீர் 'திறனல்ல' என்றாய பின்னர் நான்காஞ் சீர் 'நொந்து' என்றிருத்தலின் எவ்விதத் தடையும் இல்லை. ஆதலான், 'அறனல்ல' என்பதையே முதற்சீரும், நொந்து என்பதையே நான்காஞ் சீரும், திறனல்ல' என்பதையே ஐந்தாஞ் சீருமாக ஆசிரியா கூறினார் எனக் கொள்க'[53] என விரிந்த அளவில் காரணம் காட்டுகின்றார்.

முடிவுரை

திருக்குறளின்பால் மிக ஈடுபாடு கொண்டிருந்த வ.உ.சி. திருக்குறளுக்கு எழுந்த உரையாசிரியர்களின் உரை கடினமாக இருந்ததை உணர்ந்து, அனைவரும் படிப்பதற்கேற்ற நிலைமையில் எளிமையான உரை எழுதலானார். திருக்குறள் அறத்துப் பாலிற்கு மட்டும் இவரது விருத்தியுரை வெளியாகியுள்ளது.

இயல்பாகுபாடு, அதிகார வைப்பு, அதிகாரப் பெயர், குறள் வைப்புமுறை ஆகியவற்றில் வ.உ.சி. புதுமை புகுத்தியுள்ளார். இயல்பாகுபாட்டில் வீட்டியல் என்னும் புதிய இயலை வ.உ.சி. வகுத்துள்ளார். பரிமேலழகர் இல்லறவியலில் சேர்த்துள்ள வெஃகாமை, பயனில சொல்லாமை ஆகிய இரு அதிகாரங்களையும் துறவற இயலிலும், துறவற இயலில் பரிமேலழகர் காட்டியுள்ள வாய்மை,கள்ளாமை ஆகிய அதிகாரங்களையும் இல்லற வியலிலும் வ.உ.சி. அடக்கிக் காட்டியுள்ளார். அங்ஙனம் காட்டியமைக்குத் தக்க ஏதுவினையும் வ.உ.சி. எடுத்துக் காட்டியுள்ளார்.

நூல் முகத்தில் கடவுள் வாழ்த்து, வான் சிறப்பு, நீத்தார் பெருமை ஆகிய அதிகாரங்கள் பாயிரத்தில் அடங்கா என்பதறகும் அவற்றை வள்ளுவரே பாடவில்லை என்பதற்கும் அகச் சான்றுகளும் புறச் சான்றுகளும் காட்டியுள்ளார் இருப்பினும் பாயிரம் பற்றிய அவரின் புதிய கருத்து தக்க சான்றுகளைப் பெறாததால் வலுவிழந்து காணப்படுகின்றது.

குறட் சொற்களுக்கும் சொற்றொடர்களுக்கும் தனிப் பொருள் விளக்கம் தந்துள்ளமை, குறட்பாவின் சில சொற்களுக்கு உரையாசிரியர்கள் குறிப்பிடாத புதுப்பொருள் வழங்கியுள்ளமை, குறட்பாவிடைக் காணப்படும் சில சொற்கள் அவரது நுணுகிய விளக்கத்தால் பொருட் சிறப்படைகின்றமை, பொருள் தெளிவாக விளங்கும் நிலையில் தமது உரையில் இடையிடையே சொற்களை வருவித்துப் பொருள் உரைத்துள்ளமை, சொற்களின் கிடக்கை முறைமையினை அவற்றின் பொருத்தம் புலப்படுமாறு வ.உ.சி. விளக்கியுள்ளமை, அருஞ்சொற் புணர்ப்புக்களை வ.உ.சி பிரித்துக்காட்டி எளிமைப்படுத்தியுள்ளமை. குறட்பாவிடைக் காணப்படும் சொற்களைத் தக்கவாறு கொண்டுகூட்டித் தமது கருத்திற்கு அழுத்தம் சேர்த்துள்ளமை, இன்றியமையா தனவற்றிற்கு வ.உ.சி. இலக்கணக் குறிப்புக் காட்டியுள்ளமை, குறட்பாக்களின் தெளிவு கருதிச்சில குறட்பாக்களை அவற்றுடன் தொடர்பு கொண்டுள்ள பிற குறட்பாக்களைக் கொண்டு விளக்கம் செய்துள்ளமை, குறள் கருத்துக்கள் பயிலும் பிற நூற் கருத்துக்களை உரையில் மேற்கோளாக எடுத்துக்காட்டியுள்ளமை போன்ற உரை நயங்கள் சிறப்புத் தன்மை பெற்றவையாய் விளங்குகின்றன.

பரிமேலழகர் உரையினைச் சில இடங்களில் தாம் கூறியுள்ள புத்துரையுடன் ஏற்றுக் கொண்டு, பல இடங்களில் அவரது உரையினை வ.உ.சி. மறுத்துக் காட்டியுள்ளமை அவரது ஆழ்ந்த புலமையை வெளிப்படுத்தி நிற்கின்றது.

திருக்குறளுக்கு உரையாசிரியர்களிடையே பாட வேறுபாடுகள் இருப்பினும் பின்வந்த உரையாசிரியர்கள் அப்பாட வேறுபாடுகளை நூலின் மூலத்தில் ஏற்காது அடிக்குறிப்பில் தந்து சென்றுள்ளனர். இதற்கு மாறாக, வ.உ.சி. தாம் கருதும் நாற்பத்து நான்கு பாட வேறுபாடுகளையும்

அடிக்குறிப்பில் வழங்காது அவற்றை மூலத்தில் காட்டியிருப்பது ஏற்புடையதன்று. ஆயினும், பாட வேறுபாடு காட்டி, அதற்குக் காரணமும் காட்டியிருப்பதன் வாயிலாகப் புலனாகும் வ.உ.சி.யின் புலமைத்திறன் பாராட்டத்தக்கதாக அமைந்துள்ளது. திருக்குறள் அறத்துப் பாலுக்கு மிகச் சீரிய, ஆழமான உரையினைப் புதுமைக் கண்ணோட்டத்துடன் வ.உ.சி. பூக்கியுள்ளார் எனலாம்.

குறிப்புக்கள்

1. வ.உ. சிதம்பரம் பிள்ளை, திருக்குறள் – அறத்துப்பால், விருத்தியுரை, உரைப்பாயிரம், பக். 5–6.
2. மேலது, ப.7.
3. மேலது. ப. 6.
4. வ.உ.சிதம்பரம் பிள்ளை, திருக்குறள் – அறத்துப்பால் விருத்தியுரை, ப. 199.
5. சோ. ந. கந்தசாமி, திருக்குறள் பாயிரம், 'இலக்கியச் சோலையிலே', ப. 17.
6. வ.உ.சிதம்பரம் பிள்ளை. திருக்குறள் – அறத்துப்பால், விருத்தியுரை, உரைப்பாயிரம், ப. 8.
7. வ.உ.சிதம்பரம் பிள்ளை, திருக்குறள் – அறத்துப்பால், விருத்தியுரை, ப. 101.
8. மேலது, ப. 111.
9. மேலது, ப. 124.
10. மேலது,ப. 139
11. மேலது, ப. 140.
12. மேலது, ப. 142.
13. மேலது,ப. 113.
14. மேலது, ப. 136.
15. மேலது, ப. 146

16. மேலது. ப. 180.
17. மேலது. ப. 190.
18. மேலது. ப. 260.
19. மேலது, ப. 277
20. மேலது. ப. 132.
21. மேலது. ப. 281.
22. மேலது, பக். 292–293.
23. மேலது. ப. 108.
24. மேலது, ப. 282.
25. மேலது, பக். 149,241, 274.
26. மேலது, ப. 113.
27. மேலது, ப. 144.
28. மேலது, ப. 249.
29. மேலது. பக். 101, 177, 272.
30. மேலது. ப. 172.
31. மேலது, ப. 203.
32. மேலது. ப. 264.
33. மேலது, ப. 154.
34. மேலது. பக். 16–162.
35. மேலது, ப. 105.
36. மேலது, ப. 113.
37. மேலது, ப. 123.
38. மேலது, ப. 125.
39. மேலது, ப. 167.
40. மேலது, பக். 110–111.

41. மேலது, ப. 137
42. மேலது, பக். 141–142.
43. மேலது, பக். 237–238.
44. மேலது. ப. 240.
45. மேலது. ப. 117.
46. மேலது, ப. 141.
47. மேலது, ப. 225.
48. மேலது, ப. 273.
49. மேலது, ப. 143.
50. மேலது, ப. 152.
51. மேலது, ப. 271.
52. மேலது, ப. 192.
53. மேலது, பக். 187–188.

3.3 சிவஞான போத உரை

3.3.0	முன்னுரை	236
3.3.1	உரை எழுந்த சூழல்	236
3.3.2	உரை எழுத உதவியவையும் உரை தந்த முடிவும்	237
3.3.3	உரை அரங்கேற்றம்	237
3.3.4	உரை அமைப்பு	237
3.3.4.1	சொற்களை வருவித்துப் பொருளுரைத்தல்	238
3.3.4.2	சொற்களைக் கொண்டுகூட்டிப் பொருளுரைத்தல்	238
3.3.4.3	சொற்களுக்கும் சொற்றொடர்களுக்கும் விளக்கம் தருதல்	239
3.3.4.4	எடுத்துக்காட்டு தந்து விளக்குதல்	240
3.3.4.5	இலக்கணக் குறிப்புக்கள் தருதல்	241
3.3.4.6	பாடவேறுபாடு காட்டல்	241
3.3.4.7	நூல் உரையின் பின்னிணைப்பு	242
3.3.4.8	உரையில் இடம் பெறாதவை	243
3.3.4.9	மெய்கண்டதேவரின் வார்த்திகப் பொழிப்புரைக்கு மறுப்பு	244
3.3.4.10	பிற உரைகளுடன் ஒப்பீடு	244
	முடிவுரை	245

3.3 சிவஞான போத உரை

8.3.0 முன்னுரை

சிவஞான போதம் என்னும் மெய்ப்பொருள் நூலுக்கு வ.உ.சி. இயற்றியுள்ள உரை இவண் ஆராயப்படுகின்றது. மெய்கண்டார் அருளிய சிவஞான போதமென்பது பதினான்கு மெய்ப்பொருள் நூல்களில் ஒன்றாகும். சிவஞான போதத்திற்கு முதன் முதலாகச் சிற்றுரையும் பேருரையும் வழங்கியவர் சிவஞான முனிவர் ஆவார்.

இந்நூலிற்குப் பாண்டிப்பெருமாள் விருத்தியுரை, திருவாவடுதுறை ஆதீனத்தின் சார்பில் வெளியான உரை, ஔவை. சு. துரைசாமிப்பிள்ளை உரை, ப. இராமனாதனின் விளக்கக் குறிப்பு உரை ஆகிய உரைகள் உள்ளன.

இந்நூலின் உரைப் பாயிரப் பகுதியில் தாம் உரை எழுத வேண்டிய சூழல் குறித்து வ.உ.சி.. விளக்கியுள்ளார். உரை எழுதுவதற்குத் தமக்கு உதவியாய் இருந்தவை பற்றி வ.உ.சி. குறிப்பிடுகின்றார்; இவ்வுரை தமக்கு உணர்த்தி நின்ற முடிவு பற்றியும் உணர்த்துகின்றார்; உரையரங்கேற்றத் தொடர்பான செய்திகளையும் விளக்கமாகக் குறித்துள்ளார்.

3.3 உரை எழுந்த சூழல்

திருக்குறளை நீதி நூல்களிலும் சிவஞான போதத்தைச் சித்தாந்த நூல்களிலும் கைவல்லிய நவநீதத்தை வேதாந்தத்திலும் வ.உ.சி. அடக்கிக் காட்டுகின்றார். இம்மூன்றில் திருக்குறள். சிவஞான போதம் ஆகியவற்றின் உரைகள் கடின நடையுடனும்

பேரளவினதாகவும் அமைந்து, கற்பார்க்கு அச்சத்தினை விளைவித்தமையால் சிற்றளவில் எளிய நடையில் இவற்றிற்கு உரைகள் எழுதப் பல ஆண்டுகள் தாம் நினைத்ததாகவும் அவற்றுள் திறக்குறளுக்கு முதலில் உரை கண்டு, பின்னர்ச் சிவஞான போதத்திற்கு உரை காண விழைந்ததாகவும் வ.உ.சி. குறிக்கின்றார்.[1]

3.3 2 உரை எழுத உதவியவையும் உரை தந்த முடிவும்

சிவஞான போதச் சூத்திரங்களின் சொற்கள், சிவஞான போதச் சூத்திரங்களுக்குச் சிவஞானசுவாமிகள் இயற்றியுள்ள சிற்றுரையின் பிண்டப் பொழிப்புரைகள், தமது மெய்ஞ்ஞானம், தமிழ் அகராதி ஆகியவை இந்நூலிற்கு உரை எழுதத் தமக்கு உதவியதாக வ.உ.சி குறிப்பிடுகின்றார். நாள் ஒன்றிற்கு இரண்டு மணி வீதம் பன்னிரண்டு நாட்களுக்குள் சிவஞான போதத்தை ஆராய்ந்து வ.உ.சி. உரை எழுதியுள்ளார். சிவஞான சுவாமிகள் முதலியோரின் உரைகளைப்பற்றியெல்லாம் தாம் ஆராய வில்லை எனவும் அவர் குறிப்பிடுகின்றார். இவ்வுரை எழுதுவதற் காகச் சிவஞான போதத்தை ஆராய்ந்ததன் பயனாகச் சித்தாந் தமும் வேதாந்தமும் ஒன்றே என்ற தம் கொள்கை உறுதி அடைந்ததை அவர் சுட்டிக் காட்டுகின்றார்.[2]

3.3.3 உரை அரங்கேற்றம்

பிரமானந்த சுவாமிகள் மடாலயத்தின் அதிபராகிய சோம சுந்தர சுவாமிகளின் தலைமையில் குறுக்குச் சாலையிலுள்ள தருமச்சத்திரக் கட்டிடத்தின் முன்பக்கத்தில் கூடிய அவையின் கண் அவர் உரை நூல் அரங்கேறியுள்ளது. அப்பொழுது சுவாமிகள் காப்புச் செய்யுளில் காணும் 'மலைவில்லார்' என்னும் தொடர்க்கும் சில சூத்திரங்களின் சில சொற்களுக்கும் சிறந்த உரைப்பொருள்களைக் கூறியுள்ளார். அவற்றிற் சிலவற்றை இந்நூலில் சேர்த்துள்ளதாக வ.உ.சி. ஒப்புக் கொண்டுள்ளமை உரை ஆசிரியருக்கு வேண்டிய நேர்மைப் பண்பினை எடுத்துக் காட்டுகின்றது.[3]

3.3.4 உரை அமைப்பு

ஒவ்வொரு சூத்திரத்தின் சாரத்தையும் அதனதன் ' தலைக் குறிப்பாக' வ.உ.சி. தந்துள்ளார். சூத்திரத்தின் பொருளைப்

பொருள் என்ற சொல்லால் சுட்டுகின்றார். இலக்கணக்குறிப்பு முதலியவற்றிற்கு அகலம் என்ற சொல்லோடும் தொடங்கி அவரது உரை எழுதப்பட்டது சொற்களை வருவித்தும் கொண்டு கூட்டியும் பொருள் உரைத்தல், அரிய சொற்களுக்கும் சொற் றொடர்களுக்கும் பொருள் விளக்கம் தருதல், இடையிடையே தக்க எடுத்துக்காட்டுக்கள் தந்து பொருளை விளக்கச் செய்தல், இன்றியமையா இலக்கணக் குறிப்பிற்குச் சூத்திரம் காட்டுதல் ஆகியன சிறப்புக் கூறுகளாக உரையில் இடம் பெற்றுள்ளன

3.3.4.1 சொற்களை வருவித்துப் பொருளுரைத்தல்

நூற்சூத்திரத்திற்குப் பதப்பொருள் கூறுகின்றபொழுது பொருள் தடுமாற்றம் எழாத வகையில் தகுந்த சொற்களை அடைப்புக் குறியினுள் தந்து உரைப்பொருளை அவர் நன்கு விளங்கச் செய்துள்ளார். சான்றாக, முதற் சூத்திரத்திற்கு அவர் ஆக்கியுள்ள உரை முறையினைக் காட்டலாம்:

"அவன், அவள், அது என்னும் அவை – (ஐம்பொறிக் காட்சியிற் காணப்படும்) அவன், அவள், அது என்னும் முப் பொருளும், மூவினைமையின் தோற்றிய திதியே – (தோன்றல், நிற்றல், அழிதல் என்னும்) மூன்று வினையுடைமையோடு தோன்றிய நிலைபேறுடைய பொருள்களே; ஒடுங்கி மலத்து உளதாம் – (அவற்றில் ஒவ்வொன்றும் பின்னர்) மறைந்து (ஆணவ மலம், மாயா மலம், கன்ம மலம் என்னும்) மலங்களால் (மறுபடியும்) உளதாம்; அந்தம் ஆதி என்மனார் புலவர் – (அவை) தோன்றுதலும், நிற்றலும், ஒடுங்குதலும் இறைவ னிடத்தே என்று கூறுவர் அறிஞர்." இங்ஙனம் பொருள் கூறும் முறையால் மூவினை, மலம் ஆகிய சமயச் சொற்கள் முதனிலையில் படிப்பார்க்கும் பொருள் விளங்குமாறு அமைந்துள்ளமையை உணரலாம்.

3.3.4.2 சொற்களைக் கொண்டுகூட்டிப் பொருளுரைத்தல்

தேவையான இடங்களில் சூத்திரத்தின் சொற்களை முன்னும் பின்னுமாகக் கொண்டுகூட்டிப் பொருள் உரைப்பதும் அவரது இயல்பாகத் தெரிகின்றது.

"அவையே தானே யாயிரு வினையிற்
போக்கு வரவு புரிய வாணையி
னீக்க மின்றி நிற்கு மன்றே"

என வரும் இரண்டாம் சூத்திரத்தின் முதலடியில் இரண்டாம் சீரான 'தானே' என்னும் சொல்லை முதலிலும், முதற்சீரான, 'அவையே' என்னும் சொல்லை அதற்கு அடுத்தும் கொண்டு கூட்டிப் பொருளை வ.உ.சி. சிறப்பிக்கின்றார். பொருட் பொருத்தம் பற்றித் தானே அவையேயாய்' என்று கொண்டு கூட்டிப் பொருள் உரைக்கப்பட்டது" என வ.உ.சி. விளக்கம் தருகிறார்.

"உளதில தென்றலி னெனதுட லென்றலி
னைம்புல னொடுக்க மறிதலிற் கண்படி
லுண்டிவினை யின்மையி னுணர்த்த வுணர்தலின்
மாயா வியந்திர தனுவினு ளான்மா"

எனப்படும் மூன்றாம் சூத்திரத்தின் துவக்கச் சீரான 'உளது' என்னும் சொல்லைச் சூத்திரத்தின் இறுதியடியுடன் இணைத்துச் சூத்திரப்பொருளை முற்றுவிக்கும் வ.உ.சி. "இலது என்றல் முதலிய ஐந்து செயல்களால் மாயா இயந்திர தனுவினுள் ஆன்மா உளது என்று கொண்டுகூட்டிப் பொருள் உரைக்கப் பட்டது[6] என விளக்கமும் தருகின்றார். இவ்வாறு கொண்டு கூட்டிப் பொருள் கொள்ளும் முறையால் பொருள் அழுத்தம் பெற வேண்டிய சொற்கள் அவ்வாறு பெற்று நிற்பதை உணரலாம்,

3.3.4.3 சொற்களுக்கும் சொற்றொடர்களுக்கும் விளக்கம் தருதல்

எளிதில் விளங்கிக்கொள்ள முடியாச் சொற்களுக்கு அங்கங்கே வ.உ.சி. பொருள் விளக்கம் செய்துள்ளார்:

திதி – நிலைபேறு" – திதி உடைய பொருள்களைத் திதி என்றார். திதி என்னும் வடசொல்லிற்கு நிலைபேறு என்னும் நல்ல தமிழ்ச் சொல்லை வ.உ.சி. தந்துள்ளார்.

அதுவா இதுவா என்று ஐயமுற்றவிடத்து அவ்விரண்டில் ஒன்று என்று நிச்சயிக்கும் சக்தியே புத்தியாகும் எனப் புத்தியின் பொருளை வரையறுத்துக் காட்டுகின்றார்.

அவத்தை நிலைகளான ஜாக்கிரம், சொர்ப்பனம், சுழுத்தி, துரியம், துரியா தீதம் என்னும் எளிமையில் பொருள் விளங்காச் சொற்களுக்குப் பொருள் விளக்கம் செய்துள்ளார்.

ஜாக்கிரம் என்பது நனவு. ஐம்பொறிகளோடும் மனத்தோடும் சேர்ந்து ஜீவாத்மா தொழில் செய்யும் நிலையாகும்.

சொர்ப்பனம் என்பது கனவு. ஐம் பொறிகளை விடுத்து மனத்தோடு மாத்திரம் சேர்ந்து ஜீவாத்மா தொழில் செய்யும் நிலையாகும்.

சுழுத்தியாவது ஐம்பொறிகளையும் மனத்தையும் விடுத்து ஜீவாத்மா தொழில் செய்யும் நிலையாகும்.

துரியம் எனப்படுவது தீவாகரா மனம் (நினைப்பு) எழாமல் பார்த்துக் கொண்டிருக்கிற நிலையாகும். இதனை விகற்ப சமாதி என்பர்.

துரியாதீதம் என்பது ஜீவாத்மா அறிவாகவே அஃதாவது தான் தானாகவே நிற்கும் அல்லது தொழில் செய்யும் நிலையைக் குறிப்பதாகும்.

பேய்த்தேர் – கானல், பேய் போலப் பூமியில் பொருந்தாது, தாகமுற்றோர் அதனை அடுத்துச் செல்லச் செல்ல, அது தூரத் தூரச் சென்றுகொண்டிருப்பது பற்றி அது பேய்த்தேர் எனப் பெயர் பெற்றது எனப் பொருளுரைத்துப் பேய்த்தேர் என்னும் சொற்றொடரின் பொருளை விளங்கச் செய்துள்ளார்!

3.3.4.4 எடுத்துக்காட்டு தந்து விளக்குதல்

எடுத்துச் சொன்னால் விளங்காடியாப் பொருள்களும் சிற்சில இடங்களில் அவரது எடுத்துக்காட்டுக்களால் பொருள் சிறந்து நிற்கின்றன, வ.உ.சி. எளிய எடுத்துக்காட்டுக்கள் தந்து பொருள் விளக்கம் செய்துள்ளார்:

நூலின் பதினோராம் சூத்திரம் உயிர் இறைவனை அடையும் முறையினை விளக்குகின்றது. உயிர் இறைவனை அறிய விரும்பினால் அவ்வுயிரோடு தன்னைக் கூட்டுவித்து உயிர் விரும்புமாறு தன்னை அவ்வுயிருக்கு இறைவன் அறிவித்து நிற்பான் உயிர் விரும்பியதை இறைவன் நிகழ்த்தியதால், கைம்மாறாக அவ்வுயிர் இறைவனை விடாது பற்றி நிற்கும் என்பது அச்சூத்திரம் குறிக்கும் செய்தியாகும். இக்கருத்தினை, "ஓர் ஆசிரியன் தன் மாணாக்கனோடு கூடிச்சென்று, அம் மாணாக்கன் விரும்பும் பொருள்களையெல்லாம் கண்டு

அம்மாணாக்கனுக்குக் காட்டுவனேல், அம்மாணாக்கன் அவ்வாசிரியன் பால் தளராமல் அன்பு செலுத்தி அவனோடு இடைவிடாது உறைதல் போல, இறைவன் உயிரோடு கூடி அவ்வுயிர் அறிய விரும்பும் பொருளாகிய தன்னை அறிந்து அவ்வுயிர்க்கு அறிவித்ததால், உயிர் இறைவனோடு ஐக்கியமாய் நிற்கும்" என்று தக்க எடுத்துக்காட்டுடன் வ.உ.சி. விளக்கியுள்ளார்.

3.3.4.5 இலக்கணக் குறிப்புக்கள் தருதல்

வ.உ.சி. உரை விளக்கம் செய்ததோடு நில்லாது, தேவை யான சொற்களுக்கும் சொற்றொடர்களுக்கும் இலக்கணக் குறிப்பினை வழங்கியிருக்கிறார். இது இலக்கணத்துறையில் இவருக்கிருந்த ஈடுபாட்டினை விளக்கி நிற்கின்றது; 'மலத்துள தாம்' என்னும் தொடருக்கு, மலம் என்பதை மூன்றாம் வேற்றுமைத் தொகையாகவும். அத்து' என்பதனைச் சாரியையாகவும், காட்டி, "வறுமையால் இரந்தனன் என்பது, வறுமையைப் போக்குவதற்காக இறந்தனன் எனப் பொருள் தருதல் போல் மலத்தால் உளதாம்' என்பது மலத்தைப் போக்குவதற்காக உளதாம் எனப்பொருள் தந்து நின்றது"[9] என இலக் கணக்குறிப்பு வ.உ.சி. எழுதுகிறார். 'சிந்தை நாடி' என்பதன் கண்ணுள்ள 'நாடி' என்னும் சொல்லிற்கு வினையெச்சம் என்னும் குறிப்பினைத் தந்து, 'மழைபெய்து பயிர் விளைந்தது என்புழிப் பெய்து என்னும் வினையெச்சம் பெய்ததால் என்னும் பொருள் தந்து நிற்றல் போல, நாடி என்னும் வினையெச்சம் நாடியதால் என்னும் பொருள் தந்து நின்றது" எனக் குறித்து, "நாடி என்பதனை இகரவீற்று முன்னிலை ஏவல் என்று உரைப்பாருளர்; முன்னிலைப் பொருள் ஈண்டுப் பொருந்தாது'[40] எனப் பிறர் குறிப்பினையும் மறுக்கிறார்.

3.3.4. பாடவேறுபாடு காட்டல்

இந்நூல் முழுமையிலும் இவரால் காட்டப்பட்ட பாடவேறு பாடு ஆறாம் சூத்திரம் பற்றியதாகும். அச்சூத்திரத்தின் முதலடிக்கு, முந்திய உரையாசிரியர்கள் கொண்ட பாடம்: –

"உணர்உரு வசத்துளனின் உணராது இன்மை யினிரு''

என்பதாகும். இதற்கு இவர் காட்டும் பாடமாவது: "உணர் உரு வசத்து எனின் உணராது இன்மையாம்" என்பதாகும். வடமொழிச் சூத்திரத்தையும் பொருட் பொருத்தத்தையும் நோக்கப் பழைய உரையாசிரியர்கள் கொண்ட பாடம் பிழைபட்ட பாடம் என அவர் பாட வேற்றுமை கொண்டமைக்குக் காரணமும் காட்டுகின்றார்.

3.3.4.7 நூல் உரையின் பின்னிணைப்பு

வ.உ.சி. பின்னிணைப்பில் சிவஞான போத வரலாற்றினை விளக்குகின்றார்; சிவஞானச் சிற்றுரையால் தாம் கண்ட உண்மையினையும் தெளிவுபடுத்தியுள்ளார். சிவஞான போதம் தமிழின் மூலநூல் என்றும் இந்நூல் மூலநூலாகாது, வடமொழிச் சிவஞான போதத்தின் மொழி பெயர்ப்பேயாகும் என்றும் கருதி வரும் இரு சாராரின் கூற்றுக்களையும் வ.உ.சி. எடுத்துக் காட்டியுள்ளார். ஆனால் இது முதனூலா அல்லது மொழிபெயர்ப்பு நூலா என்பதனை அவர் வரையறுக்கவில்லை. இவ்விரண்டனுள் இது முதனூலாகுமா அல்லது மொழிபெயர்ப்பு நூலாகுமா எனத் தம்மால் தீர்மானிக்க முடியாமை பற்றியும் அவர் குறிப்பிட்டிருப்பது பொருந்துவதாகத் தெரியவில்லை. இந்நூலின் வாயிலாக அவர் கண்ட உண்மைச் செய்திகள்:

இவ்வுலகத்தின் கண் தோன்றி நிலவுகின்ற சமயங்கள் பல. அவற்றுள், கடவுள் இல்லையென்று சொல்லும் சமயம் ஒன்று. அதனை நாஸ்திக சமயம் என்பர் ஆன்றோர். மற்றைய சமயங்களெல்லாம் கடவுள் உண்டென்று சொல்பவைகளே அவற்றை ஆஸ்திகசமயம் என்பர் ஆன்றோர். நாஸ்திக சமயத்தினர் அண்டங்களின் அமைப்பும், அண்டங்கள் ஒன்றையொன்று ஒழுங்காகச் சுற்றி வருதலும், ஒவ்வோர் அண்டத்திலும் சிருஷ்டி, ஸ்திதி, சம்ஹாரம் ஒழுங்காக நிகழ்ந்தது வருதலும் இயற்கையின் சக்தியால் என்று சொல்கின்றனர். ஆஸ்திக சமயத்தினர் களோ அவைகளெல்லாம் ஒழுங்காக நிகழ்ந்து வருதல் கடவுள் சக்தியால் என்று சொல்கின்றனர். நாஸ்திகரது இயற்கையைத் தான் ஆஸ்திகர் கடவுளென்று கூறுகின்றனரென்று நாஸ்தி கரும், ஆஸ்திகரது கடவுளைத்தான் நாஸ்திகர் இயற்கையென்று கூறுகின்றனரென்று ஆஸ்திகரும்

கொள்வரேல், இவ்விரு சமயங்களுள்ளும் வேற்றுமையில்லை"[12] என்று வ.உ.சி சுட்டிக் காட்டுகின்றார்.

ஆஸ்திகச் சமயத்தார்களெல்லாம் தத்தம் சமயமே மெய்யான அல்லது உயர்ந்த சமயம் என்றும், தத்தம் சமயக் கடவுளே மெய்யான அல்லது உயர்ந்த கடவுள் என்றும், மற்றைய சமயங்கள் எல்லாம் பொய்யான அல்லது தாழ்ந்த சமயம் என்றும், மற்றைய சமயக் கடவுளெல்லாம் பொய்யான அல்லது தாழ்ந்த கடவுள் என்றும் கூறி வேறுபடுகின்றனர். சர்வ சக்தியும் சர்வ ஞானமும் சர்வ வியாபகமும் உள்ள பொருள் ஒன்று தான் இருக்கமுடியுமே அன்றி, ஒன்றற்கு மேல் இருக்க முடியாது என்பது அறிவுடைய ஒவ்வொருவரும் ஒப்புக்கொள்ளத்தக்க உண்மையாகும் என்றும், ஒவ்வொரு சமயத்தினரும் தத்தம் கடவுளையே மற்றயை சமயத்தினர்கள் அவர்களுக்குப் பிரியமான பெயர்களாலும் வடிவுகளாலும் வணங்குகின்றார்கள் என்று கொள்ளின் ஆஸ்திகச் சமயங்களெல்லாம் ஒன்றேயாய் விளங்கும் என்றும்[13] வ.உ.சி. கூறுவதன் வாயிலாக மக்களின் ஒற்றுமையைக் குலைக்கும் நிலையில் சமயங்கள் விளங்குதல் கூடாது என்று வன்மையாக மொழிந்திருப்பது வரவேற்கத் தக்கது. சமயம் மக்களைச் சரியான பாதையில் நடத்திச் செல்ல வேண்டுமெனில் மக்கட்குச் சமயப் பொறை இருத்தல் வேண்டும் என அவர் வலியுறுத்துகின்றார் என்ற உண்மையினை உணரலாம். ஆஸ்திகச் சமயங்களிடையே ஒருமைப்பாடு நிலவ வேண்டும் என்று விரும்பிய வ.உ.சி. அனைத்து நிலையிலும் முரண்பட்டு நிற்கும் ஆத்திகச் சமயமும் நாத்திகச் சமயமும் அவற்றிற்குரிய வேறுபாடுகளைக் களைந்து அவ்விரண்டும் கை கோர்த்துச் செல்லவேண்டும் என்றும் சுட்டிக்காட்டியுள்ளார். இந்நெறி சமயத்துறையில் ஆத்திகர் யாரும் இதுவரை காட்டாத புது நெறியாகும்.

3.3.4.8 உரையில் இடம் பெறாதவை

ஏனைய உரைகளில் காணப்படும் பல மதக் கோட்பாடுகளும் அவற்றின் கண்டனங்களும் இவரது உரை நூலில் காணப்படவில்லை. "மக்கள் பல வேறு பெயர்களோடும், வடிவுகளோடும் காணப்படினும் அவர்களெல்லாம் மக்கட் சாதியினரேயாவது போல, மதங்கள் பல்வேறு பெயர்களோடும்

கொள்கைகளோடும், காணப்படினும் அவைகளையெல்லாம் ஒப்புயர்வற்ற ஒரே இறைவனைப் பற்றிய பேசுகின்றன என்று யான் கருதுகின்றமையை அன்றியும், மத வேற்றுமையைக் காண்பவர்களும், பேசுபவர்களும், 'யான்', எனது என்னும் மத வெறிபிடித்த மாக்களேயென்றும் நமது நாடு தற்காலம் இருக்கிற ஒற்றுமையற்ற நிலைமையில் மத வேற்றுமைகளையோ, சாதி வேற்றுமைகளையோ, வேறு வேற்றுமைகளையோ, காண்பவர் பேசுபவர்களும் தேசத்திற்குத் தீங்கிழைப்பவர்களே என்றும் யான் கருதுகின்றேன். அதனாலும், இவ்வுரையில் யான் பல மதக் கோட்பாடுகளையும், அவற்றின் பொய்யான உயர்வு தாழ்வுகளையும் பற்றி ஒன்றும் பேசவில்லை"[14] இதற்குரிய காரணத்தை வ.உ.சி. காட்டுகின்றார்.

3.3.4.9 மெய்கண்டதேவரின் வார்த்திகப் பொழிப்புரைக்கு மறுப்பு

சிவஞான போதத்தின் ஆசிரியரான மெய்கண்டதேவர் இயற்றியதாகச் சொல்லப்படும் வார்த்திகப் பொழிப்புரையில் பல மதக் கண்டனங்கள் காணப்படுவதால் அப்பொழிப்புரை மெய்கண்டதேவரால் இயற்றப்பட்டிருக்க முடியாது என்பது வ.உ.சி.யின் கருத்தாகும் இந்நூலை மெய்கண்டதேவர் இயற்றிய காலத்திற்குப் பல ஆண்டுகளுக்குப் பின்னர்த் தமிழ் நாட்டில் சில சமயங்கள் புகுந்து ஒரு பெரும் கலக்கத்தை உண்டு பண்ணினவென்றும், அப்போது அச்சில சமயங்களையும் வேறுபல சமயங்களையும் கண்டிக்கக் கருதிப் பிற பல சமயக் கண்டனங்கள் அடங்கிய வார்த்திகப் பொழிப்புரையை இயற்றிச் சிவஞான போதச் சூத்திரங்களோடு நூலாசிரியர் காலத்திற்குப் பிற்பட்டோர் சேர்த்தனர் என்றும் வ.உ.சி. கருதுகின்றார்.[15]

3.3.4.10 பிற உரைகளுடன் ஒப்பீடு

திருவாவடுதுறை ஆதீனச் சார்பில் வெளியிடப்பட்டுள்ள சிவஞான போத உரையில் சூத்திரப் பிண்டப் பொருளும் கருத்தும் தரப்பட்டுள்ளனவே தவிரப் பிற சிறப்புக் கூறுகள் இடம் பெறவில்லை. சைவ சிந்தாந்தக் கழகம் சிவஞான போதச் சிற்றுரையினைக் கழகப் புலவரின் விரிந்த விளக்கத்துடன் வெளிப்படுத்தியுள்ளது. வ.உ.சி.யின் உரையோ அளவால்

மிகச் சுருங்கியதன்று; மிக விரிந்ததுமன்று. கல்வி நிலையில் தொடக்க நிலையினரும் புரிந்துகொள்ளும் பாங்கில் தமக்கு முன்பிருந்த உரையினை வ.உ.சி. மிக எளிமைப்படுத்தியுள்ளார். அவரே குறிக்கின்றவாறு பல மதக்கோட்பாடுகளும் அவற்றின் கண்டனங்களும் அவரது உரையில் இடம் பெறவில்லை. சூத்திரத்திற்கு நேரிடையான பொருளைத் தருவதோடு சூத்திரத்தினைக் கண்ணழித்துப் பொருள் வழங்கியிருத்தல் இவ்வுரையின் சிறப்புக் கூறாகும். சிவஞான போதத்தின் ஆறாம் சூத்திரத்திற்கு அவர் காட்டியுள்ள பாடவேறுபாடு பிற உரையாசிரியர்களால் காட்டப்படாத தொன்றாகும். உலகியலில் காணப்படும் எளிய மேற்கோள்கள் கொண்டு வ.உ.சி. தமது கருத்தினை வலுப்படுத்தி யுள்ளாரென்பதும் குறிப்பிடத்தக்கது. சிவஞான போதத்தால் தாம் உணர்ந்துகொள்ளும் மெய்ம்மை யினை வ.உ.சி. சுட்டி யிருப்பது போன்று பிற உரையாசிரியர்கள் சுட்டவில்லை.

முடிவுரை

சிவஞான போதம் பொருள் விளங்க இடர்ப்படச் செய்யும் தன்மையது. இந்நூலிற்கு மெய்கண்டார் காட்டி நின்று சமயக் கண்டனங்களில் வ.உ.சி. தம்மை ஈடுபடுத்திக்கொள்ளவில்லை. தமிழ் மொழியில், சமயத்துறையில் ஆழமான அறிவமையாது, அத்துறைகளில் அடிப்படை அறிவே அமைந்திருப்போரும் புரிந்து கொள்ளுமாறு எளிய, நேரிய உரையினை வ.உ.சி. வகுத்துள்ளார். சொற்களை வருவித்தும் கொண்டுகூட்டியும் பொருள் உரைத்தல், அரிய சொற்களுக்கும் சொற்றொடர் களுக்கும் பொருள் விளக்கம் தருதல், இடையிடையே பொருத்த மான எடுத்துக்காட்டுக்கள் தந்து பொருளை விளக்கமுறச் செய்தல், ஒவ்வொரு சூத்திரத்திற்கும் இன்றியமையாத இலக் கணக் குறிப்பினைச் சுட்டுதல் ஆகிய சிறப்புக் கூறுகள் வ.உ.சி.யின் சிவஞான போத உரையில் இடம் பெற்றுள்ளன. நூல் உரையின் பின்ணிணைப்புச் செய்திகள் சமயம் பற்றிய வ.உ.சி.யின் கருத்தினை அறிய உதவுகின்றன. ஆத்திகச் சமயமும் நாத்திகச் சமயமும் தம்முள் நிலவும் வேறுபாடுகளைக் களைந்து, ஒன்றிற்கொன்று முரண்படாமல் தமது கொள்கை களைப் பரப்புதல் வேண்டும் என வ.உ.சி. குறித்துள்ளமை

சமயத்துறையில் அவர் காட்டிய புதுமை நெறியாகும். நாட்டு மக்களிடம் தமது காலத்தில் காணப்பட்ட ஒற்றுமை இன்மையைக் கருதிச் சிவஞான போதத்திற்கு எழுந்துள்ள பிற உரை நூல்களில் இடம் பெற்றிருக்கும் பல மதக்கோட்பாடுகளையும் அவற்றின் கண்டனங்களையும் தமது உரை நூலில் வ.உ.சி. காட்டாமை குறிப்பிடத் தகுந்ததாகும். சிவஞான போதத்திற்கு எழுதப்பட்டுள்ள மிகுதியான உரைகளில் சூத்திரப் பிண்டப் பொருளும் கருத்துமே தரப்பட்டுள்ளன. வ.உ.சி. பதவுரை வாயிலாகவும் சூத்திரப் பொருளினை உரைத்துள்ளார். இவர் காட்டியுள்ள பாடவேறுபாடு பிற உரையாசிரியர்கள் காட்டாத தாகும். வ.உ.சி. சிவஞான போதத்தால் தாம் அறிந்துகொண்ட மெய்ம்மையினை உணர்த்தியிருப்பதைப் போன்று பிற உரை ஆசிரியர் எவரும் உணர்த்தவில்லை.

குறிப்புக்கள்

1. வ.உ. சிதம்பரம் பிள்ளை, சிவஞான போத உரை, உரைப்பாயிரம், ப.3.
2. மேலது, பக். 4–5. 8.
3. மேலது, பக். 5–6.
4. வ.உ. சிதம்பரம் பிள்ளை, சிவஞான போத உரை, ப. 8
5. மேலது, ப. 10.
6. மேலது, ப. 11.
7. மேலது, பக். 8, 14, 20–21.
8. மேலே, ப. 23.
9. மேலது, ப. 9.
10. மேலது. ப. 20.
11. மேலது, ப. 16.
12. மேலது, ப. 31.
13. மேலது, ப. 32.
14. மேலது, உரைப்பாயிரம், பக். 3–4.
15. மேலது, ப. 4.

4. வ.உ.சியின் பதிப்புப்பணி

4.0	முன்னுரை	249
4.0.1.	வ.உ.சி. நூல் பதிப்பித்த காலக்கட்டம்	250
4.0.2	வ.உ.சி. பதிப்பித்த நூல்கள்	250
4.1	திருக்குறள் பதிப்பு	250
4.1.1	திருக்குறள் பதிப்புக்கள்	250
4.1.2	வ.உ.சி பதிப்பு	251
4.1:2.1	பதிப்பு எழுந்த சூழல்	251
4.1.2.2	பதிப்பித்த முறை	251
4.1.2.3	பதிப்பின் சிறப்புக்கூறுகள்	252
4.1.2.3.1	அருஞ்சொல் விளக்கம் தருதல்	252
4.1.2.3.2	சொல் வருவித்துப் பொருள் விளக்கம் தருதல்	253
4.1.2.3.3	விடுபட்ட பகுதிக்கு விளக்கம் தருதல்	253
4.1.2.3.4	விளக்கமில்லா இடங்கட்கு விளக்கம் தருதல்	254
4.1.2.3.5	உரை ஒப்பீடு	254
4.1.2.5.6	இலக்கணக்குறிப்புச் சுட்டுதல்	255
4.1.2.3.7	அதிகார வைப்புமுறை	255
4.1.2.4	வ.உ.சி. பதிப்பும் பிற பதிப்பும்	256
	முடிவுரை	256

4. வ.உ.சி.யின் பதிப்புப்பணி

4.0 முன்னுரை

கருதுகோள்கள் செயல்பாட்னால் சிறப்பதைப் போன்று படைப்புக்களும் பதிப்புப்பணியினால் சிறப்புறுகின்றன. சொற்பாடற்ற கருதுகோள்கள் எவ்வாறு பயனின்றி நிற்குமோ, அவ்வாறே பதிப்பில்லாத படைப்புப்பணியும் பயனின்றிப் போகும். பதிப்புப்பணியின் இன்றியமையாமையையும் பதிப்பு முயற்சியிலுள்ள இடர்களையும் உ.வே. சாமிநாதையர் வரலாற்றின் மூலம் நன்கு அறியலாம். முன்னோர் நெருப்பு, நீர், கறையான் ஆகியவற்றிடமிருந்து பழஞ்சுவடிகளைக் காப் பாற்றிப் பதிப்பித்திராவிடில் இன்று அரிய பல இலக்கண இலக்கியங்கள் கிடைக்காமற் போயிருக்கும்.

“நூலைப் பதிப்பித்தல் என்பது ஒருவகைக் கலையே; நூலாசிரியர், உரையாசிரியர், விரிவுரையாசிரியர் ஆகியோருக் குள்ள மதிப்பு பதிப்பாசிரியர்க்கும் அளித்தல் வேண்டும். அம்மூவர்க்கும் உள்ள அறிவு பதிப்பாசிரியருக்கும் இன்றியமையாதது” எனப் பதிப்பாசிரியரின் தகுதியை அ. சிதம்பரநாதன் சுட்டுகின்றார். வ.உ.சி. பதிப்பாசிரியராகவும் தமிழ்ப் பணியினை ஆற்றியுள்ளார்.

இப்பகுதியில் வ.உ.சி. நூல் பதிப்பித்த காலக்கட்டம். பதிப்பித்துள்ள நூல்கள், பதிப்பித்துள்ள முறைமை, பதிப்பின் சிறப்புக்கூறுகள் ஆகியவை ஆராயப்படுகின்றன.

4.0.1. வ.உ.சி. நூல் பதிப்பித்த காலக்கட்டம்

வ.உ.சி. பதிப்புப் பணியினை மேற்கொண்ட காலக்கட்டத்தில் பழைய நூல்களைப் பதிப்பிக்க முன்வந்தார்க்குப் பொருட் பற்றாக்குறை இருந்தது. அதனை மீறித் தமிழ் நூல் ஒன்று பதிப்பிக்கப்பட்டு வெளிவரினும் ஆங்கில மொழி ஆட்சி மொழியாக அமைந்திருந்ததால் நூலினை வாங்கிப் பயில்வோர் மிகச் சிலராக இருந்தனர். பயின்ற மிகச் சிலரும் பதிப்பாசிரியர்களைக் குறை கூறி, அவர்களின் ஊக்கத்தினையும் உரனையும் அழிக்கலாயினர். பழங்கால ஏடுகளைக் கண்டுபிடிப்பது மிக அரிய செயலாய் இருந்தது; கிடைத்த ஏடுகளும் செம்மையற்று இருந்தன; அவ்வேடுகளில் காணப்பட்ட எழுத்துக்களின் முறைமை குழப்பத்தைத் தந்தது. இத்தகைய இடர்ப்பாடுகள் நிறைந்த சூழ்நிலையில் வ.உ.சி. பதிப்புப் பணியினை ஆற்ற வேண்டியதிருந்தது.

4.0.2 வ.உ.சி. பதிப்பித்த நூல்கள்

திருக்குறள் அறத்துப்பாலிற்கு மணக்குடவர் உரையினையும் தொல்காப்பியத்தின் எழுத்ததிகாரம், பொருளதிகாரம் ஆகிய வற்றிற்கு இளம்பூரணர் உரையினையும் வ.உ.சி. பதிப்பித்துள்ளார்.

4.1 திருக்குறள் பதிப்பு

4.1.1 திருக்குறள் பதிப்புக்கள்

1811 முதல் 1975 வரை திருக்குறள் பதிப்புக்கள் நூற்றிற்கு மேல் தமிழகத்தில் வெளிவந்துள்ளன. பரிமேலழகர் உரைப் பதிப்பு. உரை விளக்கப்பதிப்பு . உரை வேறுபாட்டுப் பதிப்பு, உரைக்கொத்துப்பதிப்பு, ஆராய்ச்சிப்பதிப்பு' தெளிவுரைப் பதிப்பு, மலிவுப் பதிப்பு, கையடக்கப்பதிப்பு, உரையுடன் கூடிய கையடக்கப்பதிப்பு, பரிசுப்பதிப்பு எனத்திருக்குறள் பதிப்புக்கள் பல வெளிவந்துள்ளன. இவற்றுள் பரிமேலழகர் உரைப்பதிப்பே மிகுதியாகும். மணக்குடவர் உரைப்பதிப்பு மூன்றே இதுகாறும் வெளிவந்துள்ளன. இம்மூன்றிலும் 1917– இல் வெளிவந்த வ.உ.சி.யின் பதிப்பு காலத்தால் முந்தியதாகும். பொன்னுச்சாமி நாட்டார் 1925–இல் மணக்குடவர் உரையினைப் பதிப்பித் துள்ளார். 1955–இல் மணக்குடவர் உரையினை மலர் நிலையம் பதிப்பித்து வெளியிட்டது.

4.1.2 வ.உ.சி பதிப்பு

இலக்கியத் துறையில் வ.உ.சி பதிப்பித்த நூல் திருக்குறள் ஒன்றே ஆகும். இவரது திருக்குறள் அறத்துப்பால் மணக்குடவர் உரைப்பதிப்பு 1917–ஆம் ஆண்டில் வெளியாகியுள்ளது.

4.1:2.1 பதிப்பு எழுந்த சூழல்

ஒன்பதின்மர் உரைகளைத்தேடும் முயற்சியில் ஈடுபட்ட அவருக்கு மணக்குடவர் உரைப்பிரதி கிடைத்தது. அது வள்ளுவர் கருத்துக்களைத் தெள்ளென விளக்குவதாகவும் இனிய செந் தமிழ் நடையில் எழுதப்பட்டதாகவும் அவருக்குத் தோன்றியது. எனவே மணக்குடவர் உரையைப் பதிப்பிக்கும் எண்ணம் அவருக்கு எழுந்தது. தமக்குக் கிடைத்த பிரதியைச் சென்னை அரசிற்குட்பட்ட கையெழுத்துப் புத்தகசாலையிலுள்ள மணக்குடவர் உரைப் பிரதியோடு அவர் ஒத்துப்பார்த்தார். அரசாட்சிப் புத்தகசாலைப் பிரதியில் உள்ள அதிகாரப் பெயரும் முறையும் பரி 'மலழகர் முறையைப் பின்பற்றியிருந்தனவென்றும் அதில் சில குறள்களின் மூலமும் உரையும் சிதைந்த நிலையிலும் குறைந்த நிலையிலும் இருந்தன என்றும் வ.உ.சி. தமது பதிப் புரையில் குறிப்பிடுகின்றார்.[2]

4.1.2.2 பதிப்பித்த முறை

திருக்குறள் பதிப்பில் ஈடுபட்ட வ.உ.சி, உ.வே. சாமிநாதையரவர்களிடத்திலிருந்த மணக்குடவர் உரைப்பிரதியைத் தருவித்துப் பார்த்துள்ளார். அது, மேற்கூரிய அரசாட்சிப் புத்தகப் பிரதியினின்று பிரதியெடுக்கப்பட்டதாகும் என வ.உ.சி. அறிந்தார். ஆயினும் அதனையும் சகசாநந்தசாமி அவர்களையும் துணையாகக் கொண்டு தமக்குக் கிடைத்த பிரதியைப் படைத்தல், இருப்பவற்றை ஒழுங்குபடுத்தல், பிழைப்பட்டனவற்றை நீக்குதல் என்னும் மூன்றையும் புரிந்து மணக்குடவர் உரையை ஒருவாறு முழுமையாக்கிப் பதிப்பித்துள்ளார். மணக்குடவர் உரையைப் பதிப்பித்து வருங்கால் தி. செல்வக்கேசவராய முதலியாரும் த.கனகசுந்தரம்பிள்ளையும் அதனைப் பலமுறை பார்த்துச் சீர்படுத்தித் தந்துள்ளதாக வ.உ.சி. கூறுகின்றார்.[3]

மணக்குடவரும் பரிமேலழகரும் அதிகார முறையிற் சிறிதும் குறட்பாக்களின் முறையில் பெரிதும் வேறுபட்டிருப்ப தோடு

பல குறள்களில் வெவ்வேறு பாடங்கள் கொண்டும் பலபல குறள்களுக்கு வெவ்வேறு பொருள்கள் உரைத்துள்ளனர். இவ்வேற்றுமைகளைக் காண்பார் திருக்குறளின் பெருமையையும் அதன் மூலபாடங்கள் வேறுபட்டுள்ள தன்மையையும் நன்கு அறிவதோடு, குறள்களுக்கு இருவரும் உரைத்துள்ள பொருள களைச் சீர்தூக்கிப் பார்க்கவும் புதிய பொருள்கள் உரைக்கவும் முயலுவர் அவர் அவ்வாறு செய்ய வேண்டுமென்னும் விருப்பமே, யான் இவ்வுரையை அச்சிடத் துணிந்ததற்கு முக்கிய காரணம்"[4] – என மணக்குடவர் உரையினைப் பதிப்பித்த சூழலை வ.உ.சி. விளக்குகின்றார்.

4.1.2.3 பதிப்பின் சிறப்புக்கூறுகள்

வ.உ.சியின் திருக்குறள் பதிப்பின் சிறப்புக் கூறுகளை,

1) அருஞ்சொல் விளக்கம் தருதல், 2) சொல் வருவித்து விளக்கம் தருதல், 3) விடுபட்ட பகுதிக்கு விளக்கம் தருதல், 4) விளக்கம் இல்லா இடங்கட்கு விளக்கம் தருதல், 5) உரை ஒப்பீடு, 6) இலக்கணக் குறிப்பு சுட்டுதல், 7) அதிகார வைப்புமுறை என ஏழு வகையாகப் பிரித்துக் காணலாம்.

4.1.2.3.1 அருஞ்சொல் விளக்கம் தருதல்

மணக்குடவர் உரையிடைக் காணப்படும் அரிய சொற் களுக்கு வ.உ.சி. பொருள் விளக்கம் செய்துள்ளார்.

அறத்துப்பால் முதலதிகாரத்தின் நான்காவது குறளிற்கு, வீடு பெறலாவது, அவலக் கவலைக்கையாற்றின் நீங்கிப் புண்ணிய பாவமென்னும் இரண்டினையும் சாராமல், சாதலும் பிறத்தலுமில்லாததொரு தன்மை பெய்துதல்' என் மணக்குடவர் உரை விளக்கம் தந்துள்ளார். இவ்விளக்கத்திடைக் காணப்படும் அவலம்', 'கையாறு' என்னும் அரிய சொற்களுக்கு.

"(அவலம் – கிலேசம், கையாறு துன்பம்" என வ.உ.சி பொருள் உரைத்துள்ளார்.

அறத்துப்பால் அன்புடைமையென்னும் அதிகாரத்தின் எட்டாவது குறளுக்கு அன்பு ஆர்வமுடைமையைத் தரும் அவ்வார்வமுடைமை நட்பென்று சொல்லப்பட்ட ஆராய்தலில் லாத சிறப்பைத் தரும்' என மணக்குடவர் பொருள் உரைக்கின்

றார். இவ்வுரையிடைக் காணப்படும் 'ஆர்வம்', 'நட்பு' என்னும் சொற்களுக்கும் 'ஆராய்தலில்லாத' என்னும் சொற்றொடர்க்கும், '(ஆர்வம் – தொடர்பிலார் மாட்டும் செல்லும் காதல்; நட்பு – நட்பினர். ராய்தல் இல்லாத – ஆராய்தல் வேண்டாத)[6] என வ.உ.சி. பொருள் விளக்கம் செய்துள்ளார். நடுவுநிலைமை என்னும் அதிகாரத்தின் முதல் குறளின் தொடக்கமான 'சமன் செய்து சீர்தூக்கும் கோல்' என்னும் சொற்றொடர்க்கு, 'சமன் வரை பண்ணி சீரொத்தால் தூக்கிப் பார்க்கும் நிறைகோல்' என மணக்குடவர் பொருள் உரைத்துள்ளார். 'சமன்வரை' என்னும் சொற்றொடரை வ.உ.சி. "(சமன்வரை – நிறுக்கும் கருவியாகிய வெள்ளிக்கோலின் இரண்டு தலைகளும் சமனை (ஒக்க) நிற்குமாறு செய்தற்குத் தூக்கும் கயிறு இடப்படும் வரை)"[7] என விளக்கிக்காட்டுகின்றார்.

4.1.2.3.2 சொல் வருவித்துப் பொருள் விளக்கம் தருதல்

மணக்குடவர் உரை தெளிவாகுமாறு தேவைப்படும் சொற்களை அடைப்புக் குறிக்குள் உரையிடை வ.உ.சி பயன்படுத்தியுள்ளார்:

'கற்றதனால் ஆய பயன் என் – (மேற்கூறிய எழுத்தினானாகிய சொற்களையெல்லாம்) கற்றதனாகிய பயன் (வேறு) யாது. வால் அறிவன் நல் தாள் தொழார் எனின் – விளங்கிய அறிவினையுடையவன் திருவடியைத் தொழாராயின்?'' "இலலவள் மாண்பானால் – (ஒருவனுக்கு) மனையாள் மாட்சிமையுடையாளானால், இல்லது என் – இல்லாதது யாது? (எல்லாம் உளவாம்). இல்லவள் மாணாக்கடை– (ஒருவனுக்கு) மனையாள் மாட்சிமையில்லாளானால், உள்ளது என் – உள்ளது யாது? (ஒன்றும் இல்லை)" எனத் தேவைப்படும் சொற்களை வ.உ.சி. வருவித்துப் பொருள் விளக்கம் செய்கின்றார்.

4.1.2.3.3 விடுபட்ட பகுதிக்கு விளக்கம் தருதல்

மணக்குடவர் விளக்கம் செய்யாத இயலிற்கு வ.உ.சி. விளக்கம் தருகின்றார். அங்ஙனம் விடுபட்ட இயலாகிய துறவற இயலினை. 'துறவறமாவது, இல்லின் கண்ணின்று நீங்கித் தவம் முதலாயின செய்தல், அது கூறிய அதிகாரம் பதின் மூன்றிலும் அருளுடைமை முதலாகத் தவமுடைமை ஈறாக இல்லின்

கண்ணின்று நீங்கியாரால் செய்யப்படுவன நான்கும், கூடா வொழுக்கம் முதலாகப் பயனில சொல்லாமை ஈறாக அவரால் தவிரப் படுவன ஐந்துமாக ஒன்பது அதிகாரத்தால் கூறி; அதன் பின் துறவிற்கு இன்றியமையாது அறிதற்பாலதாகிய நிலையாமை ஓர் அதிகாரத்தால் கூறி; அதன்பின் துறவிலட்சணம் ஓர் அதிகாரத்தால் கூறி; துறவினால் எய்தற்பாலதாகிய மெய் யுணர்தல் ஓர் அதிகாரத்தால் கூறி; பிறப்பிற்கு ஏதுவாகிய அவாவினை அறுத்தல் ஓர் அதிகாரத்தால் கூறினாராகக் கொள்ளப்படும்" என வ.உ.சி. விளக்கியுள்ளார்.

4.1.2.3.4 விளக்கமில்லா இடங்கட்கு விளக்கம் தருதல்

உரையாசிரியர் விளக்கம் தராத குறளுக்கு வ.உ.சி. உரை விளக்கம் தந்துள்ளார். அறத்துப்பாலை முழுமையாகப் பார்ப்பின் உரை விளக்கம் பெறாத குறள் ஒன்றேயாகும். அழுக்காறாமை என்னும் அதிகாரத்தில் ஐந்தாவது குறளுக்கு உரை ஆசிரியர் வேறாகப் பொருள் கூறாது முன்பு சொன்னதே பொருளெனக் கூறிச் சென்றதால் வ.உ.சி. அக்குறளுக்கு உரை எழுதியுள்ளார்:

"அழுக்காற் றகன்றாரும் இல்லை; அஃதில்லார்
பெருக்கத்திற் றீர்ந்தாரும் இல்''

என்னும் குறளுக்கு, "(அழுக்காற்று அகன்றாரும் இல்லை – அழுக்காற்றினான் செல்வமுடையரானாரும் இல்லை; அஃது இல்லார் பெருக்கத்தின் தீர்ந்தாரும் இல் – அழுக்காறில்லாதராய்ச் செல்வத்தினின்று நீங்கினாரும் இல்லை)"[10] என்று வ.உ.சி. விளக்கிக் காட்டியுள்ளார்.

4.1.2.3.5 உரை ஒப்பீடு

சில குறள்களுக்கு மணக்குடவர் உரையினைப் பரிமேலழகர் உரையுடன் பொருந்தக்காட்டி, இரு உரைகளின் வேற்றுமை களையும் வ.உ.சி. விளக்குகின்றார்:

அழுக்காறாமை என்னும் அதிகாரத்தில் ஏழாம் குறளாகிய

கொடுப்ப தழுக்கறுப்பான் சுற்றம் உடுப்பதூஉம்
உண்பதூ உம் இன்றிக் கெடும்"

என்பதில் அழுக்கறுப்பான் என்ற தொடருக்கு மணக்குடவர் தரும் பொருளினைப் பரிமேலழகர் தரும் பொருளோடு பொருந்தக் காட்டி அவற்றின் பொருள் வேற்றுமையினை

"(அழுக்கறுப்பான் என்பதனை அழுக்கு எனவும், அறுப்பான் எனவும் பிரித்து, அழுக்கு என்பதற்கு அழுக்காற்றினால் எனவும் அறுப்பான் என்பதற்கு விலக்குவான் எனவும் இவ்வுரை யாசிரியர் உரைத்திருப்பது கவனித்தற்பாலது அழுக்கறுத்தல் என்பதனை ஒரு சொல் நீர்மைத்தாகக் கொண்டு உரைத்துள்ளார் பரிமேலழகர்)" என வ.உ.சி. எடுத்துக் காட்டுகின்றார்.

4.1.2.5.6 இலக்கணக்குறிப்புச் சுட்டுதல்

இன்றியமையாத இலக்கணக் குறிப்புக்களையும் வ.உ.சி. தருகின்றார்.

"வாய்மையுடைமை" என்னும் அதிகாரத்தில் இரண்டாவது குறளிடைக் காணப்படும் "எனைத்தொன்றும்" என்னும் சொற்றொடர்க்கு

"('ஒருமை சுட்டிய பெயர் நிலைக் கிளவி – பன்மைக்காகு மிடனுமாருண்டே' என்னும் தொல்காப்பியச் சூத்திரப்படி எனைத் தொன்றும் என்னும் ஒருமைப் பெயர் எவையும் என்னும் பன்மைப் பெயர்க்கு ஆயிற்று)"[12] அ என வ.உ.சி. இலக்கணக் குறிப்பினை வழங்கியுள்ளார்.

'ஒழுக்கமுடைமை' என்னும் அதிகாரத்தின் நான்காவது குறளில் இடம் பெற்றுள்ள 'படுபாக்கு' என்னும் சொற்றொடர்க்கு, "படுபாக்கு என்பது தொழிற்பெயர் – பாக்கு – விகுதி)"[18] என வ.உ.சி. இலக்கணக் குறிப்புத் தருகின்றார்.

4.1.2.3.7 அதிகார வைப்புமுறை

அதிகார வைப்புமுறையில் மணக்குடவர் விடுத்த அதிகாரங்களின் வைப்புமுறையினை வ.உ.சி. சுட்டியுள்ளார். அவ்வாறு விடுபட்ட அதிகாரங்கள் இருபதிற்கும் வ.உ.சி. அதிகார வைப்புமுறையினைச் சுட்டியுள்ளார்:

"(இது விருந்தோம்பலின் கண்ணே இன்றியமையாது வேண்டப்படுவதொன்றாதலின், அதன்பின் கூறப்பட்டது)

”[14] என வாய்மையுடைமை என்னும் அதிகாரத்திற்கு வ.உ.சி. வைப்புமுறை காட்டியுள்ளார்.

“(இஃது இல்வாழ்வாரும் அவரால் ஓம்பப்பெற்ற விருந்தின நம் கைக்கொள்ள வேண்டுவதொன்றாதலின், வாய்மையுடைமையின் பின் கூறப்பட்டுள்ளது)[15] என்ற செய்ந்நன்றி அறிதல் என்னும் அதிகாரத்தின் வைப்புமுறை பற்றி வ.உ.சி. குறிப்பிடுகின்றார்.

4.1.2.4 வ.உ.சி. பதிப்பும் பிற பதிப்பும்

மலர் நிலையச் சார்பில் இராஜ. சிவ. சாம்பசிவசர்மா என்பவர் மணக்குடவர் உரையினை 1955– இல் பதிப்பித்துள்ளார். அதிகாரங்களின் வரிசை முறையில் பரிமேலழகரை இவர் பின்பற்றியுள்ளார். வ.உ.சி. பதவுரையாகப் பொருள் வழங்கியிருக்க, சர்மா பதவுரைப் பொருள் தராது குறள்களுக்குப் பொழிப்புரையே தந்துள்ளார். வ.உ.சி. தந்திருப்பது போன்று சொந்தக் கருத்துக்களையோ, அரிய சொற்களுக்குப் பொருள் விளக்கத்தினையோ. இலக்கணக் குறிப்பினையோ சர்மா சுட்டிக் காட்டவில்லை. வ.உ.சி. தமது பதிப்பில் பாடவேறுபாடு காட்டாதிருக்க, சர்மா பாடவேறுபாட்டினைக் காட்டியுள்ளார். மணகுடவர் உரையினைப் பல புதுமைகளுடன் வ.உ.சி. பதிப்பித்திருக்க, சர்மா மாற்றமின்றிப் பதிப்பித்துள்ளார்.

முடிவுரை

மணக்குடவர் உரையினைப் பதிப்பித்த முதற்பெருமை வ.உ.சி.யைச் சாரும்.

குறள்களையும் உரையினையும் வ.உ.சி. எளிதில் ரெபருள் கொள்ளும் நிலையில் சந்தி பிரித்துப் பதிப்பித்துள்ளார்..

பதவுரை தரப்படாத காலச்சூழலில் வ.உ.சி. பதவுரை தந்து பதிப்பித்துள்ளார்.

சொற்களை உரையிடையே வருவித்துப் பொருளை வ.உ.சி.. விளக்கமுறச் செய்துள்ளார்.

தேவைப்படுமிடங்களில் இலக்கணக் குறிப்பினை அவர் சுட்டியுள்ளார்.

உரையாசிரியர் விளக்கம் தராத துறவற இயலினைப் பொருத்தமான முறையில் வ.உ.சி. விளக்கிக் காட்டியுள்ளார்.

உரையாசிரியர் உரை காட்டாத குறளிற்கு வ.உ.சி. தமது உரையினை வழங்கியுள்ளார்.

உரையாசிரியர் விடுத்துள்ள அதிகாரங்களுக்கு வைப்பு முறையினை வ.உ.சி. சுட்டிக் காட்டியுள்ளார்.

வ.உ.சி.யின் பதிப்பு மணக்குடவர் உரையினைப் பதிப்பித்துள்ள பிறர் காட்டாத பல புதுமைக் கூறுகளுடன் அமைந்துள்ளது.

குறிப்புகள்

1. அ. சிதம்பரநாதன், தமிழோசை, ப. 126.
2. வ.உ.சிதம்பரம் பிள்ளை (ப.ஆ), திருக்குறள் – மணக்குடவர், பதிப்புரை, பக். III, IV.
3. மேலது. ப. IV.
4. மேலது பக். IV&V.
5. வ.உ.சிதம்பரம் பிள்ளை (ப.ஆ.), திருக்குறள் – மணக்குடவர், ப.3.
6. மேலது, ப. 30.
7. மேலது. ப. 42.
8. மேலது, பக். 2, 22.
9. மேலது, ப. 87.
10. மேலது, ப. 107.
11. மேலது, ப. 108.
12. மேலது, ப. 35.
13. மேலது, ப. 50.
14. மேலது, ப. 34.
15. மேலது, ப. 38.

4.2 தொல்காப்பியப் பதிப்பு

4.2.1	எழுத்ததிகாரப் பதிப்பு	259
4.2.1.1	எழுத்ததிகாரப் பதிப்புரைச் செய்திகள்	259
4.2.1.2	தொல்காப்பியத்தில் ஆரியக் கலப்பு	260
4.2.1.3	தொல்காப்பிய நூற்சிறப்பும் உரைகளும்	261
4.2.1.4	எழுத்ததிகாரம் பதிப்பித்த முறை	261
4.2.1.5	பதிப்பின் சிறப்புக்கூறுகள்	261
4.2.1.5.1	பாடவேறுபாடு தருதல்	262
4.2.1.5.2	அருஞ்சொற்பொருள் உரைத்தல்	262
4.2.1.5.3	பதவுரை தருதல்	263
4.2.1.5.4	விளக்கமில்லா இடங்கட்கு விளக்கம் தருதல்	263
4.2.1.5.5	உரைவேறுபாடு காட்டல்	264
4.2.1.5.6	இயலகராதி, சூத்திரத் தொகை தருதல்	265
4.2.2	பொருளதிகாரப் பதிப்பு	265
4.2.2.1	பொருளதிகாரப் பதிப்புரைச் செய்திகள்	266
4.2.2.2	பதிப்பித்த முறை	266
4.2.2.3	பதிப்பின் சிறப்புக்கூறுகள்	267
4.2.2.3.1	பாடவேறுபாடு தருதல்	267
4.2.2.3.2	உரை சிதைந்த இடங்கட்கு உரைதருதல்	268
4.2.2.3.3	மேற்கோள் பாடல்களை முழுமையாகத் தருதல்	268
	முடிவுரை	269

4.2 தொல்காப்பியப் பதிப்பு

வ.உ.சி. தொல்காப்பியத்திற்கு இளம்பூரணர் எழுதிய எழுத்ததிகார உரையினை *1928* இல் பதிப்பித்தார். அவர் தொல்காப்பியப் பொருளதிகாரத்தின் அகத்திணை, புறத்திணை ஆகிய இரண்டு இயல்களையும் *1928*– இல் பதிப்பித்துள்ளார். மேலும், அவர் பொருளதிகாரத்தின் பின் ஏழு இயல்களை வையாபுரிப்பிள்ளையின் துணைக்கொண்டு *1935*–ஆம் ஆண்டில் பதிப்பித்துள்ளார்.

4.2.1 எழுத்ததிகாரப் பதிப்பு

கல்வியறிவில் மிகக் குறைந்தோரும் தொல்காப்பியத்தைப் பயில வேண்டுமென்பது வ.உ.சி.யின் விருப்பமாகும். தொல் காப்பியத்திற்கு எழுந்த பழைய உரைகளில் இளம்பூரணர் உரை யினையே எளிய, நேரிய தமிழ் உரையென வ.உ,சி. கருதினார். எனவே இளம்பூரணர் உரையை மேலும் எளிமைப்படுத்தித் தமிழ் உலகிற்கு வழங்க வ.உ.சி. நினைத்து அவ்வுரையினைப் பல சிறப்புக் கூறுகளுடன் பதிப்பித்தார்.

4.2.1.1 எழுத்ததிகாரப் பதிப்புரைச் செய்திகள்

தொல்காப்பிய எழுத்ததிகார நூலைத் தொடங்குவதற்கு முன் பதிப்புரை ஒன்றினை வ.உ.சி வழங்கியுள்ளார். முதற்கண் தொல்காப்பியச் சிறப்பினைக் கூறி, அந்நூல் ஆக்கியோரின் பெருமையினை உயர்த்தித் தொல்காப்பியத்திற்கு முதனூலாய் அமைந்துள்ள அகத்தியத்தைக் காட்டித் தொல்காப்பியம் எழுந்த கால அளவினை (பன்னீராயிரம் ஆண்டுகட்கு முன்)

வீரசோழியப் பதிப்புரையில் தாமோதரம் பிள்ளை காட்டிய வழி நின்று வ.உ.சி. காட்டுகின்றார்.

4.2.1.2 தொல்காப்பியத்தில் ஆரியக் கலப்பு

"இவ்வகைத் தனிச்சிறப்புப் பொருந்திய இத்தமிழ் இலக்கணத்துள்ளும் ஆரிய மொழிகள் சிலவற்றையும் ஆரியர் பழக்க, வழக்கங்கள் சிலவற்றையும் ஆரியர் கொள்கைகள் சிலவற்றையும் இந்நூலாசிரியன் நுழைத்திருத்தலை ஆங்காங்குக் காணலாம்" என வ.உ.சி. தமது பதிப்புரையில் குறிப்பிடுகின்றார். வ.உ.சி. சுட்டியுள்ள மேற்குறித்த குறைகள் மூலத்தில் எழுந்தவையாகக் காட்டப்பட முடியாது நூல் தோன்றிய நெடுங்காலத்திற்குப் பின்னர், அந்நூலுக்கெழுந்த உரைப் பெருக்கங்களினால் அவை ஏற்பட்டவையாகும். உரையாசிரியர்கள் வாழ்ந்த காலத்து ஆரியம் செல்வாக்குப் பெற்றிருந்தமையால் அவர்கள் வாழ்ந்த காலத்துப் பழக்க, வழக்கங்களைச் சுட்டும்பொழுது ஆரியத் தழுவலைத் தொல் காப்பியம் மிகுதியாகப் பெற்றிருப்பதைப் போலத் தோன்றும். தொல்காப்பியர் காலம் ஆரியர் வரத்தொடங்கிய காலம். எனினும் ஆரியக்கலப்பு மிகுதியாக நிகழாதிருந்த காலமாகவே தொல்காப்பியர் காலத்தைக் கருதவேண்டும். எனவே குறை பாடுகள் எல்லாம் மூலத்தால், பல்வேறு காலக்கட்டங்களில் உரை வரைந்தோர் கொண்ட பொருள் முடிவால் அமைந்தனவாகும் எனக் கொள்ளுதல் நேரியதாகும்.

"தொல்காப்பியரின் கருத்தைப் பேணி, அகப்புறத் தமிழ்ப் பழஞ்செய்யுள் மரபுகளுடன் முரணாவாறு, தமிழ் ஒழுக்கமுறை கூறும் இந்நூற் சூத்திரங்களின் உண்மைப் பொருள், அவ்வவற் றின் சொற்றொடரோடு அமைவு பெற நடுநிலையிலாய்ந்தறிய முயலுபவருக்குத் தெளிதல் எளிதாம். இதற்கு மாறாகத் 'தமிழகத்தின் புறத்தவர்' பழக்கவொழுக்கங்களைப் புகுத்தித் தமிழர் பொருளியற் கூற்றுகளுக்கு விளக்கம் காண முயல்வது 'கீழ்நீர்க் குளித்தானைத் தீத் துரிஇயற்றாய்'ப் பிழையொடு பீழை விளைவிப்பதாகும்"[2] எனத் தொல்காப்பியத்திற்கு எழுந்த பழைய உரைகளைப் பற்றிச் சோமசுந்தர பாரதியார் குறிப்பிடுகின்றார். இக்கருத்தினை அடியொற்றி,

சமயப் பிரச்சாரம் செய்யவந்த வட நாட்டு ஆரியர், சைனர். பௌத்தர்களின் கற்பனை மொழிகளைக் கேட்டுக் கேட்டுத் தாம் பிறந்து வளர்ந்து வாழும் தமிழ் நாட்டையும் தமிழர் என்பதையும் மறந்து ஆரிய, சைன பௌத்த இனங்களோ, மனங்களோ ஆயினவராய் வடநாட்டுக் கற்பனைகளை எண்ணி எண்ணி நூல்களும் உரைகளும் ஆராய்ச்சிகளும் எழுது வாரா யினர்" என அ.கி. நாயுடு குறிப்பிடுகின்றார்.

4.2.1.3 தொல்காப்பிய நூற்சிறப்பும் உரைகளும்

இந்நூலின் எழுத்ததிகார, சொல்லதிகாரச் சூத்திரங்களைக் கற்போர் நன்னூல் முதலியவற்றைச் சிறப்பாகக் கருதார் எனக் கூறித் தொல்காப்பிய நூற்சிறப்பினை வ.உ.சி. உணர்த்துகின்றார். பின்னர் இந்நூற்கு உரை எழுதிய ஐவரைக் குறிப்பிட்டு, அவ்வைந்து உரைகளும் (இளம்பூரணம், கல்லாடம், பேராசிரியம், நச்சினார்க்கினியம் சேனாவரையம்) வழங்கும் முறையினை வ.உ.சி. சுட்டிக் காட்டுகின்றார்.

4.2.1.4 எழுத்ததிகாரம் பதிப்பித்த முறை

பல ஆண்டுகட்கு முன்னர்ப் பூவிருந்தவல்லிக் கன்னியப்ப முதலியாரால் அச்சிடப்பட்டு வெளிடப்பட்ட இளம்பூரணர் எழுத்ததிகார நூற்படியினைப் பெற்று அதனைப் பல ஏட்டுப் படியுடன் ஒப்பட்டுப் பார்த்துத் திருத்தி அச்சிட்டு வ.உ.சி. வெளியிட்டுள்ளார். கற்போர் எளிதில் உணருமாறு பொருட் டொடர்பு நோக்கிச் சூத்திரச் சொற்களையும் அவற்றின் பொருட் சொற்களையும் பிரித்தும் நிறுத்திப் படிப்பதற்குரிய அடையாளங்கள் இட்டும் பதிப்பித்திருத்தல், ஒவ்வோரிடத்தில் பாடவேறுபாடும் உரைவேறுபாடும் சேர்த்திருத்தல், அத்தகைய சேர்ப்பிற்கு முன்னும் பின்னும் முறையே [ ] இக்குறிகள் இட்டிருத்தல் ஆகியன இப்பதிப்பில் இடம் பெற்றுள்ள சிறப்புக் களாகும்.[5]

4.2.1.5 பதிப்பின் சிறப்புக்கூறுகள்

வ.உ.சி.யின் எழுத்ததிகாரப் பதிப்பின் சிறப்புக் கூறுகளைப் பின்வருமாறு பகுத்துக் காணலாம்:

1. பாடவேறுபாடு தருதல், 2. அருஞ்சொற்பொருள் உரைத்தல், 3. பதவுரை தருதல், 4. விளக்கமில்லா இடங்கட்கு

விளக்கம் தருதல், 5. உரைவேறுபாடு காட்டல், 6 இயலகராதி, சூத்திரத் தொகை ஆகியன தருதல்.

4.2.1.5.1 பாடவேறுபாடு தருதல்

சில இடங்களில் பாடவேறுபாடுகளை வ.உ.சி. குறித்துள்ளார். சான்றாக, எழுத்ததிகாரம் மொழி மரபியலின் இருபத்து மூன்றாவது சூத்திரமாகிய,

> **"அகரத் திம்பர் யகரப் புள்ளியும்**
> **ஐயெ னெடுஞ்சினை மெய்பெறத் தோன்றும்"**

என்பதற்கு வ.உ.சி.,

> **['இச்சூத்திரம்,**
> **அகரத் திம்பர் யவகரப் புள்ளியும்**
> **ஐயெள நெடுஞ்சினை மெய்பெறத் தோன்றும்" .**

என்றிருத்தல் வேண்டும். காலப் பழமையினால் ஏடு பெயர்த்து எழுதினோர் 'யவகரப் புள்ளி' என்பதனை ' யகரப்புள்ளி' எனவும் 'ஐயெள நெடுஞ்சினை என்பதனை 'ஐயெனெடுஞ் சினை' எனவும் பிழையாக எழுதினார் போலும். அப்பிழைப் பாடத்தைப் பிழையற்ற பாடமெனக் கருதி உரையாசிரியர் அதற்குத் தக்கவாறு உரை எழுதிச் சென்றனர் போலும்)"[5] என்று வ.உ.சி. பாடவேறுபாடு குறித்து, அதற்குத் தகுந்த காரணத்தையும் காட்டுகின்றார்.

4.2.1.5.2 அருஞ்சொற்பொருள் உரைத்தல்

சூத்திரங்களிடைக் கிடந்தனவும் இளம்பூரணரின் உரை விளக்கத்திடைக் கிடந்தனவுமானபொருள் விளங்காச் சொற் களுக்குப் பகரக் குறியிட்டு வஉ.சி. பொருள் தந்துள்ளார்.

எழுத்ததிகாரம் உருபியலின் இருபத்தொன்றாம் சூத்திரம் 'அழனே' எனத் தொடங்குகின்றது. இவ்வழன் என்பதற்குப் 'பிணம்' எனப் பொருள் உரைக்கப்பட்டுள்ளது. எழுத்ததிகாரம் உயிர் மயங்கியலின் பதினான்காவது சூத்திரமான 'வேற்றுமைக் கண்ணு மதனோ ரற்றே' என்பதற்கு இளம்பூரணர் 'இருவிளக்கொற்றன்' என்னும் எடுத்துக்காட்டினைத் தந்துள்ளார். 'இருவிள என்பதற்கு 'ஓலை' 'வேணாட்டகத்து ஓர் ஊர்' எனப்

பொருள் தரப்பட்டுள்ளது. எழுத்ததிகாரம் புள்ளி மயங்கியலின் முப்பத்து மூன்றாவது சூத்திரம் 'ஈமும் கம்மும் உருமும்' எனத் தொடங்குகின்றது, வ.உ.சி. 'ஈம், கம், உரும் என்னும் அரிய சொற்களுக்கு முறையே 'சுடுகாடு, கம்மியரது தொழில், இடி எனப் பொருள் தந்துள்ளார். எழுத்ததிகாரம் குற்றியலுகரப் புணரியலில் 'ஈரெழுத் தொருமொழி யுயிர்த்தொடரிடைத் தொடர் எனத் தொடங்கும் முதற்சூத்திரத்திற்கு இளம்பூரணர் நாத. தெள்கு, எஃகு' என்னும் காட்டுக்களைத் தந்துள்ளார். இவ்வருஞ்சொற்களுக்கு முறையே இளமரம், ஒரு பூச்சி, வேல்' என வ.உ.சி. பொருள் விளக்கம் தந்துள்ளார்.

4.2.1.5.3 பதவுரை தருதல்

வ.உ.சி. பெற்று வைத்திருந்த ஏட்டுப் படிகளிலும் அவரது பதிப்பிற்கு முந்திய பதிப்பிலும் சூத்திரங்களுக்குப் பொழிப்புரை தரப்பட்டிருந்தனவே தவிரச் சூத்திரங்களுக்குப் பதவுரை தரப்படவில்லை. இங்ஙனம் பொழிப்புரையாகக் கொடுக்கப்பட்டிருந்த உரைப்பகுதிக்கு வ.உ.சி பதவுரை தந்துள்ளார். ஒவ்வோர் இடத்திலும் கற்போர் எளிதில் உணருமாறு பொருட்டொடர்பு நோக்கிச் சூத்திரச் சொற்களையும் அவற்றின் பொருட்சொற்களையும் வ.உ.சி பிரித்துக் காட்டிப் பதிப்பித்துள்ளார்.

4.2.1.5.4 விளக்கமில்லா இடங்கட்கு விளக்கம் தருதல்

நூற்பாவின் இடையில் விளக்கம் பெறா இடங்கள் விளக்கம் பெற்று அவை வ.உ.சி.யின் விளக்கம் எனப் புலப்படுமாறு பகரக்குறிகள் இடையே தரப்பட்டுள்ளன. எழுத்ததிகாரம் *92, 191, 390, 431, 481* ஆம் நூற்பா உரைகள் இவ்வகையில் அமைந்துள்ளன. சான்றாக, எழுத்ததிகாரம் அறுபத்திரண்டாம் நூற்பாவிற்கு,

(ஏகாரம் இரண்டும் ஈற்றசைகள். இந்நூல் மூலத்தில் 'ஓர் அன்ன, ஓர் அற்று' என்று வரும் இடங்களில் 'ஓர்' என்பதனை அசையென்று கொள்ளுதல் பொருத்தமுடையதாகத் தோன்று கின்றது)[28] என வ.உ.சி. விளக்கம் தந்துள்ளார்.

4.2.1.5. 5 உரை வேறுபாடு காட்டல்

நான்கு சூத்திரங்களுக்கு இளம்பூரணர் தருகின்ற உரை விளக்கம் நேரியதாக அமையாததால் தமக்குப் பொருத்தமாகப்படும் நேரிய உரையினை வ.உ.சி. அச்சூத்திரங்களுக்குத் தந்துள்ளார்.

நூன் மரபியல் - சூத்திரம் 14.
மொழி மரபியல் - சூத்திரம் 24
குற்றியலுகரப் புணரியல் சூத்திரம் 2.4.

"உட்பெறு புள்ளி யுருவா கும்மே"

இச்சூத்திரம், பகரத்தின் மகரத்திடை வரிவடிவு வேற்றுமை செய்தலை நுவலுவதாகும். இதற்கு இளம்பூரணர் வகுத்த உரை யாவது:

"புறத்துப்பெறும் புள்ளியோடு உள்ளாற்பெறும் புள்ளி – மசரத்திற்கு வடிவாம்", இதற்கு வ.உ.சி.

"(உள்ளாற் பெறும்புள்ளி குறுகிய மகரத்திற்கு வடிவாம் என்பதே இச்சூத்திரத்திற்கு நேர் உரை)" எனக் குறிப்பிட்டுப் 'புறத்தாற் பெறும்புள்ளி என்னும் சொற்றொடரைத் தேவை யற்றதாக்கி உரை வேறுபாடு காட்டுகின்றார்,

"ஓரள பாகு மிடனுமா ருண்டே
தேருங் காலை மொழிவயி னான

இச்சூத்திரம் உயிர்களுள் ஒன்றற்கு மாத்திரைச் சுருக்கம் கூறுவதாகும் இச்சூத்திரத்திற்கு. "ஐகாரம் ஆராயுங்காலத்து மொழிக்கண் ஓர் அளவாய் நிற்கும் இடமும் உண்டு' என. இளம்பூரணர் உரை வகுத்துள்ளார். வ.உ.சி. "ஆராயுங் காலத்து மொழிக்கண் நின்ற ஐகார ஔகாரங்கள் ஓர் அளவு ஆவதும் உண்டு)[10] என உரை வகுத்துள்ளார். இச்சூத்திரத் தில் ஐகாரத்திற்கு மட்டும் இளம்பூரணர் உரை சுட்டியிருக்க. – வ.உ.சி.. ஔகாரத்தையும் இணைத்துள்ளார்.

"ஈரொற்றுத் தொடர்மொழி யிடைத்தொட ராகா"

இச்சூத்திரத்தை இளம்பூரணர் பின்வருமாறு விளக்குகின்றார்: "அவற்றுள், ஈர் ஒற்றுத்தொடர் மொழி இடைத் தொடர் ஆகா". இச்சூத்திரத்திற்கு வ.உ.சி.

(இடையில்) இரண்டு ஒற்றெழுத்துக்கள் தொடர்ந்து வரும் (மூவகை) மொழிகளில் இடைத்தொடர் மொழிகள் உகரம் குறுகும் என்பதே நேர் உரை)[11] என உரை தந்துள்ளார். இரண்டொற்று இடைக்கண் தொடர்ந்து நிற்கும் சொல்லிற்கு இடையின ஒற்று முதல் நின்றால் இடையினம் மேலும் தொடர்ந்து நில்லா என இளம்பூரணர் உரை வகுத்திருக்க, இடையின ஒற்றுத் தொடரும் என வ.உ.சி. உரைவேறுபாடு காட்டியுள்ளார்.

"வல்லொற்றுத் தொடர்மொழி வல்லெழுத்து வருவழி
தொல்லை யியற்கை நிலையலு முரித்தே''

இச்சூத்திரத்தினை இளம்பூரணர் "வல்லொற்றுத் தொடர் மொழி, வல்லெழுத்து முதல் மொழி வருமிடத்து, முன் இயற்கை நிற்றலும் உரித்து'' என் விளக்கியுள்ளார். இதற்கு வ.உ.சி.. "('தொல்லை இயற்கை' என்பதற்கு ஈண்டுக்கூறும் உகரம் (அதாவது குற்றியலுகரம்) தனது முந்திய தன்மையில் (அதாவது முற்றுகரமாக) நிற்றலும் உரித்து, நில்லாமையும் உரித்து என்று உரைத்தலே பொருத்தம் உடைத்து)''[12] என உரை விளக்கம் தந்துள்ளார். வல்லொற்றுத் தொடர்மொழிக் குற்றுகரம், வல்லெழுத்து முதல்மொழியாய் வருமிடத்துக் கூறிய அரை மாத்திரையிற் குறுகி நிற்கும் என இளம்பூரணர் உரை வழங்கி யிருக்கக் குற்றுகரம் முற்றுகரமாக வருதலும் உண்டு என வ.உ.சி. உரைவேறுபாடு காட்டியுள்ளார்.

4.2.1.5.6 இயலகராதி, சூத்திரத் தொகை தருதல்

எழுத்ததிகாரப் பதிப்பில் சூத்திர முதற் குறிப்புக்கள், இயல் அகராதி, இயல்தோறும் உள்ள சூத்திரங்களின் தொகை ஆகிய வற்றை வ.உ.சி. தருகின்றார்.

4.2.2 பொருளதிகாரப் பதிப்பு

எழுத்ததிகாரத்தையும் பொருளதிகாரத்தையும் 1920–ஆம் ஆண்டில் வ.உ.சி. அச்சிடத் தொடங்கினார். எனினும் பொருளதிகாரம் அகத்திணை இயல், புறத்திணை இயல் முன்னரே அச்சாகி வெளிவந்தன. பொருளதிகார ஏனைய இயல்களும் சொல்லதிகாரமும் விரைவில் வெளிவருவதாகத் தம் பதிப்புரையின் முடிவில் கூறியுள்ளார். பொருளதிகார

அகத்திணை, புறத்திணை இயல்கள் நீங்கலான பிற இயல்களை அவரும் வையாபுரிப் பிள்ளையும் இணைந்து பதிப்பித்துள்ளனர். சொல்லதிகாரப் பதிப்பு வெளிவரவில்லை.

4.2.2.1 பொருளதிகாரப் பதிப்புரைச் செய்திகள்

தமிழ்த் தொன்னூல்களின் ஏட்டுப் பிரதிகளைப் பலவிடங்களில் தேடிப் பெற்றுப் பரிசோதித்துக்கொண்டிருந்த தமிழ்ப் பேரகராதி ஆசிரியர் எஸ். வையாபுரிப் பிள்ளை அவர்களின் நட்பு வ.உ.சி.க்கு ஏற்பட்டது. இளம்பூரணர் உரை எழுதிய பொருளதிகாரத்தின் பிந்திய இயல்களின் காகிதக் கையெழுத்துப் பிரதிகளையும் த. கனகசுந்தரம் பிள்ளை அவர்களின் பொருளதிகார ஏட்டுப்பிரதிகளையும் வையாபுரிப்பிள்ளை அவர்களுக்கு வ.உ.சி. அனுப்பினார். வ.உ.சி. அனுப்பிய காகிதப் பிரதிகளை ஏட்டுப் பிரதிகளோடு வையாபுரிப்பிள்ளை ஒப்பு நோக்கிக் காகிதப் பிரதியில் கண்ட வழுக்கள் முதலியவற்றைக் களைந்தும் அச்சுத்தாள்களைச் சரிபார்த்துத் திருத்தியும் மேற்கோள் செய்யுட்களின் நூற்பெயர் முதலியவற்றைத் துலக்கியும் முதலில் களவியல், கற்பியல், பொருளியல் இம்மூன்றையும் அச்சிலேற்றி ஒரு புத்தகமாகத் தந்துள்ளதாக வ.உ.சி. குறிப்பிட்டுள்ளார். பின்பு ஏனைய இயல்களையும் புத்தகவடிவில் வெளிவரச் செய்த வையாபுரிப் பிள்ளையின் செயலினையும் வ.உ.சி.. சுட்டியுள்ளார்.[13]

4.2.2.2 பதிப்பித்த முறை

வ.உ.சி.யின் பதிப்பினைப்பற்றி 'இத்துறையில் பிள்ளையவர்கள் (வ.உ.சி.) சென்ற சுமார் 30 வருஷம் உழைத்ததன் பலனாகும், இந்நூலின் வெளிவரவு தொன்மையானதென்றும் தலைமையானதென்றும் யாவராலும் ஒப்புக்கொள்ளப்பட்டதும் தமிழ்நாட்டிலும் அதற்கு அப்பாலும் பெரும்புகழ் பெற்றதுமான தொல்காப்பியத்திற்கு இளம்பூரணர் இயற்றிய உரையைப் பிள்ளையவர்கள் ஆராய்ச்சி செய்து, ஏடு பெயர்த்து எழுதியவர் களால் நேர்ந்த பிழைகளைக் களைந்து சீர்திருத்தம் செய்தார்கள்"[14] என வ.உ.சி..யின் பதிப்பினை வெளியிட்ட வெங்கடேசுவர சாஸ்த்துருலு குறிப்பிடுகின்றார் ஏடு தேடியதில் வ.உ.சி. எடுத்துக்கொண்ட முயற்சி பற்றிய குறிப்பும் பதிப்புரையில் இடம் பெற்றுள்ளது:

"யான் அனுப்பிய ஏட்டுப் பிரதியும், கடிதப்பிரதிகளும் தவிர. வேறுசில ஏட்டுப்பிரதிகளும் இப்பதிப்பிற்கு உபகாரப்பட்டன. செய்யுளியற் பிரதியொன்றும் அப்பொழுது அண்ணாமலைப் பல்கலைக்கழகத்தில் தமிழ் ஆராய்ச்சி செய்துவரும் ஸேது சமஸ்தான மகாவித்துவான் ஸ்ரீ.ரா. இராகவையங்கார் அவர்கள் மிக்க அன்புடன் உதவினார்கள். செய்யுளியற் கடிதம் பிரதியொன்று மயிலாப்பூர் பி.எஸ். ஹைஸ்கூல் தமிழ்ப்பண்டிதர் எம்.பி. துரைசாமி அய்யர் அவர்கள் அன்பு கூர்ந்து கொடுத்தார்கள். தமிழ்நாடு முழுவதிலும் பொருளதிகார இளம்பூரணர் உரை முற்றுமடங்கிய பீரதியொன்று உள்ளது. இப்போது ஆங்காங்கே ஒரு சிலரிடத்திலுள்ள பிரதிகளனைத்தும் இவ்வேட்டுப் பிரதியைப் பார்த்தெழுதிக்கொண்ட கடிதப் பிரதிகளேயாகும். இக் கடிதப்பிரதிகள் சிலவற்றில் ஒருசிலவிடங்களில் ஏட்டுப்பிரதியிற் காணப்பெறாத விசயங்கள் ஆதாரமின்றி நுழைத்தெழுதப்பட்டன. இவ்வாறு நுழைத்தெழுதியவற்றையெல்லாம்களைந்து ஏட்டுப் பிரதியிலுள்ளவாறே இப்பதிப்பு எனது நண்பர் வையாபுரிப்பிள்ளையவர்களாற் சித்தஞ் செய்யப்பட்டுள்ளது.[15] 15 அவர் முயற்சியால் பதிப்பிக்கப்பட்ட பொருளதிகார அகத்திணை, புறத்திணை இயல்கள் பதிப்புரையினைப் பெறவில்லை.

4.2.2.3 பதிப்பின் சிறப்புக்கூறுகள்

வ.உ.சி.யின் பதிப்பின் சிறப்புக்கூறுகளை பாடவேறுபாடு தருதல், உரை சிதைந்த இடத்தில் உரைதருதல், மேற்கோள் பாடலை முழுமையாகத் தருதல் என மூவகையாகப் பகுத்துக் காணலாம்.

4.2.2.3.1 பாடவேறுபாடு தருதல்

பொருளதிகாரத்தில் அகத்திணை, புறத்திணை நீங்கலாக எனைய ஏழு இயல்களில் வ.உ.சி. காட்டியுள்ள பாடவேறுபாடுகளின் எண்ணிக்கையினைக் க.ப. அறவாணன் காட்டியுள்ளார்:

களவியல்–146. கற்பியல்–165, பொருளியல் – 43, மெய்ப் பாட்டியல் –43, செய்யுளியல் –423, மரபியல் – 58.[16]

4.2.2.3.2 உரை சிதைந்த இடங்கட்கு உரைதருதல்

வ.உ.சி.க்குக் கிடைத்த படிகளில் சில இடங்களில் இளம் பூரணர் உரை சிதைந்தும் முற்றும் கிடைக்கப்பெறாமலும் போயிருக்கின்றன. இப் பகுதிகளில் உடுக்குறியிட்டுத் தம் உரையினை வ.உ.சி. எழுதியிருக்கின்றார். சில சூத்திரங்கட்கு, த.மு. சொர்ணம்பிள்ளை உரையும் கொடுக்கப்பட்டு அதன் விவரம் அடிக்குறிப்பில் தரப்பட்டுள்ளது சான்றாகக் கீழ்வரும் ஒன்றி னைக் காட்டலாம்:

'தொண்ணூற்றெட்டாம் சூத்திர உரையில் 'நன்னய முரைத்தல்' என்பதன் கீழுள்ள 'சேரன் மடவன்னம்' என்ற செய்யுளில் இறுதியடியிலிருந்து தொண்ணூற்று ஒன்பதாம் சூத்திர உரையில் 'பெற்றவழி மகிழ்ச்சியும்' என்பதன் கீழுள்ள 'நீங்கிற் றெறூஉம்' என்னும் செய்யுள் உரையும் காணும் பகுதி ஏட்டுப் பிரதியிற் காணப் பெறவில்லை. காலஞ்சென்ற த.மு. சொர்ணம்பிள்ளையவர்களுடைய கடிதப்பிரதியில் மாத்திரம் இருந்தது; நச்சினார்க்கினியரது உரையினின்றும் எடுத்துச் சேர்க்கப்பட்டுள்ளது எனக் கருதுவதற்கு இடமுண்டு. இதன் பின்னர் 'ஒடுங்கீரோதி' என்பதிலிருந்து நூறாம் சூத்திர உரை முடிய உள்ள பகுதியிற் பெரும்பாலும் ஏட்டுப்பிரதியிற் பலவாறாகப் பிறழ்ந்து காணப்படுகின்றது. பொருள்தொடர்பு நோக்கி ஒருவாறு செப்பஞ் செய்யப் பெற்றுள்ளது."

4.2.2.3.3 மேற்கோள் பாடல்களை முழுமையாகத் தருதல்

பொருளதிகாரத்தில் துறைகளுக்கு எடுத்துக்காட்டாகப் பாடல்களை இளம்பூரணர் தருமிடத்தில் சில பாடல்கள் முழுமையாகக் காட்டப்படாமல் அவற்றின் தொடக்கச் சீரையும் முடிப்புச் சீரையும் அல்லது தமக்குத் தேவையான பகுதிகளையும் குறித்துச் சென்றுள்ளார். அங்ஙனம் முழுமையாய் அமையாத பாடல்களின் விடுபட்ட பகுதிகளைப் பகரக்குறியினுள் வ.உ.சி. தந்துள்ளார்.

"யாங்கா குவமே வணிநுதற் குறுமக
[டேம்படு சாரற் சிறுதினைம் பெருங்குரல்
செவ்வாய்ப் பைங்கிளி கவர நீமற்
றெவ்வாய்ச் சென்றனை யவணெனக் கூறி

யன்னை யானாள் சுழற முன்னின்
றருவி யார்க்கும் பெருவரை நாடனை
யறியலு மறியேன் காண்டலு மிலனே
வெதிர்புனை தட்டையேன் மலர் பூக் கொய்து
சுனை பாய்ந் தாடிற்று மிலனென நினை விலை
பொய்ய லந்தோ வாய்த்தனை யதுகேட்டுத்
தலையிறைஞ் சினனே யன்னை
செலவொழித் தனையா]லளியை நீ புனத்தே”[18]

முடிவுரை

தொல்காப்பியத்திற்கு மிகுதியான பதிப்புக்கள் வராதிருந்த காலக்கட்டத்தில் வ.உ.சி. தொல்காப்பிய இளம்பூரணர் உரைப் பதிப்பினை மேற்கொண்டார்.

எழுத்ததிகாரம், பொருளதிகாரத்தின் அகத்திணை இயல், புறத்திணை இயல் ஆகியவற்றை வ.உ.சி. தாமே பதிப்பித் துள்ளார்.

அகத்திணை, புறத்திணை நீங்கலாகப் பொருளாதிகாரத்தின் பிற இயல்களை வையாபுரிப் பிள்ளையின் துணைகொண்டு வ.உ.சி. பதிப்பித்துள்ளார்.

எழுத்ததிகாரத்தினை, பொருளாதிகார அகத்திணையியல், புறத்திணையியல் ஆகியவற்றை ஒரே பொழுதில் வ.உ.சி பதிப்பிக்கத் தொடங்கினாரெனினும் பொருளதிகாரப் பதிப்பே முதலில் வெளிவந்தது.

பொழிப்புரையாகத் தரப்பட்டிருந்த சூத்திரப்பொருளைப் பதவுரையாக முதன் முதலில் வ.உ.சி, தந்துள்ளார்.

கற்போர் எளிதில் உணருமாறு பொருள் தொடர்பு நோக்கிச் சூத்திரச் சொற்களையும் அவற்றின் பொருட்சொற்களையும் பிரித்து அடையாளங்களும் இட்டு வ.உ.சி. தொல்காப்பியத்தைப் பதிப்பித்துள்ளார்.

பாடவேறுபாடுகளோ, உரை வேறுபாடுகளோ தரப்படும் பழக்கமில்லாத காலக்கட்டத்தில் பாடவேறுபாடுகளையும் உரைவேறுபாடுகளையும் வ.உ.சி. கட்டியுள்ளார்.

‘உரையாசிரியரால் மேற்கோளாகத் தரப்பட்டுள்ள அரைகுறைப் பாடல்களை வ.உ.சி. முழுமையாக்கிக்

காட்டியுள்ளார். பதிப்பாளராக மட்டுமின்றி ஆய்வு நோக்குடைய திறனாய்வாளராகவும் உரையாசிரியராகவும் வ.உ.சி. பதிப்பாசிரியப் பணி செய்தள்ளார்.

ஏடுதிரட்டும் முயற்சி, பலஉரைகளின் பயிற்சி, அல்லதல் பொருளில் பயிற்சி, பன்னூற பயிற்சி, பிழைகளையும் துணிவு, பாடவேறுபாட்டில் தேர்வு, சிதைவை முழுமை செய்தல், தன்னுரை தந்துதவுதல் ஆகியவை பதிப்பாசிரியருக்கு இருக்க வேண்டிய தகுதிகள் என்பதை வ.உ.சி. தமது பதிப்புப் பணியின் வாயிலாக நிதவிக்காட்டுகின்றார்.

குறிப்புக்கள்

1. வ.உ.சிதம்பரம் பிள்ளை. (ப.ஆ.). தொல்காப்பியம். இளம்பூரணம், பதிப்புரை. ப. 1.
2. சோமசுந்தர பாரதியார், தொல்காப்பியப் பொருட் படலப் புத்துரை (புறத்திணையியல்). பக். 37–38.
3. அ.கி. நாயுடு, தொல்காப்பியர் கண்ட சமுதாயம், ப. 13.
4. வ.உ. சிதம்பரம்பிள்ளை (ப.ஆ.). தொல்காப்பியம் களம் பூரணம், பதிப்புரை, பக். 1–2.
5. மேலது, ப. 2
6. வ.உ.சிதம்பரம் பிள்ளை, (ப.ஆ.), எழுத்ததிகாரம், பக. 22–23
7. மேலது. பக். 70.79, 102, 135.
8. மேலது, ப. 25.
9. மேலது, ப. 10.
10. மேலது, ப. 23.
11. மேலது, ப. 135.
12. மேலது, ப. 136.
13. வ.உ.சிதம்பரம் பிள்ளை (ப.ஆ.). பொருளதிகாரம், பதிப்புரை.
14. மேலது,ப. வெங்கடேசுவர சாஸ்த்துருலுவின் பிரசுர உரை.
15. மேலது, பதிப்புரை.
16. க.ப. அறவாணன், வ.உ.சி.யின் இலக்கணப் பதிப்புப் பணி, ‘செந்தமிழ்ச் செல்வி, செப்டம்பர் 1972, ப. 90.
17. வ.உ.சிதம்பரம் பிள்ளை – ச. வையாபுரிப்பிள்ளை (ப.ஆ.). இளம்பூரணம், பொருளதிகாரம், ப. 153.
18. மேலது,ப. 181.

5. மொழிபெயர்ப்புப்பணி

5.0	முன்னுரை	275
5.0.1	மொழிபெயர்ப்பின் வகைகள்	276
5.0.2	மொழிபெயர்ப்பில் கவனிக்கப்பட வேண்டியவை	276
5.0.3	மொழிபெயர்ப்பாளனின் தகுதிகள்	276
5.1	வ.உ.சி.யின் மொழிபெயர்ப்பு நூல்கள்	277
5.2	நூல்களின் செய்திச் சுருக்கம்	277
5.2.1	மனம் போல வாழ்வு	277
5.2.2	அகமே புறம்	278
5.2.3	வலிமைக்கு மார்க்கம்	278
5.2.4	சாந்திக்கு மார்க்கம்	278
5.3.	முதனூலில் இல்லாத சேர்ப்புக்கள்	279
5.4	மொழிபெயர்ப்பு முறைமை	279
5.5	பத்திகள் அமைப்பும் நிறுத்தற் குறிகளும்	279
5.6	வ.உ.சி.யின் மொழிபெயர்ப்புத் தன்மை	280
5.6.1	தமிழ் மரபிற்கேற்ற மொழியாக்கம்	280
5.6.1.1	தமிழ்ப் பழமொழிகள்	280
5.6.1.2	தமிழ் மரபிற்கேற்ற வாக்கியங்கள்	280
5.6.1.3	தமிழ் மரபிற்கேற்ற சொற்றொடர்கள்	280
5.6.2	மெய்ம்மையும் அழகும் மேவிய மொழிபெயர்ப்பு	281
5.6.3	இணைவுச் சொற்களின் பொருத்தம்	283

5.6.4	மொழிமரபும் இலக்கணமும் பேணப்படாமை	283
5.6.5	ஒரே சொல்லிற்குப் பொருந்தாப் பொருள் தருதல்	284
5.6.6	பொருள் வேறுபட்ட பல சொற்களுக்கு ஒரே பொருள் தருதல்	285
5.6.7	சொற்களின் பொருட் பொருத்தமின்மை	285
5.6.8	வ.உ.சி. கையாண்டுள்ள மொழிநடை	286
	முடிவுரை	287

5. மொழிபெயர்ப்புப்பணி

5.0 முன்னுரை

ஒரு மொழியின் இலக்கியங்களைப் பிறிதொரு மொழியில் பெயர்த்து எழுதுதல் மொழிபெயர்ப்பாகும். அனைத்து வகையாலும் உலக நாடுகள் தம்முள் ஒருங்கிணைந்து ஒன்றை யொன்று சார்ந்து நிற்கும் இந்நாளில் மொழிபெயர்ப்புப்பணி ஓர் இணைப்பு வாயிலாக விளங்குகின்றது. இதனைக் கருத்திற் கொண்டு வ.உ.சி.யும் மொழிபெயர்ப்புத் துறையில் ஈடுபட்டுள்ளார் என்று கூற வாய்ப்புள்ளது.

'தொகுத்தல் விரித்தல் தொகைவிரி மொழிபெயர்த்
ததர்ப்பட யாத்தலோ டனைமர பினவே"

என இலக்கியங்களின் தோற்ற வாயில்களைத் தொல்காப்பியம் சுட்டுகின்றது. இவற்றுள் மொழிபெயர்த்தல்' என்னும் நான்காம் வகை ஒரு மொழியில் செய்யப்பட்ட நூல்களை மற்றொரு மொழியில் தருவதைச் சுட்டுவதாகும். மொழியாக்கம் பெயர்க்கப்படும் மொழியின் இயல்பிற்கேற்ப ஒழுங்குபட அமையவேண்டும்.

எடுத்துக் கொண்ட பொருளின் கருத்தும் நுட்பமும் நயமும் தோன்ற ஏற்றவாறு கூட்டியும் குறைத்தும் சுருக்கியும் விரித்தும் பெயர்த்தமைப்பதே மொழிபெயர்ப்பாகும். அங்கும் எடுத்துக் கொண்ட பொருளின் தன்மைக்கும் அளவுக்கும் ஏற்றவாறு அணியும் திறனும் அமைந்து விளங்க, மொழியின் பெருமை சிறிதும் குறையாதவாறு இருமொழிகளின் பெருநலன்களும் தோன்றுமாறு பெயர்த்துரைத்தலே சிறப்புடையதாகும். மேலும் இருமொழிகளிலும் ஆன்றோர் கூற்றுக்களின் கருத்தொற்றுமை

காணப்படும் இடங்களில் எல்லாம் அவற்றை எடுத்துக் காட்டியும் படிப்பவர்களின் மனத்திற்கு மகிழ்வு தரத்தக்கவாறு பழமொழிகளுள் இடையத்தக்கனவற்றைப் பொருத்தியும் மேற கோளுடன் மொழிபெயர்ப்பதே விரும்பத் தக்கதாகும்.

5.0.1 மொழிபெயர்ப்பின் வகைகள்

மொழிபெயர்ப்பை மூவகையாக்கிச் சொற்பெயர்ப்பு (Translation) என்றும் மறுபடைப்பு (Recreation) என்றும் மாற்றுப் படைப்பு (Trans–Creation) என்றும் வகைப்படுத்தலாம்' சொற் பெயர்ப்புக்குச் சட்டமொழிபெயர்ப்பும் அறிவியல் நூல்களின் மொழிபெயர்ப்பும் சான்றாகும். கம்பராமாயணம், உமறுகயாம் பாடல்கள் போன்றவை மறு படைப்பாகும். மனோன்மணீயம் மூன்றாவது வகைக்குரிய மாற்றுப் படைப்பாகும்.

5.0.2 மொழிபெயர்ப்பில் கவனிக்கப்பட வேண்டியவை

ஒரு மொழியில் காணப்படும் செய்திகளைப் பிறிதொரு மொழியில் எழுதும்பொழுது, பெயர்த்து எழுதப்படும் மொழியில் உள்ள சொற்றொடர் இயல்பு முறையைத் தெளிய உணர்ந்து பெயர்ப்பு மொழியில் புது வடிவமாக அம்மொழியின் இயல்பிலே எழுத முற்பட வேண்டும். தொடரமைப்பை மொழி நயமும் பெயர்ப்பின் பொருண்மையும் முரண்படாதவாறு, மரபு மாறாமல் அமைத்தல் வேண்டும். ஆற்றல் உடையவர்களுக்குத் தாமாக ஒன்றைப் புனைதல் எளிதில் முடியும். மொழிமாற்றம் செய்வதற்கு மூல நூலாசிரியனின் எண்ண ஓட்டத்தை அறிந்து கொள்ளும் பயிற்சியும் இரு மொழித் தேர்ச்சியும் தேவைப் படுகின்றன.

5.0.3 மொழிபெயர்ப்பாளனின் தகுதிகள்

மொழிபெயர்க்கப்பெறும் பெயர்ப்பு மொழியில் புலமையும் மொழிபெயர்க்கப்படும் மூலமொழி அறிவும் பொருளைப் புரிந்து தெளிவாக விளக்கும் ஆற்றலும் மொழி பெயர்ப்பாளருக்கு இருக்க வேண்டிய முத்தகுதிகளாகும். மூல மொழியைவிடப் பெயர்ப்பு மொழியில் தேர்ச்சி பெற்றவர்களால் மூலமொழியின் அருஞ்சொற்களையும் மரபுத் தொடர்களையும் ஒப்புமை, முரண்களையும் அகராதிகள், நிகண்டுகள் துணையோடு தம்

– தாய்மொழித் தகுதி காரணமாக அறிந்து வழங்க முடியும். மூலமொழியின் உணர்வுகளை எல்லாம் பெயர்ப்பு மொழி யிலேயே பெய்து காக்க வேண்டியதிருப்பதால், பெயர்ப்பு மொழியின் இயல்புகளை நன்குணர்ந்த புலமை வாய்ந்தவரே இப்பணியில் தலைப்படுதற்குத்தக்கவர் ஆவர். விளங்கிக் கோடலும் வெளிப்படுத்தலும் என இரு கூறாக மொழிபெயர்ப்பு அமைந்தா லும், வெளிப்படுத்தும் திறனைக் கொண்டு மொழியாக்கத்தின் அழகை முழுவதும் அறியமுடியும். எனவே மெய்ம்மையும் அழகும் இணையாக மேவிவருமாறு செய்வது மொழிபெயர்ப்பில் பெருந்திறனாகும்.

5.1 வ.உ.சி.யின் மொழிபெயர்ப்பு நூல்கள்

வ.உ.சி. மொழிபெயர்த்துள்ள நூல்கள் நான்காகும். அவை 1. மனம் போல வாழ்வு. 2. அகமே புறம், 3. வலிமைக்கு மார்க்கம், 4. சாந்திக்கு மார்க்கம் என்பனவாகும். இந்நான்கு நூல்களின் மூல ஆசிரியர் இங்கிலாந்து நாட்டைச் சார்ந்த மெய்யறிவாளரான ஜேம்ஸ் ஆலன் என்பவராவார். ஜேம்ஸ் ஆலன் நூல்களெல்லாம் உலகத்திற்கு, குறிப்பாக இந்திய நாட்டிற்கு மிக்க நன்மை அளிப்பவை என்று வ.உ.சி. கருதுகின்றார். திருக்குறளுக்கு ஒப்பாக விளங்கும் இந்நூல்கள் உணர்த்தும் பொருள்களைக் கசடறக் கற்றுக் கைக்கொண்டு ஒழுகுபவர் இம்மையிலும் மறுமையிலும் மேலான நிலைகளை அடைவர் என்பதால் தாம் அவற்றை மொழிபெயர்க்க நினைத்த தாக வ.உ.சி. குறிப்பிடுகின்றார்.

5.2 நூல்களின் செய்திச் சுருக்கம்

5.2.1 மனம் போல வாழ்வு

இந்நூல் ஜேம்ஸ் ஆலனின் ‘As a man Thinketh’ என்னும் நூலின் மொழிப்பெயர்ப்பாகும். ஜேம்ஸ், ஆலன் இந்நூலிற்கு ‘மனிதன் நினைப்பது போல வாழ்வு’ என்று பொருள்படும் ஆங்கிலப் பெயரினை இட்டார். ஆனால் வ.உ.சி. இநதுதல் ‘மனம் போல வாழ்வு’ என்னும் தலைப்பினை இட்டுள்ளார். “நினைப்பென்பதும் மனம் என்பதும் ஒன்றேயாதலாலும், மனம் போல வாழ்வு’ என்ற ஒரு முதுமொழி தமிழ் நாட்டில் பயின்றுவழங்குதலாலும், அதன் மொழிபெயர்ப்பாகிய இந்நூற்கு, ‘மனம் போல வாழ்வு’ என்ற பெயரினை யான் இட்டேன்” என்று

அதற்கு வ.உ.சி. காரணம் காட்டுகின்றார். இந்நூலில் அமைதி, சிந்தனை. சமயம் பற்றிய கருத்துக்கள் விளக்கப்பட்டுள்ளன. ஒவ்வொருவர் வாழ்வும் தாழ்வும் அவரவர் மன நிலைமைகளை ஒத்தே அமைகின்றன என்னும் அரிய உண்மையை ஐயமுறை விளக்கி, மதிதரை நல்வாழ்வில் சேர்க்கும் பயனுடையதாய் இந்நூல் விளங்குகின்றது.

5.2.2 அகமே புறம்

இந்நூல் ஜேம்ஸ் ஆலன் இயற்றியுள்ள அகத்திலிருந்து புறம் என்று பொருள்படும் 'Out From the Heart' என்னும் ஆங்கில நூலின் மொழிபெயர்ப்பாகும். இதனைக் கற்போர் எளிதாகக் கொள்ளுமாறு இதன் முதனூலிலுள்ள 'உயர்தர வாழ்வு என்னும் ஓர் அதிகாரத்தை இந்நூலில் நான்கு சிறிய அதிகாரங்களாக வ.உ.சி. அமைத்துள்ளார். இதன் முதனூல் அகத்திலிருந்து புறம்' என்று பொருள்படும் பெயரைக் கொண் டிருப்பினும், நமது தமிழ் வழக்கத்திற்கு ஒத்தவாறு இதற்கு அகமே புறம்' என்று பெயரிடப்பட்டுள்ளது" என இந்நூல் தலைப்புக் காரணம்பற்றிச் சிறப்புப்பாயிரத்தில் ஸ்வாமி வன ஜானந்தன் குறிப்பிடுகின்றார்.

5.2.3 வலிமைக்கு மார்க்கம்

இந்நூல் ஜேம்ஸ் ஆலன் எழுதிய எளிமையிலிருந்து வலி மைக்கு' எனப் பொருள்படும் – Prom Poverty to Power' என்னும் ஆங்கில நூலினது முதற்பாகமாகிய 'The Path of Prosperity' என்பதன் மொழிபெயர்ப்பாகும். முதனூலின் ஐந்தாவது அதி காரத்தின் தொடக்கத்தில் காணப்படும் ஆங்கிலக் கதையை நம்மவரிப் பெரும்பாலார் கேட்டிருக்க வாய்ப்பில்லையாதலால், அக்கதைக்குப்பதிலாக நாமறிந்த பாரதக்கதையைத் தம் மொழிபெயர்ப்பு நூலில் வ.உ.சி. குறித்துள்ளார். 'நூலைத் தொடங்குவதற்கு முன் வ.உ.சி. தாம் பயன்படுத்தும் சில சொற்களுக்குப் பொருள் விளக்கம் தருகின்றார். இந்நூல் மனிதன் உயர்வடைந்து இம்மை மறுமைப் பயன்களை அடைவதற்குரிய வழிகளைக் கூறுவதாகும்.

5.2.4 சாந்திக்கு மார்க்கம்

இந்நூல் ஜேம்ஸ் ஆலன் இயற்றிய " எளிமையிலிருந்து வலிமைக்கு எனப் பொருள்படும் From Poverty to Power' என்னும் ஆங்கில நூலின் இரண்டாம் பாகமாகிய 'The Way of Peace' என்பதன் மொழிபெயர்ப்பாகும் இந்நூல் மனிதன் வலிமை,

ஆன்ம வலிமை, இறைவனோடு ஐக்கியமாதல் முதலானவை பற்றிய செய்திகளை விரிவாகக் கூறுவதாகும்.

5.3. முதனூலில் இல்லாத சேர்ப்புக்கள்

எல்லா நூல்களின் தொடக்கத்திலும் முதனூலாசிரியரான ஜேம்ஸ் ஆலனின் வரலாற்றுச் சுருக்கத்தினை, வ.உ.சி. தருகின்றார். அனைத்து நூல்களிலும் செய்திகளுக்குப் பொருத்தமான பாடல்களைத் தாமே இயற்றிச் சேர்த்திருக்கின்றார். நூல்களின் பாயிரம் என்னும் பகுதியில் நூல் பற்றிய விளக்கம், மொழி பெயர்த்தற்குரிய காரணம், நூல் தலைப்புக்கள் பற்றிய விளக்கங்கள், தாம் செய்திருக்கின்ற மொழிபெயர்ப்பு முறைகள் ஆகியவற்றையெல்லாம் வ.உ.சி. விளங்கக் காட்டியுள்ளார். வ.உ.சி. கவிஞராதலால், மொழிபெயர்ப்பு நூல்களுக்கு முன்னுரையாகக் காப்பு, அடக்கம், பயன் போன்றவற்றைக் கவிதை நூல்களுக்குத் தருவதைப் போன்றே வெண்பா யாப்பில் தந்துள்ளார்.

5.4 மொழிபெயர்ப்பு முறைமை

முதனூற்கு இணையான மொழிப்பென்றே கருதுமாறு வ.உ.சி. தமது மொழிபெயர்ப்புப் பணியினைச் செய்துள்ளார். முதனூலில் காட்டப்பட்டுள்ள மேற்கோள் செய்யுள்கள் எத் துணை அடிகளைக் கொண்டுள்ளனவோ, அத்துணை அடிகளிலேயே தமிழ்ச் செய்யுள்களை வ.உ.சி. ஆக்கியுள்ளார். பிற உரை மேற்கோள்களை மேற்கோள் அடையாளங்களுடன் வ.உ.சி. காட்டியுள்ளார். ஆயினும் சில இடங்களின் முதனூலா சிரியரது கருத்துக்களை நன்கு விளக்குதற் பொருட்டுச் சிற்சில சொற்களைக் கூட்டியும் குறைத்தும் வ.உ.சி. மொழிபெயர்த்துள்ளார்.[7]

5.5 பத்திகள் அமைப்பும் நிறுத்தற் குறிகளும்

வ.உ.சி. பெரும்பாலும் முதனூற்களில் காணப்படும் பத்தி அமைப்பினைத் தமது நூல்கள் முழுமையிலும் பின்பற்றுகின்றார்.

நிறுத்தற் குறிகள் கூட முதனூல்களில் உள்ளவாறே இவரால் கையாளப்பட்டுள்ளன. சில இடங்களில் பொருள் விளக்கத்திற்கு ஏற்ப நெடிய பத்திகளை உடைத்தும் மிகச் சிறிய, பத்திகளை ஒன்றாக இணைத்தும் முதனூல் பத்தி அமைப்புக்களில் சில மாற்றங்களை வ.உ.சி. செய்துள்ளார்.

5.6 வ.உ.சி.யின் மொழிபெயர்ப்புத் தன்மை

5.6.1 தமிழ் மரபிற்கேற்ற மொழியாக்கம்

மொழிபெயர்க்கும் போது, எம்மொழியில் மொழிபெயக்கப் படுகின்றதோ, அம்மொழி மரபினை மனத்திலே கொள்ளுதல் மொழிபெயர்ப்பாளனின் இன்றியமையாத கடனாகும். குறிப்பாகப் பழமொழிகளை மொழிபெயர்க்கும்பொழுதும் குறிப்பிட்ட சொற்கள் அல்லது சொற்றொடர்களின் பொருளினை நன்கு விளங்கச் செய்ய முற்படும் பொழுதும் மொழிபெயர்க்கப்படும் மொழியின் தனி மரபுகள் பேணப்படுதல் வேண்டும். இந்நெறியில் நின்று வ.உ.சி. முதனூற்களின் பழமொழிகளையும் வாக்கியங்களையும் சொற்றொடர்களையும் தமிழ்மொழி மரபிற்கேற்ப மொழியாக்கம் செய்துள்ளார்.

5.6.1.1 தமிழ்ப் பழமொழிகள்

முதனூல்	மொழிபெயர்ப்பு
Nothing can come from corn but corn, nothing from nettles but nettles'.	'விரை ஒன்று போட்டால் சுரை ஒன்று முளையாது', எட்டியிலே கட்டி மாம்பழம் பழுக்காது'. 'தினை விதைத்தவன் தினை அறுப்பான்' வினை விதைத்தவன் வினை அறுப்பான்
Ask and receive	"அழுத பிள்ளை பால் குடிக்கும்' (அ)
'Birds of a feather flook together	'இனம் இனத்தோடு சேரும்'

5.6.1.2 தமிழ் மரபிற்கேற்ற வாக்கியங்கள்

முதனூல்	மொழிபெயர்ப்பு
'Do not believe the world when it tells ou that you must always attend to number one and to others afterwards	தனக்குப் போய்த் தானம் என்று உலகத்தார் சொல்வதை நீங்க ள் நம்பா தீர்கள்' [10]

We find him a master of certain forces of the mind which he wheels with worldwide influence and almost unequalled powers'	'அவர் நாவசைந்தால் நடன மாடுகின்றது'[11]

5.6.1.3 தமிழ் மரபிற்கேற்ற சொற்றொடர்கள்

முதனூல்	மொழிபெயர்ப்பு
'Fine Gold'	'பத்தரை மாற்றுத் தங்கம்'[12]
'Altar'	கழுமரம்[18]
'Unveiled Vision'	'தெளிவாகக் காணுதல்19
'Damocletion Sword'	(அ) 'கூரிய வாள்' 14
'Unobstructed vision'	உள்ளங்கை நெல்லிக்கனி" (அ)
'To flock round'	'சுற்றி மொய்த்தல்' 14 (ஆ)

முதனூல்	மொழிபெயர்ப்பு
To be at the mercy of your disposition'	'மனம் போன போக்கில் செல்லுதல்'[14] (இ)
'Passive receptacle'	'கொள்சலம்'[14] (ஈ)
'Storm tried oak'	காற்றிற்கு இளையாத கருங்காலி'[14] (உ)
'Yielding Twig'	'வளையும் தளிர்'[14] (ஊ)'
Waving Rccd'	'அசையும் நாணல்'[14] (எ)
'Company of the angels'	'தேவ கணங்கள்'[14] (ஏ)

5.6.2 மெய்ம்மையும் அழகும் மேவிய மொழிபெயர்ப்பு

மெய்ம்மையும் அழகும் மொழிபெயர்ப்பின் பிரிக்க முடியாத இரட்டைக் கூறுகளாகும். வ.உ.சி. தமது மொழிபெயர்ப்பில் மெய்ம்மைக்காக அழகினையோ, அழகிற்காக மெய்ம்மை யினையோ குறைவுபடுத்தியதாகத் தெரியவில்லை. அவரது

மொழிபெயர்ப்பில் மிகுதியான அளவில் அழகும் மெய்ம்மையும் இணைந்து செல்வதை உணரமுடியும்:

முதனூல்	மொழிபெயர்ப்பு
'Believe and ye shall Live' To fear or to worry is as sinful asto curse	'நீங்கள் கடவுளை நம்புவீர்களாயின் நீங்கள் நீடுழி வாழ்வீர்கள்'[15] 'அஞ்சுதலும் கவலுதலும் கடவுளை நிந்தித்தலை ஒத்த ஒரு பாவமாகும்' [15] (அ)

முதனூல்	மொழிபெயர்ப்பு
There is no protection to compare with goodness' More blessed to give than to receive'	நன்மைக்கு உவமையாகச் சொல்லத்தக்க பொருள் ஒன்றுமில்லை [15] (ஆ) 'கொள்வதிலும் கொடுத்தல் அதிக இன்பத்தைத் தரும்[15] (இ)
'He is poor who is dissatisfied; he is rich who is contented with what he has and he is richer who is generous with what he has	அதிருப்தி உடையவனே எளியவன்; தனக்குக் கிடைத்துள்ளவற்றில் திருப்தி உடையவனே வலியவன். தனக்குக் கிடைத்துள்ளவற்றோடு தயாளம் உள்ளவனாய் இருப்பவனே அதிக வலிமையுள்ளவன்'[15] (ஈ)
'The clinging to indolence contributes a complete barrier to the path of truth'	சோம்பலைப் பற்றி நிற்றல் மெய்ப் பொருளின் மார்க்கத்துக்கு ஒரு பெருந்தடை'
The least swerving from the path of rectitude is a deviation from virtue'	'நடுவு நிலமையாகிய மார்க்கத் தைவிட்டு ஓர் அங்குலம் விலகுதல் ஒழுக்கத்தை விட்டு ஒரு காவதம் விலகுவதாம்' (அ)
'Happiness is mental harmony; unhappiness is mental isharmony'	'மனநேர்மையே சுகம்; மனக் கோணலே துக்கம்' 16 (ஆ)
Patience will make discipline beautiful'	"பொறுமை நன்னடையை நிலை நிறுத்தும்' (இ)

5.6.3 இணைவுச் சொற்களின் பொருத்தம்

இணைவுச் சொற்கள் பொருளால் முரண்பட்டு அமையலாம். அல்லது கொண்ட கருத்தை வலியுறுத்தச் சொல் அடுக்குகளாக அமையலாம். இவ்வாறு அமைந்துள்ள சொல் இணைவுகளை வ.உ.சி. முதனூலாசிரியர்க்குச் சற்றும் குறையாத நிலையில் காட்டி அமைத்துள்ளார்.

முதனூல்	மொழிபெயர்ப்பு
'Sorrow and gladness'	துக்கமும் சுகமும்[17]
'Suffering and enjoyment'	'நோவும் மகிழ்வும்'[17] (i)
'Hope and fear'	'திடமும் அச்சமும்'[17] (ii)
Hatred and love'	'வெறுப்பும் விருப்பும்'[17] (iii)
Ignorance aud enlightenment'	அறிவும் மடமையும்'[17] (IV)
Diligent and negligent'	'ஊக்கமும் தூக்கமும்' [17](v)
'Strongly and stead fastly'	'நேராகவும் உறுதியாகவும்'[17] (vi)
Accelerate or retard	'மிகுத்தல் அல்லது குறைத்தல்'[17](vi)
Ignoble or Noble'	கீழோன் அல்லது மேலோன்'[17] (viii)
Decay and death'	'தேய்வும் அழிவும்'[17] (ix)
"Consideration and charity'	'இரக்கமும் ஈகையும்'[17] (x)
'Caping and controvert'	தர்க்கமும் குதர்க்கமும்'[17] (xi)
'Contradict and contention'	'மறுப்பும் எதிர்ப்பும் [17] (xii)
"Error and weakness"	'பலவீனமும் பாவமும்'[17] (xiii)

5.6.4 மொழிமரபும் இலக்கணமும் பேணப்படாமை

வ.உ. சி. சிற்சில இடங்களில் மொழிபெயர்க்கப்படும் மொழி மரபினையும் மொழி இலக்கண முடிவையும் பேணாது மூலத்தில் அமைந்தவாறே நேரிடையாக மொழியாக்கம் செய்துள்ளார். ஒருவேளை மூல நூல்கள் விவிலியக் கோட்பாடுகளையே விளக்கிக் கூறுவதாலும் விவிலிய நூலின் தமிழாக்க நடையின் தாக்கம் அவருக்கு ஏற்பட்டிருந்ததாலும் இத்தகைய நேரிடை யான மொழிபெயர்ப்பினை ஆக்கியுள்ளார் எனக் கருதவும் இடமுண்டு.

முதனூல்	மொழிபெயர்ப்பு
Influence will be put into your hand'	'செல்வாக்கு உங்கள் கையில் கொடுக்கப்படும்'[18]
'This woman had worked'	'இந்த ஸ்திரி வேலை செய்திருக்கின்றாள்'[18] (அ)
'The next lesson is the lesson of virtuous speech'	'அடுத்த பாடம் ஒழுக்க வாக்கைப் பற்றிய பாடம்'[19]
'Add now we come to the third lesson in the higher life'	'இப்பொழுதும் நாம் உயர்தர வாழ்வில் மூன்றாம் பாடத்திற்கு வருகிறோம்'[19] (அ)
'Thus the second step is accom-plished'	'இவ்வாறு இரண்டாம் சாதனம் செய்து முடிக்கப்பட்டது'[19] (ஆ)
Here is a man who is wretchedly poor' Let a mad radically alter his thoughts Let a man cease from his sinful thoughts'	'இதோ, கொடிய வறுமையுள்ள - ஒரு மனிதன் இருக்கின்றான்'[20] 'ஒருவன் தனது நினைப்புக்களை அடியோடு மாற்றட்டும்'[20] (அ) 'ஒருவன் தனது பாவ நினைப்புக்களை விட்டு விடட்டும்'[20] (ஆ)

மேற்காட்டப்பட்டுள்ள வாக்கியங்கள் மட்டுமின்றிச் சில சொற்றொடர்களையும் நேரிடையாகவே வ.உ.சி. மொழி பெயர்த்துள்ளார்.

முதனூல்	மொழிபெயர்ப்பு
'Sickly thoughts'	'வியாதி நினைப்புக்கள்[21]
'Grey hairs'	'நரைத்த மனிதர்[23]
'Rush to the tongue'	'நாவிற்கு ஓடி விடாமல்[29] (அ)

5.6.5 ஒரே சொல்லிற்குப் பொருந்தாப் பொருள் தருதல்

முதனூலில் குறிப்பிட்ட யாதானும் ஒரு சொல் மீண்டும் வருமாயின், அச்சொல்லிற்குப் பொருத்தமற்ற முறையில் வ.உ.சி. பொருள் வேறுபாடு காட்டியுள்ளார் அங்ஙனம் காட்டியிருப் பதால் சொற்கள் அவற்றிற்குரிய சரியான பொருளை இழந்து விடுகின்றன.

முதனூல்	மொழிபெயர்ப்பு
'Deeper'	"விரிந்த. ஆழ்ந்த"[23] (இச்சொல்லிற்கு ஆழ்ந்த என்பதுவே (சரியான பொருளாகும்.)
'Cast'	'வேறுபடுத்தல், களைதல்'[23] (அ) (இதன் நேரான பொருள்களைதல் என்பதாகும்.)
Coveteousness	'இவறன்மை. கவரல், வெஃகல்'[23] (ஆ) (இதற்குரிய பொருள் வெஃகல் என்பதாகும்.)

5.6.6 பொருள் வேறுபட்ட பல சொற்களுக்கு ஒரே பொருள் தருதல்

முதனூலில் இடம்பெறும் சொற்களுக்கிடையே காணப்படும் நுட்பமான பொருள் வேறுபாட்டினை மனத்திற்கொண்டே அவற்றை மொழிபெயர்த்திருக்க வேண்டும். ஓரிரு சொற்களைப் பொறுத்தவரையில் வ.உ.சி. இங்ஙனம் மொழிபெயர்த்ததாகத் தெரியவில்லை.

முதனூல்	மொழிபெயர்ப்பு
'Enter' 'Interfere' 'Penetrate' 'Going'	'பிரவேசம்'[24]
'Proceed' 'Spring'	'வருதல்'[24] அ

5.6.7 சொற்களின் பொருட் பொருத்தமின்மை

வ.உ.சி. சில சொற்களுக்கு வழங்கியுள்ள பொருள் பொருத்தம்படத் தோன்றுவதாகத் தெரியவில்லை. சான்றிற்குச் சில சொற்களின் பொருட் பொருத்தமின்மையைக் காணலாம். அடைப்புக்குறியில் அவற்றின் சரியான பொருள் தரப்பட்டுள்ளது.

முதனூல்	மொழிபெயர்ப்பு
'Self delusion'	'அறிவு மயக்கம்'[25] (தன் மருட்சி)
'Infallible'	'தளர்ச்சி இன்றி'[25] (அ) (தவறாத நிலை)

முதனூல்	மொழிபெயர்ப்பு
'Vivify'	திருத்தல்'[25] (ஆ) (உயிரூட்டுதல்)
'Transformation'	"திருத்தல்' (இ) (தோற்றமாற்றம்)
'Abolish'	'அளவைக் குறைத்தல்'[25] (ஈ) (நீக்குதல்)
'Literature'	'பாஷை'[25] (உ) (இலக்கியம்)
'Excitement'	'கோபம்'[25] (ஊ) (பரபரப்பு, கொந்தளிப்பு, கிளர்ச்சி)
'Beauty'	அழகு' (எ) (சிறப்பு, நேர்த்தி)

5.6.8 வ.உ.சி. கையாண்டுள்ள மொழிநடை

மொழிபெயர்க்கப் புகுவான் ஒருவன் இயன்றவரையில் தான் மொழிபெயர்ககப் புகுந்த மொழியின் தூய்மை நலம் கெடாமல் காப்பதுவே சிறப்பாகும். பொதுமக்களுக்குத் தமது மொழிபெயர்ப்பு எளிதில் விளங்க வேண்டுமென்பதற்காக வடமொழிச் சொற்களை மிகுதியாகத் தாம் கையாண்டதாக வ.உ.சி. கூறுகின்றார்.[26]

அசக்தர்கள்	ஆசாபங்கம்
துர்க்கிரியை	சிரமப்பரிகாரம்
விருத்தாப்பியாசம்	சிட்ஷீத்தல்
தனார்ச்சிதம்	பிதிரார்ஜிதம்
பரோஷஞானம்	ஸ்தூலம்
போக்தா	நியந்தா
நிஷ்காமிய கருமம்	சிரேஷ்டர்
பிரஸ்தாபித்தல்	வியஸனம்
பிரத்தியஷம்	தூஷணம்
லௌகீகம்	

மேற்காட்டப்பட்டுள்ள வடசொற்களும் அவற்றின் பொருளும் பொதுமக்களில் பலரும் புரிந்துகொள்ள முடியாத நிலையில் உள்ளன தூய தமிழ்ச் சொற்களைப் பயன்படுத்தாமை பெரும் குறையாகாது எனக் கருதினாலும் வடசொற்களை வட எழுத்தும்களில் தராமல் தமிழ் எழுத்துக்களில் அவற்றைத் தந்திருக்கலாம்.

பணிவு, அன்பு, தன்னடக்கம், அரிச்சுவடி. வினைத்திட்பம் போன்ற தூய தமிழ்ச் சொற்களையும் இடையிடையே காண முடிகின்றது. எனவே மொழிநடையைப் பொறுத்தவரையில் தனித்தமிழ் நடையாக மொழிபெயர்ப்பு அமையவில்லை. எளிமையில் தவிர்க்கக்கூடிய வடசொற்களையாவது வ.உ.சி. தவிர்த் திருக்கலாம்.

முடிவுரை

வ.உ.சி. மொழிபெயர்த்த நூல்கள் நான்காகும். அந்நான்கும் ஒரே ஆசிரியரால் ஆங்கில மொழியில் எழுதப்பட்டவையாகும். தத்துவச் சிந்தனையில் ஈடுபட்ட வ.உ.சி. தத்துவ அறிஞரான சேம்சு ஆலனின் நூல்கள் நான்கினை மொழி பெயர்த்துள்ளார். அவரிடம் காணப்படும் மொழிபெயர்ப்புச் சிறப்பு அவருக்கிருந்த இருமொழித் திறமையினை விளக்கிக் காட்டுகின்றது. மொழிபெயர்க்கப்படும் மொழியில் மிகுதியான அறிவு பெற்றிருந்ததால் முதனூல் என எண்ணுமாறு அவரது மொழிபெயர்ப்பு பல சிறப்புக் கூறுகளுடன் அமைந்துள்ளது.

மொழிபெயர்ப்பு நூல்களின் பெயர்கள் தமிழ் மரபிற்கேற்பவும் வழக்கிற்குப் பொருந்துமாறும் அமைந்துள்ளன. ஆங்கிலக் கதைக்கு மாற்றாகப் பொருளால் பொருந்திநிற்கும் பாரதக் கதையினைத் தமது நூலிடை வ.உ.சி. சேர்த்துள்ளார். நூலின் தொடக்கத்தில் காப்பு, அடக்கம், பயன், ஆகியவற்றைக் கவிதை வடிவில் ஆக்கிச் சேர்த்துச் செய்யும் நூல் போன்று அவற்றை வ.உ.சி. காட்டியுள்ளார். இடையிடையே தக்க மேற்கோள்களைப் பிற நூல்களிலிருந்து வ.உ.சி. காட்டியுள்ளார்.

பத்தி அமைப்பில் பெரும்பாலும் முதனூலையே பின்பற்றி யிருந்தாலும் சிற்சில இடங்களில் பொருளுக்கேற்ப நெடிய பத்திகளை உடைத்தும் சிறிய பத்திகளை இணைத்தும் வ.உ.சி. சிறிய மாற்றம் செய்துள்ளார்.

ஆங்கிலப் பழமொழிகளுக்கு இணையான தமிழ்ப் பழமொழிகள் இந்நூல்களில் இடம்பெற்றுள்ளன. முதனூல்களில் காணப்படும் வாக்கியங்கள் சொற்றொடர்கள் போல்வன அவரது மொழிபெயர்ப்பில் தமிழ் மரபினைத் தாங்கியுள்ளன முதனூலை விடச் சில இடங்களில் வ.உ.சி.யின் மொழிபெயர்ப்பு சிறந்து விளங்குகின்றது.

இருப்பினும், மொழி மரபினையும் இலக்கணத்தினையும் பேணாது மொழிபெயர்த்திருத்தல், நேரிடையாகவே மொழி பெயர்த்திருத்தல், ஒரே சொல்லிற்குத் தெளிவற்ற பல பொருள் தந்திருத்தல் பல சொற்களுக்குத் தெளிவில்லாமல் ஒரே பொருள் தந்திருத்தல், பல சொற்களுக்குப் பொருத்தமற்ற பொருளைச் சுட்டியிருத்தல் ஆகிய சில சிறு குறைபாடுகளையும் அவரது மொழிபெயர்ப்பில் காணமுடிகிறது.

நடையைப் பொறுத்தவரையில் தனித்தமிழ் நடையாக இல்லாமல் மணிப்பிரவாள நடையாக அமைந்துள்ளது.

எனினும் மொழிபெயர்ப்பாசிரியரான வ.உ.சி. மொழி பெயர்ப்பாளருக்குரிய தகுதிகளைக் குறைவின்றிப் பெற்றுத் தமது மொழி பெயர்ப்பினைச் செய்துள்ளார். இந்நிலையில் அவர் பிறநாட்டு நல்லறிஞர் சாத்திரங்களைத் தமிழ் மொழியில் பெயர்த்தலாகிய பணியில் தொடக்கக் காலத்தில் ஈடுபட்டவர்களுள் ஒருவராக விளங்குகின்றார்.

குறிப்புக்கள்

1. தொல்காப்பியம், 1597.
2. மு. கணபதிப்பிள்ளை. மொழிபெயர்ப்பும் சொல்லாக்கமும், ப. 11
3. ஔவை நடராசன், மொழியும் பெயர்ப்பும், ஐந்தாம் உலகத்தமிழ் மாநாடு மலர். 1981, ப. 385.
4. வ.உ.சிதம்பரம் பிள்ளை. (மொ.பெ.ஆ.). மனம் போல வாழ்வு, பாயிரம். ப. 13.
5. மேலது.
6. வ.உ.சிதம்பரம் பிள்ளை (மொ.பெ.ஆ.), அகமே புறம், ஸ்வாமி வனஜானந்தனின் சிறப்புப் பாயிரம்.
7. மேலது, மனம் போல வாழ்வு, பாயிரம், ப. 14.
8–8(அ) வ.உ.சிதம்பரம்பிள்ளை, (மொ.பெ.ஆ.), மனம் போல வாழ்வு, பக். 30, 50
9. வ.உ.சிதம்பரம் பிள்ளை, (மொ. பெ.ஆ). வலிமைக்கு மார்க்கம், ப. 27.
10. மேலது. ப. 113.
11. வ.உ.சிதம்பரம்பிள்ளை, (மொ.பெ.ஆ.), மனம் போல வாழ்வு, ப. 52.
12. மேலது. ப. 57.
13–13 (அ) வ.உ.சிதம்பரம்பிள்ளை, (மொ.பெ.ஆ.). அகமே புறம், பக். 33, 38.

14–(14அ–ஏ) வ.உ. சிதம்பரம் பிள்ளை, (மொ. பெ. ஆ.), வலிமைக்கு மார்க்க ம், பக். 8, 44, 52, 67, 71, 89, 106.

15 (15அ–ஈ) மேலது. பக். 60, 75, 108, 111.

16 (16அ–இ) வ.உ.சிதம்பரம் பிள்ளை. (மொ.பெ.ஆ.) அகமே புறம், பக். 26, 42, 48.

17 (17i-xiii) மேலது. பக். 2, 3, 4, 6, 9, 35, 54.

18–18 (அ) வ.உ.சிதம்பரம் பிள்ளை, (மொ.பெ.ஆ.). வலிமைக்கு மார்க்கம், பக். 71.86.

19–(19 அ, ஆ) வ.உ.சிதம்பரம் பிள்ளை. (மொ. பெ.ஆ.), அகமே புறம், பக். 30, 40, 43.

20–(20அ, ஆ) வ.உ.சிதம்பரம் பிள்ளை, (மொ.பெ.ஆ.).) மனம் போல வாழ்வு, பக். 26, 32, 34.

21. மேலது, ப. 36.

22– 22 (அ) வ.உ.சிதம்பரம் பிள்ளை, (மொ.பெ.ஆ.), அகமே புறம், பக், 33, 36.

23–(23அ,ஆ) மேலது, பக். 11, 15, 39, 40, 41, 44, 48.

24–24 (அ) மேலது, பக். 11, 15, 42, 47, 48.

25–(25அ–எ) மேலது, பக். 3, 5, 7, 9, 28, 37, 39, 54.

26. வ.உ.சிதம்பரம் பிள்ளை, (மொ .பெ.ஆ.). மனம் போல வாழ்வு, பாயிரம், ப. 14.

முடிவுரை

அரசியல் துறையினைச் சார்ந்தோர் இலக்கியத்துறையிலும் இலக்கியத்துறையில் சிறந்தோர் அரசியல் துறையிலும் தம்மை ஈடுபடுத்திக் கொள்வது அரிதாக உள்ளது. அத்தகையோருள் ஒருவராய் எண்ணத்தக்க வ.உ.சி. அரசியல், இலக்கியம் ஆகிய இருதுறைகளிலும் குறிப்பிடத்தக்க பணியினை ஆற்றியுள்ளார். அவரது அரசியல் ஈடுபாடும் அத்துறையில் அவர் காட்டிய தீவிரமும் சிறந்து விளங்கியதால் அத்துறைக்கு அவர் ஆற்றிய அருந்தொண்டு குறிப்பிடத்தக்க பெருமையினைப் பெற்றுள்ளது. இருப்பினும் அவரது அரசியல் தொண்டினை விஞ்சும் நிலையில் அவரது இலக்கியப் பணி அமைந்துள்ளது என்னும் உண்மை இவ்வாய்வின் வழியாகப் புலனாகின்றது. அவரது வாழ்க்கை வரலாற்று நூல்கள் அனைத்தும் அவரது அரசியல் பணியினை மிகுத்துக் காட்டியிருக்கின்ற அளவிற்கு இலக்கியத்துறைத் தொண்டினைக் காட்டவில்லை. முறையாக எழுந்துள்ள தமிழ் இலக்கிய வரலாற்று நூல்கள் எதுவும் அவரது தமிழ்ப்பணி பற்றித் தெளிவு செய்யவில்லை. அங்ஙனம் தெளிவு செய்யப் படாத அவரது தமிழ்ப் பணியினைத் தமிழ் உலகம் அறிய இவ்வாய்வு துணை செய்கின்றது.

சிறைவாழ்விற்குப் பின் அரசியலில் இருந்து தம்மை முழுமையும் விடுவித்துக் கொண்ட வ.உ.சி. இலக்கியப்பணி ஆற்றுவதில் மிகுதியான காலத்தினைப் பயன்படுத்தினார். வ.உ.சி.யின் தமிழ்ப்பணி குறிப்பிட்ட ஒரு துறையினை மட்டும் சிறக்கச் செய்யவில்லை. அவர் ஆற்றிய பணியால் படைப்பு,

உரை, பதிப்பு, மொழிபெயர்ப்பு ஆகிய நால்வகைத் துறைகளும் செழுமையுற்றன.

வ.உ.சி.யின் படைப்பாக அமையும் நூல்கள் நான்கும் செய்யுள் வடிவில் அமைந்துள்ளமை எண்ணுதற்குரியது. உரை நடையே பெரிதும் மதிக்கப்பட்ட அவரது காலச்சூழலில் தம் படைப்பு நூல்களைச் செய்யுள் வடிவில் அமைத்துப் பாட்டிலக் கியத்துறைக்கு வ.உ.சி. பெருமை சேர்த்துள்ளார்.

அவரது 'சுயசரிதை' என்னும் நூல் செய்யுள் வடிவில் தமிழில் முழுமையாக எழுந்த முதல் நூலாகும். அவரது அரசியல் பணியினைத் தெளிவாகப் புரிந்துகொள்ள இந்நூல் துணை செய்கின்றது. இந்நூல் குறிக்கும் செய்திகள் கவிதைச்சுவை குன்றாது விளங்குகின்றன. அரசியல் செய்திகளை இந்நூல் மிகுதியாக விளக்கினாலும் அவரது இலக்கியப் பற்றினையும் தொண்டினையும் இடையிடையே இந்நூல் சுட்டிச் செல்கின்றது. வ.உ.சி. ஒரு தரமான கவிஞர் என்பதனை மெய்ப்பிக்கும் நிலையில் உவமைகள், உருவகங்கள், முரண்தொடைகள், சிலேடைகள், தற்குறிப்பேற்ற அணி ஆகியன சிறந்து காணப்படுகின்றன. அவரது சுயசரிதைச் செய்திகள் அவரது வழித் தோன்றல், அவருக்கு நெருக்கமானோர் ஆகியோர் தந்துள்ள செய்திகள் ஆகியவற்றை அவரது வாழ்க்கை வரலாற்று நூல்களின் செய்திகளுடன் ஒப்பிட்டுக் காணும்பொழுது, செய்திகள் பல இடங்களில் முரண்படுவதை அறியலாம்.

'மெய்யறிவு', 'மெய்யறம்' என்னும் இருநூல்களும் வ.உ.சியின் அறப்படிப்பிளை உணர்த்த உதவுகின்றன. திருக்குறள் முதலிய அறநூல்களில் வ.உ.சி. தோய்ந்த வராதலால், அவர் இயற்றிய மெய்யறிவு. மெய்யறம் ஆகிய இருநூல்களின் கருத்துக்களில் முன்னைய அறநூல்களின் கருத்துத்தாக்கம் உள்ளது. பழைமை அறங்களை நினைவூட்டும் நிலையில் தமது கருத்துக்களை வ.உ.சி. வழங்கியிருந்தாலும், தம் காலத் தேவைக்கேற்ற புதிய அறங்களையும் புகட்டியுள்ளார். அவர் கூறும் அறங்களில் சில இன்றைய காலச் சூழலுக்கு ஏற்றவையாய் அமைவனவாகவில்லை. வ.உ.சி.. உணர்த்தியுள்ள அறங்களில் சமுதாயம் பற்றிய அவரது எண்ணம் மேலோங்கியுள்ளது. இவ்வறங்களை உவமை, உருவகம், முரண் தொடை போன்றவற்றால் எளிமைப்படுத்தி வ.உ.சி.

விளக்கியிருப்பதால் கருத்தனைச் சொல்லும் முறையாலும் அவர் சிறந்து விளங்குகின்றார். சங்க காலத்திலிருந்து தம் காலம் வரை இலக்கிய ஆட்சியில் இருந்து வரும் மரபுச் சொற்கள் இந்நூல்களில் காணப்படுகின்றன. வட சொல்லாட்சி சற்றுக் கூடுதலாவே அமைந்துள்ளது.

'பட்டற்றிரட்டு' என்னும் செய்யுள் தொகுப்பே வ.உ.சி..யின்! வாழ்வினை, கொள்கையினை, உளவியல்புகளை முழுமைக் கோணத்தில் ஆய்வுசெய்யப் பயன்படுகின்றது. யாப்பின் பல வடிவங்கள் இந்நூலில் பயன்படுத்தப்பட்டுள்ளன. அரசியல் உலகில், தனிப்பட்ட வாழ்க்கையில் வ.உ.சி. பெற்ற துயரங்கள், ஏற்றத்தாழ்வுகள் இந்நூலில் வெளிப்பட்டு நிற்கின்றன. நட்பினைப் பாராட்டும் அவரது நல்லியல்பு, வறுமையிலும் அவர் கொண்டிருந்த செம்மையுள்ளம், அவர் ஆற்றிய தன்னல மற்ற தொண்டு போல்வனவற்றை அறிவிக்கும் கருத்துப்பெட்டகமாக இந்நூல் காட்சியளிக்கின்றது.

உரைவளப்பணி எக்கருத்தினையும் புதுமையாக அணுகும் வ.உ.சி.யின் இயல்பினை விளக்குகின்றது. இவ்வியல்பு இளமை யிலேயே அவரிடம் அமைந்திருந்தது. 'இன்னிலை' என்னும் நூலிற்குப் பொருத்தமற்றமுறையில் ஆசிரியர், தொகுப்பாசிரியர், கடவுள் வாழ்த்துப் பாடியவர் என மூவரை வ.உ.சி. காட்டியுள்ளார். இருப்பினும் இச்சிறிய நூலின் கருத்தினை விளக்க முப்பது நூல்களை மேற்கோளாகக் காட்டித் தம்மைப் பன்னூல் பயிற்சியுடையவர் என வ.உ.சி. நிறுவியுள்ளார். வ.உ.சி.யின் ஆழமான இலக்கணப் புலமையினை இந்நூல் எடுத்துக் காட்டுகின்றது.

'திருக்குறள் அறத்துப்பாலிற்கு' வ.உ.சி. எழுதியுள்ள உரை புதுமை நோக்கினை உடையது. இயல் பாகுபாடு, அதிகார வைப்பு, குறள் வைப்பு ஆகியவற்றில் பரிமேலழகரிட மிருந்து வேறுபட்டுள்ளமைக்கு வ.உ.சி. காட்டும் காரணம் பொருத்தமுடையதாகும். எக்கருத்தினையும் புதிதாக உணர்த்த வேண்டும் என்ற வ.உ.சி.யின் பெருவிருப்பமே அவர் உரையில் சில குறைகள் இடம்பெறக் காரணமாய் உள்ளது. திருக்குறளின் முதல் மூன்று அதிகாரங்களை வள்ளுவர் இயற்றவில்லை என்றும் அவை பாயிரத்தில் அடங்கா என்றும் வ.உ.சி.

குறிப்பிட்டிருப்பதில் அவரது புதுமைக் கருத்தின் நாட்டத்தினைக் காண முடியுமே தவிர உண்மைப் பொருத்தத்தினைக் காண முடியவில்லை. திருக்குறளில் அறத்துப்பாலில் பரிமேலழகர் கொண்டுள்ள மூல பாடங்களுக்கு வேறாக எழுபத்து: நான்கு மூல பாடங்களை வ.உ.சி. கொண்டுள்ளார். அவற்றில், முப்பது பாடங்கள் முன்னைய உரையாசிரியர்கள் கொண்டுள்ள பாடங்களாகும். நாற்பத்து நான்கு பாடங்களைத் தாமாகவே கற்பித்துக்கொண்டு மூலத்தில் அவற்றை வ.உ.சி. காட்டியுள்ளமை ஏற்புடையதாக இல்லை. எனினும் பரிமேலழகர் உரையினை மறுத்துக் காட்டுமிடங்கள் வ.உ.சி.யின் புலமை நுணுக்கத்தினைப் புலப்படுத்துகின்றன.

'சிவஞான போதம்' என்னும் நூலிற்கு எழுந்த ஏனைய உரைகள் பல மதக்கோட்பாடுகளையும் அவற்றின் கண்டனங்களையும் காட்டியுள்ளன. ஆனால் வ.உ.சி. அவற்றினைத் தமது உரையிடைக் காட்டினால், ஏற்கெனவே அவர் காலத்தில் நிலை பெற்றிருந்த நாட்டு மக்களின் ஒற்றுமை யின்மை. மதவேறுபாடுகளின் அடிப்படையில் மேலும் பெருக வழி பிறக்கும் எனக் கருதினார். எனவே அவற்றினைக் காட்டாது எளிய, நேரிய உரையினை அவர் எழுதியுள்ளமை அவரது சமுதாயச் சிந்தனைக்கு நல்ல சான்றாகும். சிவஞானபோ தத்தால் தாம் உணர்ந்து கொள்ளும் மெய்ம்மையினை வ.உ.சி. தம் உரையில் அறிவுறுத்தியிருத்தல் உரையாசிரியர் எவரும் காட்டாததாகும்.

உரை எழுதும்பொழுது தேவைப்படும் இடங்களில் சில சொற்களை வருவித்துப் பொருள் கண்டிருத்தல், சில சொற் களுக்கும் சொற்றொடர்களுக்கும் தனிப்பொருள் விளக்கம் செய்திருத்தல் ஆகியன வ.உ.சி உரையில் காணப்படும் தனித் தன்மைகளாகும்.

பதிப்புத்துறையில் வ.உ.சி. ஆற்றிய பணியினால் வழக்கில் மிகுதியும் பயிலாமல் இருந்த தொல்காப்பிய இளம்பூரணர் உரையும் திறக்குறள் மணக்குடவர் உரையும் புதுமைப் பொலிவுபெற்றன. சூத்திரங்களையும் குறள்களையும் அவற்றின் பொருள் தொடர்பு தோன்றப் பிரித்துப் பதிப்பித்திருத்தல், பொழிப்புரையாக இருந்தவற்றைப் பதவுரையாக்கித் தந்திருத்

தல், விளங்காச் சொற்களுக்கும், சொற்றொடர்களுக்கும் பொருள் விளக்கம் செய்திருத்தல், பொருத்தமான பாடவேறுபாடுகளை அடைப்புக் குறியினுள் தனியே காட்டியிருத்தல், உரையாசிரியர் விடுத்தவற்றைத் தமது விளக்கத்தால் நிறை வாக்கியிருத்தல், உரையாசிரியரின்: மேற்கோள் பாடல்களை முழுமையாக்கியிருத்தல் போன்ற பதிப்பின் சிறப்புக் கூறுகள் வ.உ.சி. பதிப்பின் தனித்தன்மையினை விளக்குகின்றன.

மொழிபெயர்ப்புப்பணி வ.உ.சி.யின் இருமொழிப் புலமை யினையும் அவரது மெஞ்ஞான உணர்வினையும் காட்டவல்ல கருவியாகும் மேனாட்டு மெய்யியல் அறிஞர் சேம்சு ஆலன்ன நூல்களையே வ.உ.சி. மொழிபெயர்த்துள்ளார். பிறமொழக கருத்துக்களைத் தமது மொழி அடிப்படையில் கருதியதற்கேற்ப மொழிபெயர்த்திருப்பதால் வ.உ.சி.யின் மொழிபெயர்ப்பு தமது மரபினைத் தழுவியதாகவுள்ளது. செய்யுள் நூலிற்குக் காட்டுவது போன்று இந்நூல்களுக்கும் காப்பு, அவையடக்கம், நூற்பயன் ஆகியவற்றைச் செய்யுள் வடிவில் வ.உ.சி தந்துள்ளார். இந்நூல்களை மொழிபெயர்த்தற்குரிய காரணத்தினையும் அவற்றை மொழிபெயர்த்துள்ள முறைமையினையும் அவர் விளக்கிக் காட்டியுள்ளார். அவரால் தரப்பட்டுள்ள நூல் தலைப்புக்கள் பற்றிய அவரது விளக்கமும் அந்நூல்களின் முன்னுரையில் இடம் பெற்றுள்ளது. அவரது நூல்களில் காணப்படும் அச்செய்திகள் முதனூலில் இல்லாத புதிய செய்திகளாகும். விளங்க முடியாத வடசொற்கள் கலந்த அவரது தமிழ்நடை மொழிபெயர்ப்பின் இயல்புச் சுவையினைச் சில இடங்களில் குன்றச் செய்கின்றது.

வ.உ.சி. பண்டைய தமிழ் இலக்கிய இலக்கணங்களில் பயிற்சியும் தேர்ச்சியும் பெற்றிருந்தாலும் அறநூல்களே அவரது கருத்தில் மிக ஆட்சி செய்துள்ளன.

அற நூல்களுள் திருக்குறளில் மிகுதியான தோய்வினை அவர் கொண்டிருந்தார்.

இலக்கண நூல்களில் தொல்காப்பியம் அவரது கருத்தினை மிகவும் கவர்ந்துள்ளது.

தமது கருத்துக்களை வெளியிடும் வடிவமாக உரைநடை யினைப் பின்பற்றாது கவிதை வடிவினையே மிகுதியும் வ.உ.சி. பயன்படுத்தியுள்ளார்.

யாப்பு வடிவங்கள் பலவற்றை வ.உ.சி. பயன்படுத்தியுள்ளார்.

அவரது படைப்பு நூல்களில் செம்பாதியும், மொழிபெயர்ப்பு நூல்கள் முழுமையும் அறம் பற்றியனவாக உள்ளன.

பழைமைக் கருத்துக்களைப் பாராட்டும் உளத்தினராக மட்டும் அமையாது. காலத்திற்கேற்ற புதுமைக் கருத்துக்களையும் வகுத்துக்காட்டும் உணர்வு அவரிடம் இயல்பாய் அமைந் துள்ளது

தமக்குச் சரியாகப்படும் கருத்துக்களைத் தக்க சான்றுடன் வலியுறுத்திக்காட்டும் வன்மை அவர்க்குண்டு.

மணக்குடவர் உரை, இளம்பூரணர் உரை ஆகியன தமிழ் நெறிக்கு ஏற்ப அமைந்திருந்ததால் அவற்றைத் தமது குறிப்புரை களுடன் பதிப்பித்துள்ளார்.

பழைமை ஏடுகளைத் துருவிப்பார்க்கும் அவரது ஆர்வம் “இன்னிலை’ என்னும் சிறந்த அறநூலைத் தமிழ் உலகிற்கு அறிமுகம் செய்துள்ளது.

தம்காலத்து மக்கள் அல்லவை நீக்கி, அறவாழ்வு நடத்த வ.உ.சி. விழைந்தார். எனவே, அவரது படைப்புக்களில் அறக் கருத்துக்கள் தலைமையிடம் பெற்றுள்ளன. அவர் உரை எழுதிய நூல்களும் பதிப்பித்த நூல்களும் மொழிபெயர்த்த நூல்களில் மிகுதியானவையும் அறநெறி தழுவியனவாகவே அமைந்துள்ளன.

திருக்குறள் பாயிரம் பற்றிய அவரது புதுமைக் கருத்து தமக்கு நேர்மையாகப்படும் பாடவேறுபாடுகளைக் குறள் மூலத்திலேயே காட்டியுள்ள செயல் ஆகியன மேலும் ஆய்வு நிகழ்த்த விரும்புவார்க்குத் தக்க களங்களாக அமையும்.

பின்னிணைப்பு

நேர்முகம்-1

நேர்முகம் நல்கியவர்

வ.உ.சி. சுப்பிரமணியம்,
அமெரிக்க அரசு செய்தித்துறை
(தமிழ்ப் பிரிவின் முதன்மை ஆசிரியர்)
சென்னை.

1. தாங்கள் எங்கே பணியாற்றுகின்றீர்கள்? தங்கள் பிறந்த நாள், வயது பற்றிச் சொல்ல வேண்டுகிறேன்.

   அமெரிக்க அரசு செய்தித்துறையில் தமிழ்ப்பிரிவு முதன்மை ஆசிரியர். வயது 57 (6.12.1925).

2. இங்கு எவ்வாண்டிலிருந்து பணியாற்றி வருகின்றீர்கள்?

   1958 செப்டம்பர் 15 முதல்

3. தங்கள் குடும்பம் பற்றிக் கூறவேண்டுகிறேன்.

   தமக்கையர் நால்வர் (இன்று யாரும் உயிரோடு இல்லை); அண்ணன் இருவர் (இன்றில்லை); தம்பி ஒருவன் – மதுரையில் தமிழக அரசு அலுவலர்.

4. தங்கள் தந்தையிடம் ஆங்கிலேயரை அறவே வெறுக்கும் உணர்வு இருந்ததா?

   ஆங்கிலேயரை அவர் என்றும் வெறுத்ததில்லை. அவரின் ஆட்சியினையும் அடக்குமுறையினையும் அவர் வெறுத்தார்.

ஆங்கிலேயரில் நல்லவர் பலர் தந்தையின் நண்பர்களாக இருந்திருக்கின்றார்கள். பாண்டியன் போக்குவரத்துக் கழகத்தில் தொழிலாளர் நல அலுவராகப் பணியாற்றும் என் தம்பி பெயர் வாலேசுவரன் ஆகும். முதலில் தந்தையவர்களைத் தண்டித்தவரும் பின்பு தந்தைக்கு உற்ற நண்பரானவரும் மீண்டும் நீதிமன்றத்தில் தந்தைக்கு வழக்காடும் உரிமம் பெற்றுத் தந்தவருமான சென்னை உயர்நீதிமன்ற முன்னாள் தலைமை நீதிபதி வாலேசு துரையின் பெயர் தம்பிக்கு இடப்பட்டுள்ளது.

5. தங்கட்குச் 'சுப்பிரமணியம்' என்று வ.உ.சி. பெயரிடத் தனிக்காரணம் யாதேனும் உளதா?

சைவக்கிழார், கோவைப் பெருமகன் திரு. சி.கே. சுப்பிரமணிய முதலியார் பெயரில் நான் அழைக்கப்பெறுகிறேன். தந்தை கோவைச் சிறையில் இருக்கையில், சிறையதிகாரிகளின் கொடுமையால் ஒரு கலகம் மூண்டு, காவலர் சுட்டதில் சிலர் உயிரிழந்தனர். தந்தையாரே கலகத்தைத் தூண்டியதாக அரசு தொடர்ந்த வழக்கில், தந்தை சார்பில் திரு. சி.கே.சு. வழக்காடி உதவினார்கள். நன்றி பாராட்டும் வகையில் எனக்கு அப்பெருமகன் பெயரைத் தந்தையார் வைத்துள்ளார்கள்.

6. வ.உ.சி.' என்பதில் 'வ' என்ற எழுத்து தங்கள் முன்னோர்கள் ஊரான வண்டானத்தைக் குறிப்பதாகச் சொல்லப்படுகின்றது. அதுபற்றிய உண்மையினை விளக்க வேண்டுகிறேன்.

'வ' என்பது வள்ளிநாயகம் பிள்ளை' என்றுதான் குறிக்கும்; சொந்த ஊர் ஒட்டப்பிடாரம் தான். வண்டானம்' என்ற பெயர் நான் இதுவரையில் கேட்டதேயில்லை. வ.உ." என்ற எழுத்துக்கள் குறிப்பன என்ன என்று தந்தையவர்களே சிலரிடம் விளக்க நான் நேரில் கேட்டதுண்டு.

7. வ.உ.சி.க்குக் கல்வியில் ஈடுபாடு உண்டா? அதிலும் ஆங்கிலக் கல்வியில் அவருக்கு வெறுப்பு இருந்திருக்கலாம் எனக் கருதப்படுகின்றது. இது பற்றித் தங்கள் கருத்தினைத் தெளிவுபடுத்த வேண்டுகிறேன்.

தேசபக்தர் என்ற முறையில் காந்தியடிகளின் அழைப்பிற்கு இணங்க, வ.உ.சி, தம் பிள்ளைகளைப் படிப்பிலிருந்து சில ஆண்டுகள் நிறுத்திவிட்டார். கல்விப் புறக்கணிப்புக்

கொள்கையில் தந்தைக்கு முழு உடன்பாடு கிடையாது. எனினும் காந்தியடிகளின் ஆணைப்படி நடந்தார். மற்றப்படி தம் பிள்ளைகள் அனைவரும் தமிழிலும் ஆங்கிலத்திலும் சிறந்த கல்வி கற்க வேண்டுமென்று தந்தை ஆர்வம் காட்டினார். தமிழையும் ஆங்கிலத் தையும் இரு கண்களாகவே அவர் கருதினார்.

8. தம் பிள்ளைகள் தம்மைப் போலவே வழக்குரைஞராகத் தொழில் நடத்த வ.உ.சி. விரும்பியதுண்டா?

வழக்கறிஞர்கள் பற்றித் தந்தைக்கு மேலான கருத்து கிடையாது. “வக்கீலாய் நின்று வழிப்பறியே செய்கின்ற திக்கிலார்’ என்பது வக்கீல் பற்றித் தந்தை கொண்ட கருத் தாகும். வழக்குரைஞர் தொழிலில் வாய்மை காத்தல் இந்நாளில் கடினம் என்று அவர்கள் கருதினார்கள். எனவே தமது பிள்ளைகள் வழக்குரைஞராக வரவேண்டும் என்று தந்தை விரும்பவில்லை என்றே கொள்ளலாம்.

9. தூத்துக்குடிக் காங்கிரசுக் கட்சி அலுவலகத்தில்தான் வ.உ.சி. உயிர் நீத்ததாகச் சொல்லப்படுகின்றது. இச் செய்தியில் அடிப்படை ஏதேனும் உண்டா?

தந்தையவர்கள் இறுதி நாட்களில் தூத்துக்குடிக் காங்கிரசுக்கட்சி அலுவலகத்தில்தான் மறைய வேண்டு மென்று விரும்பியதுவும் அங்குத் தம்மைக் கொண்டு போகச் சொன்னதுவும் போய்ச் சில நாட்கள் தங்கி மருத்துவம் பெற்றதுவும் உண்மையே. ஆனால் என் அன்னையார், மற்றும் உறவினர் விருப்பப்படி மீண்டும் இல்லம் கொண்டு வரப்பட்டார்கள்; இல்லத்தில் தான் அவர்கள் அமரரானார்கள்.

10. தங்கள் தந்தை ஆற்றிய தொண்டுகளில் எதனைத் தலையானதாகத் தாங்கள் கருதுகிறீர்கள்?

தந்தையவர்கள் பெற்ற சிறைத் தண்டனையால் மன நிலை குலைந்த தமது தம்பி திரு. மீனாட்சி சுந்தரம் தமது மறைவிற்குப் பின் உணவுக்கும் உடைக்கும் இடர்ப்படக்கூடாதே என்று எண்ணி வருந்தினார்கள். திருநெல்வேலி மாவட்டத்தில் எந்த ஓர் உணவு நிலையத்தில் சிற்றப்பா அவர்கள் சாப்பிடச் சென்றாலும் உணவு அளிக்கும்படியும் துணிக்கடைகளில்

அவர்களுக்கு வேட்டி, துண்டு கொடுக்கும்படியும் அதற்குரிய பணத்தைத் தம்மிடம் எழுதிப் பெற்றுக் கொள்ளலாம் என்றும் அறிவித்திருந்தார்கள். (வாய்மொழி; துண்டுக் காகிதம் மூலமாக) அதேமாதிரி சில ஆண்டுகள் செய்தும் வந்தார்கள். தந்தையவர்களின் மறக்க முடியாத பணி என்று இதனையே கருதுவேன்.

11. அரசியலில் வ.உ.சி.யை ஈடுபடச் செய்த உடனடி நிகழ்ச்சிகள் பற்றிக் குறிப்பிட வேண்டுகிறேன்.

1. வங்கப் பிரிவினை
2. சென்னையில் இராமகிருட்டின மடாலயத்தைச் சேர்ந்த இரு துறவிகளின் பேச்சு
3. சுப்பிரமணிய சிவாவின் நட்பு.
4. இந்திய வணிகர்களை வெள்ளைக் கப்பல். முதலாளிகள் கேவலமாக நடத்தியமை போல்வன ஆகும். மேலும் தெரிய தந்தையின் 'சுயசரிதை' நூலைப் பார்க்க வேண்டுகிறேன்.

12. 'இன்னிலை' நூல் பற்றித் தங்கள் தந்தை குறிப்பிட்டுள்ள செய்திகள் பற்றித் தங்கள் கருத்து யாது?

அந்நூலைப் பற்றித் தந்தை குறித்துள்ள செய்திகள் தமிழ் அறிஞர் உலகு முடிவு செய்ய வேண்டியவை ஆகும். அதுபற்றிக் குறிப்பிட எனக்குத் தகுதியில்லை.

13. வ.உ.சி. க்குக் கவிதை பாடும் திறன் பற்றிக் குறிப்பிட முடியுமா?

தந்தையவர்கள் யாப்புப்பிறழாத ஒரு நல்ல கவிஞர் என்பது அறிஞர் பலரின் கருத்தாகும். பாடும் திறன் அவர்களிடம் இயல்பாய் அமைந்தது; வழிவழி வந்தது. கவிராயர் குடும்பம் என்ற பெயரும் முன்னாளில் எங்கள் குடும்பத்திற்கு உண்டு.

14. உறுதியானவர்கள் பலர் பிடிவாதக் காரர்களாய் இருப்பதுண்டு. இத்தன்மையில் வ.உ.சி. பற்றித் தங்கள் மதிப்பீடு யாது?

கொண்ட கொள்கையில் மலை கலங்கினும் நிலை கலங்காத உறுதி தந்தைக்குண்டு என்பதற்குப் பல சான்றுகள் காட்டலாம்.

ஆயினும் இடம், பொருள், காலம் இவற்றால் தமது கொள்கை தவறு என்று கண்டபோது அதனைத் திருத்திக்கொள்ள அல்லது மாற்றிக் கொள்ளச் சற்றும் தந்தை தயங்கியதில்லை.

15. கருத்து வேறுபாடு காரணமாக நட்பு நிலையில் வ.உ.சி. கடுமை காட்டியது உண்டா?

மாற்றுக் கருத்தினரிடமும் உரிய மதிப்புக் கொடுத்துத் தம் கருத்தை வலியுறுத்தித் தம் வழிப்படுத்த தந்தை முயலுவார்கள்; முடியாத போது, கருத்து உடன்பாடின்மையை வெளிப்படையாகவே ஏற்றுக்கொள்வார்கள்; இதன் காரணமாக முன்பு காட்டி வந்த நட்பிலோ, தந்த மதிப்பிலோ மாற்றம் அவர்கள் காட்டியதில்லை.

16. சிறை வாழ்க்கை பற்றித் தந்தை பின்னாளில் என்றேனும் வருந்தியதுண்டா?

வருந்தியதில்லை. ஆனால் ஊழ்வலியில் அழுத்தமான நம்பிக்கை அவர்களுக்குண்டு.

17. தங்கள் தந்தையின் சிறந்த பண்பாக எதனைக் கருதுகிறீர்கள்?

தந்தையிடம் நான் கண்ட சிறந்த பண்பு அவரது செய்ந்நன்றி மறவாமையாகும். மாற்றார் பெயரை மகனுக்கு இட்டு நன்றி பாராட்டியமை இப்பண்பிற்கு ஈடு இணையற்ற சான்றாகும்.

18. தந்தையின் சமயக் கோட்பாடு பற்றித் தாங்கள் அறிவது என்ன?

இறை நெறிக் கொள்கையில் தந்தையவர்கள் இமாலய உறுதி படைத்தவர்கள்; ஆனால், வெற்று மதச் சடங்குகளில் அவர்களுக்கு நம்பிக்கை கிடையாது.

19. மொழிபெயர்ப்பில் தந்தையவர்கள் காட்டிய ஈடுபாட்டிற்குக் காரணம் யாது?

தந்தையவர்களே இவ்வினாவிற்கு உரிய விடை சொல்ல இயலும். ஒருவேளை சேம்சு ஆலன் நூல்களின் மொழிபெயர்ப்பில் இதற்கு விடை கிடைக்கலாம்.

(ஒப்பம்) வ.உ.சி. சுப்பிரமணியம்

10-3-1981

கையை நேர்முகம்-2

நேர்முகம் நல்கியவர்

ஏ.பி.சி வீரபாகு,
தாளாளர்,
வ.உ.சி. கலைக் கலலூரி,
மற்றுப் பயிற்சிக் கல்லூரி, தூத்துக்குடி.

1. தாங்கள் முதன் முதலாக வ.உ.சி.யை எப்போது, எங்கே சந்தித்தீர்கள் என்பதைக் குறிப்பிடலாமா?

1932–ஆம் ஆண்டில் திரு. சி. ஆர். ரெட்டி தலைமையில் தூத்துக்குடியில் காங்கிரசு மாநாடு நடைபெற்றது. அப்போது நான் பள்ளியிறுதி வகுப்பு படித்துக்கொண்டிருந்தேன். வ.உ.சி. நீண்ட பேச்சுப் பேசினார்; மிக அருமையாகப் பேசி மகிழ்வித்தார். அப்பேச்சைக் கேட்ட நாளிலிருந்தே அவர் மீது எனக்கு ஈடுபாடு ஏற்பட்டது.

2. அம் மாநாட்டில் வ.உ.சி.யின் தனித்தன்மையை விளக்கும் நிகழ்ச்சி யாதேனும் நிகழ்ந்ததா?

வேலூர் குப்புசாமி முதலியார் என்ற காங்கிரசுக்காரர் இவரைப் பார்த்தவுடன் “வ.உ.சி. கதரை மறந்துவிட்டார்! கைத்தறித் துணியல்லவா அணிந்துள்ளார்’ என்றார். உடனே வ.உ.சி., “நான் சுதேசி சிதம்பரம் பிள்ளையே தவிரக் கதர்ச் சிதம்பரம் பிள்ளை இல்லை” என்று பதில் சொன்னார். இந் நிகழ்ச்சி எனது மனத்தில் இன்றும் பசுமையாக உள்ளது.

3. வ.உ.சி.யின் தூத்துக்குடி வாழ்க்கையைப் பற்றிச் சிறிது விளக்க வேண்டுகிறேன்.

தெற்கு ரத வீதி, சி.வ. வீட்டுக்கு மேற்புறம் ஏ. சி.எஸ். கந்தசாமிச் செட்டியார் வ.உ.சி.க்கு வீடு தந்து உதவிய துடன், பணம் நூறும் தந்தார். அப்படிப்பட்ட நிலைமை யிலும் 1906-ஆம் ஆண்டில் கோரல் மில் போராட்டத்தின் போது, வ.உ.சி தம் வீட்டு நகைகளை அடகு வைத்துத் தொழிலாளர்களுக்கு உணவளித்தார்.

4. வாஞ்சிநாதன் ஆசு துரையைச் சுட்டதற்கும் வ.உ.சிக்கும் தொடர்பு உண்டென்று கருதுகிறீர்களா?

இந்திய வரலாற்றில் திலகருக்கு மட்டுமே ஒப்பாகக் கூறக்கூடிய தியாகி வ.உ.சி. ஆவார். ஆறாண்டு சிறை வாழ்க்கைக்குப் பிறகும் மனம் மாறாத உறுதி அவரிடம் இருந்தது. வாஞ்சிநாதன் செயலுக்கும் வ.உ.சி.க்கும் எவ்விதத் தொடர்பும் இல்லை என்பதுவே எனது கருத்தாகும்.

5. விடுதலைப் போராட்ட உணர்வு வ.உ.சி.க்கு ஏற்பட எது அடிப்படையாக இருந்திருக்கலாம் எனத் தாங்கள் கருதுகிறீர்கள்?

கட்டபொம்மனைக் தூக்கிலிட்ட நிகழ்ச்சி அவர் மனதைத் தூண்டி இருக்கலாம்.

6. 'கப்பலோட்டிய தமிழன்' என்று அவர் அழைக்கப்படுவது பற்றி என்ன கருதுகிறீர்கள்?

தமிழரின் பழங்காலக் கப்பலோட்டிய சிறப்பினைப் புதுப்பித்தவர் வ.உ.சி. ஆவார். ஆனால் முற்காலத்தினர் செய்தது வணிகம் ஆகும். இவர் செய்தது போராட்டமாகும் ஆங்கிலேயரை எதிர்க்க முனைந்த விசுவநாத தாசு போன்ற வர்கள் கதர்க்கப்பல்' போன்ற பாடல்களின் மூலம் இவருடைய போராட்டத்தைப் பாராட்டினார்கள்.

7. தீவிரவாதியான வ.உ.சி. மிதவாதியான காந்தியைப் பற்றிக் கொண்டிருந்த கருத்து யாது?

திலகரைப் பின்பற்றிய தீவிரவாதியாக வ.உ.சி. இருந்தாலும் காந்தியடிகளை உள்ளுணர்வோடு ஆதரித்தார்.

8. வ.உ.சி.யின் இலக்கியப் பணிகள் பற்றிச் சிறிது சொல்ல விரும்புகிறேன்.

தூத்துக்குடித் தமிழறிஞர் உ.பொ. முத்துராமலிங்கம் பிள்ளை என்பவரின் துணைகொண்டு இலக்கிய இலக்கண அறிவினை வ.உ.சி. வளர்த்துக்கொண்டார். திருக்குறள் உரை நூல் அரங்கேற்றத்தின்போது இவர் திருச்செந்தூரில் காவடி எடுத்தார். திருக்குறள் சிறப்புப்பற்றி அடிக்கடி இவர் பிறரிடம் குறிப்பிடுவார்; திருக்குறளையே மேற்கோள் காட்டுவார்; திருக்குறளுக்குப் புதுப்புது மாறுபட்ட உரைகள் இவர் கூறுவதைக் கேட்டு மகிழ்ந்துள்ளேன்.

9. சாதி பற்றிய கொள்கையில் வ.உ.சி.யிடம் சிறிது முரண்பாடு இருப்பது போலத் தோன்றுகிறது. அதுபற்றித் தங்கள் கருத்து என்ன?

இல்லை இல்லை; ஒருபோதும் இல்லை. சகசானந்தர், இராமையா போன்றவர்களிடம் எல்லாம் தாழ்ந்தப்பட்டவர்களாய் இருந்தும் உயிருக்குயிராக நட்பு பாராட்டிய வ.உ.சி. சாதிவேறுபாடு கருதியிருக்க வழியே இல்லை. சாதி வெறி மிகுந்த அக்காலத்தில் சாதி வேறுபாடு கருதாத வராகவே வ.உ.சி. திகழ்ந்தார்.

10. வ உ.சி.யின் புகழ் நிலைக்குமாறு நீங்கள் செய்த தொண்டுகள் பற்றிக் குறிப்பிட வேண்டுகிறேன்.

பிறசாதியினர் தம் தலைவர்கள் பேரால் விழா நடத்தும் பொழுது, வ.உ.சி.யின் பெயரால் கல்லூரி தொடங்க வேண்டுமென்ற உள் உணர்வு என்னைத் தூண்டியது. பெரிய தேசியவாதி தொடங்கிய கப்பல்தான் போயிற்று; கல்லூரியாவது அவர் பெயரில் தொடங்குவோம் எனத் தொடங்கினேன். திரு. காமராசர் காலத்தில் ஓட்டப் பிடாரத்தில் உள்ள வ.உ.சி.யின் இல்லம் நாட்டுடைமை ஆக்கப்பட்டதில் எனக்கும் பங்குண்டு. அவர் மனைவியார் மீனாட்சி அம்மையார் அவர்களுக்கு மாதம் இருபத்து ஐந்து வீதம் கொஞ்சகாலம் பணம் கொடுத்து உதவினேன். தூத்துக்குடி வழக்குரைஞர் வீரபாகு அவர்களின் தக்க வழி காட்டலின் வழியாக அவரது நினைவு நிதி குடும்ப நிதியாக மாற்றப்பட்டது.

11. வ.உ.சி. தொடர்பால் தாங்கள் பெற்ற வாழ்க்கைப் படிப்பினை பற்றிக் குறிப்பிட வேண்டுகிறேன்.

வ.உ.சி.யின் கொள்கைப் பிடிப்புதான் என்னை மிகவும் கவர்ந்தது. தம் குடும்ப நிலைக்காக-வறுமைத் துயரத்திற்காக அவர் என்றும் வருந்தியதேயில்லை. திலகரால் பிள்ளைவாள் என்று அழைக்கப்பட்ட வ.உ. சிதம்பரனார் செய்த தியாகத்திற்கு அவருக்குக் கிடைத்த பரிசுவறுமையே. அவ்வறுமையே அவருக்குப் பெருமை சேர்த்தது. அவருக்கு என்னால் முடிந்த அளவுக்குப் பெருமை சேர்க்க முயலுவேன். இதுவே எனது வாழ்வின் கொள்கையுமாகும்.

(ஒப்பம்) ஏ.பி.சி. வீரப்பாகு

15-6-1981

ஆய்விற்குப் பயன்பட்ட நூற்பட்டியல்

முதன்மை நூல்கள்

1. சிதம்பரனார், வ.உ. அகமே புறம், திருமயிலை, சென்னை. 1914, முதற்பதிப்பு.
2. மெய்யறிவு, திருமயிலை, சென்னை, 1915, முதற்பதிப்பு.
3. பாடற்றிரட்டு. திருமயிலை சென்னை, 1915, முதற்பதிப்பு.
4. வலிமைக்கு மார்க்கம், பெரம்பூர், சென்னை 1916, முதற்பதிப்பு.
5. திருக்குறள் – அறத்துப்பால் – மணக்குடவர் பதிப்பு, பெரம்பூர், சென்னை, 1917. முதற்பதிப்பு.
6. இன்னிலை – வ.உ.சி. விருத்தியுரை, பெரம்பூர், சென்னை, 1917. முதற்பதிப்பு.
7. மெய்யறம், பெரம்பூர், சென்னை, 1917, முதற்பதிப்பு.
8. மனம் போல வாழ்வு, பெரம்பூர், சென்னை, 1920, முதற்பதிப்பு.

9. சிதம்பரனார், வ.உ. தொல்காப்பியம் – எழுத்ததிகாரம். இளம்பூரணர்பதிப்பு, கோயிற்பட்டி, 1928, முதற்பதிப்பு.

10. தொல்காப்பியம் – பொருளதிகாரம், (அகத்திணை, புறத்திணையியல்கள்). இளம்பூரணர் பதிப்பு, கோயிற்பட்டி, 1928, முதற்பதிப்பு.

11. சாந்திக்கு மார்க்கம், தூத்துக்குடி, 1934, முதற்பதிப்பு.

12. திருக்குறள் – அறத்துப்பால் – வ.உ.சி. விருத்தியுரை, தூத்துக்குடி 1935, முதற்பதிப்பு.

13. சிவஞானபோதம் – வ.உ.சி. உரை தூத்துக்குடி. 1935, முதற்பதிப்பு.

14. சிதம்பரனார், வ.உ., வையாபுரிப் பிள்ளை, தொல்காப்பியம் – பொருளதிகாரம் (அகத்திணை, புறத்திணை நீங்கலான பின் ஏழு இயல்கள்) – இளம்பூரணர் இளம்பூரணர் பதிப்பு, வாவிள்ள இராமஸ்வாமி, சாஸ்த்ருலு அன்ட் சன்ஸ், சென்னை. 1935, முதற்பதிப்பு.

15. சிதம்பரனார், வ.உ. சுயசரிதை, முல்லைப் பதிப்பகம், மயிலாப்பூர், சென்னை – 4, 1946, முதற்பதிப்பு.

துணை நூற்பட்டியல்

அ. இலக்கிய இலக்கண நூல்கள்

1. அகநானூறு,	கழக வெளியீடு, சென்னை–1.
   1962, ஐந்தாம் பதிப்பு.

2. ஆசாரக் கோவை,	கழக வெளியீடு, சென்னை–1
   1970, ஆறாம் பதிப்பு.

3. ஆத்தி சூடி.	கழக வெளியீடு, சென்னை–1
   1960, ஏழாம் பதிப்பு.

4. ஏலாதி	கழக வெளியீடு, சென்னை–1
   1939, முதற்பதிப்பு.

5. கலிங்கத்துப்பரணி,	அருணா பப்ளிகேஷன்ஸ்,
   சென்னை–17. 1958, முதற்பதிப்பு.

6. கலித்தொகை,	கழக வெளியீடு, சென்னை–1.
   1969, முதற்பதிப்பு.

7. குறுந்தொகை.	எஸ். ராசம், 5, தம்பு செட்டித்
   தெரு, சென்னை–1,
   1957, முதற்பதிப்பு.

8. கொன்றை வேந்தன்,	கழக வெளியீடு, சென்னை–1.
   1964, ஏழாம் பதிப்பு.

9. சித்தர் பாடல்கள்,	ஆர்.ஜி. பதிக் கம்பெனி, 4,
   வெங்கட்ராமையர் தெரு.
   சென்னை. 1968, முதற்பதிப்பு.

10.	சிலப்பதிகாரம்,	த.வை.இ. தமிழ்ச் சங்க வெளியீடு, பாகனேரி, 1968. எட்டாம் பதிப்பு
11.	சிவஞான சித்தியார் பர பக்கம்,	கழக வெளியீடு, சென்னை-1, 1972, மறுபதிப்பு.
12.	சிவஞானபோதம்.	கழக வெளியீடு, சென்னை-1. 1966, மறுபதிப்பு.
13.	சிறுபஞ்சமூலம்.	கழக வெளியீடு, சென்னை-1. 1936, முதற் பதிப்பு
14.	தண்டலையார்	சதகம் கழக வெளியீடு, சென்னை-1. 1966, மூன்றாம் பதிப்பு
15.	தனிப்பாடல் திரட்டு	கழக வெளியீடு, சென்னை-1. 1964, முதற்பதிப்பு.
16.	தாயுமானவர் பாடல்கள்,	கழக வெளியீடு, சென்னை-1. 1975, மறுபதிப்பு.
17.	திரிகடுகம்.	கழக வெளியீடு, சென்னை-1. 1943, இரண்டாம் பதிப்பு.
18.	திருக்களிற்றுப் படியார்,	கழக வெளியீடு, சென்னை-1. 1974, மறுபதிப்பு.
19.	திருக்குறள்.	கழக வெளியீடு, சென்னை-1. 1977, நாற்பத்திரண்டாவது பதிப்பு.
20.	திருமந்திரம்.	ஸ்ரீ குமரகுருபரன் சங்கம், ஸ்ரீவைகுண்டம், 1976, முதற் பதிப்பு.
21.	திருவருட்பா	கழக வெளியீடு, சென்னை-1. 1972, முதற்பதிப்பு.
22.	திருவாசகம்	கழக வெளியீடு, சென்னை-1. 1968, மறுபதிப்பு.
23.	தொல்காப்பிய மூலம்,	பி. நா. சிதம்பர முதலியார் அன் கோ, மதுரை. 1922, முதற்பதிப்பு.

24. நற்றிணை, கழக வெளியீடு. சென்னை–1. 1962, மூன்றாம் பதிப்பு.

25. நன்னூல், கழக வெளியீடு, சென்னை – 1, 1972, முதற்பதிப்பு.

26. நாலடியார், கழக வெளியீடு, சென்னை – 1. 1968, ஏழாம் பதிப்பு.

27. பட்டினப்பாலை கழக வெளியீடு, சென்னை – 1. 1968, நான்காம் பதிப்பு.

28. பதிற்றுப்பத்து கழக வெளியீடு, சென்னை – 1. 1963, நான்காம் பதிப்பு.

29. பழமொழி நானூறு, கழக வெளியீடு, சென்னை – 1. 1967, ஐந்தாம் பதிப்பு,

30. பிங்கல நிகண்டு, கழக வெளியீடு, சென்னை – 1. 1978, இரண்டாம் பதிப்பு.

31. புறநானூறு, கழக வெளியீடு, சென்னை 1964. 1964, ஐந்தாம் பதிப்பு.

32. புறப்பொருள் வெண்பா மாலை, கழக வெளியீடு. சென்னை – 1. 1867, நான்காம் பதிப்பு.

ஆ. பிற நூல்கள்

33. அறவாணன், க.ப., வ.உ.சி.யின் இலக்கணப் பதிப்புப் பணி 'செந்தமிழ்ச் செல்வி', சிலம்பு – சஎ, பரல் – க, 1972.

34. அனந்தராமய்யங்கார், கெ. தமிழில் தோய்ந்த உள்ளம். 'வ.உ.சிதம்பரம் பிள்ளை நூற்றாண்டு மலர்', தூத்துக்குடி, 1972.

35. இராகவையங்கார், மு., ஆழ்வார்கள் கால நிலை, தமிழ்க் கல்விச் சங்கப் பிரசுரம், 1929, முதற்பதிப்பு.

36. இராமசாமி, ப. (தொ .ஆ.), — உலக அறிஞர் சிந்தனைக் களஞ்சியம் வள்ளுவர் பண்ணை, சென்னை - 35. 1977, இரண்டாம் பதிப்பு.

37. இராமலிங்கம் பிள்ளை, வெ. — திருக்குறள் உரை, கவிஞர் இல்லம், நாமக்கல், 1954, முதற்பதிப்பு.

38. ..., — என் கதை, தமிழ்ப்பண்ணை, தியாகராய நகர், சென்னை. 1943, இரண்டாம் பதிப்பு.

39. இளங்குமரன், இரா. — கழக ஆட்சியர், வ.சு. வரலாறு, கழக வெளியீடு, சென்னை–1. 1981, முதற்பதிப்பு.

40. கணபதிப்பிள்ளை, மு. — மொழி பெயர்ப்பும் சொல்லாக்கமும், அருள் நிலையம், 12, உஷ்மான் ரோடு, சென்னை–17. 1967, முதற்பதிப்பு.

41. கந்தசாமி, சோ.நா. — இலக்கியச் சோலையிலே, கற்பகம் வெளியீடு, சிதம்பரம். 1966, முதற்பதிப்பு.

42. கலியாணசுந்தரனார், — வாழ்க்கைக் குறிப்புக்கள், கழக வெளியீடு, சென்னை–1. 1969, மறுபதிப்பு.

43. கனகலிங்கம், இரா. — என் குருநாதர், புக்ஸ் (இந்தியா) பிரைவேட் லிமிடெட், 135. பவழக்காரத் தெரு சென்னை - 1, 1956, மூன்றாம் பதிப்பு.

44. கிருஷ்ணமூர்த்தி, ரா., — மாந்தருக்குள் ஒரு தெய்வம், மங்கள நூலகம். 1955, முதற்பதிப்பு.

45. குழந்தை.. — திருக்குறள் உரை, சிவலிங்க நூற் பதிப்புக் கழகம். ஈரோடு. 1952, இரண்டாம் பதிப்பு.

46. ஞானசம்பந்தன், அ.ச...	தேசிய இலக்கியம், சேகர் பதிப்பகம், 30, போஸ்ட் ஆபீஸ் தெரு, சென்னை-1, 1966, முதற்பதிப்பு.
47. சண்முகம் பிள்ளை,	ஏழாம் திருமுறை, 'தெய்வத் தமிழ்' சென்னைப் பல்கலைக் கழகம், 1975, முதற்பதிப்பு.
48. சதாசிவ பண்டாரத் தார், தி. வை.,	பிற்காலச் சோழர் வரலாறு, அண்ணாமலைப் பல்கலைக் கழகம், 1974, முதற்பதிப்பு.
49. சாமிநாத ஐயர், உ. வே..	என் சரித்திரம், கபீர் அச்சுக் கூடம், சென்னை, 1950, முதற்பதிப்பு.
50. சாலினி இளந்திரையன்.,	வாழ்க்கை வரலாற்று இலக்கியம், தமிழ்ப் புத்தகாலயம், 576, பைக்கிராப்ட்ஸ் ரோடு, சென்னை – 5, 1974, முதற்பதிப்பு.
51. சிதம்பரநாதன், அ.,	தமிழோசை, புதுமைப் பிரசுரம், பெண்ணாடம், தென் ஆற்காடு மாவட்டம். 1955, முதற்பதிப்பு.
52. சிவஞானம், ம.பொ.,	வீரபாண்டிய கட்ட பொம்மன், இன்ப நிலையம், சென்னை. 1949, முதற்பதிப்பு.
53. சிவஞானம், ம.பொ..	கப்பலோட்டிய தமிழன், இன்ப நிலையம், சென்னை. 1949, ஐந்தாம் பதிப்பு.
54. சுத்தானந்த பாரதியார்	ஆத்ம சோதனை, புத்தக நிலையம், பாண்டிச்சேரி. 1950, முதற்பதிப்பு.
55. சுப்பிரமணியம், தமு.	தனிப்பாடல் திரட்டு, தமிழ் இலக்கியக் கொள்கை" உலகத் தமிழராய்ச்சி நிறுவனம் சென்னை-1, 1977, முதற்பதிப்பு.

56. சுப்பிரமணிய ஐயர். எம்.எஸ்.	வீர சிதம்பரனார், ஆசிரியர் நூற் பதிப்புக் கழகம், பவழக்காரத் தெரு, சென்னை-1, 1952, முதற்பதிப்பு.
57. சுப்பிரமணிய பிள்ளை, இ.மு.,	வீரர் வ.உ.சிதம்பரம் பிள்ளை, 'நெல்லைத் தமிழ்ப் புலவர்கள், கழக வெளியீடு, சென்னை– 1. 1953, இரண்டாம் பதிப்பு.
58. சோமசுந்தர பாரதியார், ச.,	தொல்காப்பியப் பொருட்படலப் புத்துரை. நாவலர். சோமசுந்தர பாரதியார். கல்வி அறப்பணிக் குழு, நாவலர் இல்லம், பசுமலை; மதுரை–4, 1965, இரண்டாம் பதிப்பு.
59. தண்டபாணிப்பிள்ளை. சொ.	திருக்குறள் உரை, கழக வெளியீடு, சென்னை–1. 1956, முதற்பதிப்பு.
60. திருநாவுக்கரசு, மறை.,	மறை மலையடிகள் வாலாறு, கழக வெளியீடு, சென்னை – 1. 1959, முதற்பதிப்பு.
61. நடராசன், து.	மொழியும் பெயர்ப்பும், 'ஐந்தாம் உலகத் தமிழ் மாநாடு மலா', சென்னை, 1981.
62. நாயுடு. அ.கி...	தொல்காப்பியர் கண்ட சமுதாயம், கோயம்புத்தூர், 1962, முதற்பதிப்பு.
63. பரிமேலழகர்..	திருக்குறள் உரை, கழக வெளியீடு, சென்னை–1. 1967, ஐந்தாம் பதிப்பு.
64. பி. ஸ்ரீ ..	வ.உ.சி. – சில நினைவுகள், வ.உ. சிதம்பரம் பிள்ளை நூற்றாண்டு மலர்', தூத்துக்குடி, 1972.
65. ராசன். தி.சே. சௌ.	நினைவலைகள், கலைமகள், காரியாலயம், மயலாப்பூர், சென்னை, 1947, முதற்பதிப்பு.

66. வையாபுரிப் பிள்ளை, எஸ்.. — சிறை வாழ்க்கைக்குப் பின் வ.உ.சி. 'வ.உ. சிதம்பரம் பிள்ளை மலர்' தூத்துக்குடி, 1972.

67. — இலக்கிய மணிமாலை, தமிழ்ப் புத்தகாலயம் திருவல்லிக்கேணி, சென்னை – 5, 1964, மூன்றாம் பதிப்பு.

68. வேங்கடசாமி, மயிலை சீனி, — பத்தொன்பதாம் நூற்றாண்டில் தமிழ் இலக்கியம், சாந்தி நிலையம், 2/122, பிராட்வே, சென்னை–1, 1962, முதற் பதிப்பு.

69. வேங்கடரா ஜுலு, ரா.. — மகாத்மா காந்தியின் சுயசரிதை, காந்தி மியூசியம், தல்லாகுளம் தபால், மதுரை. 1961, இரண்டாம் பதிப்பு.

ஆங்கில நூல்கள்

70. Encsclopaedia Britannica, — Vol. 3, The University of Chicago 1965.

71. Junior World Encyclo paedia, — Vol. 7, Purnell. London, 1969

72. The New Dictionary of Thoughts, — Standard Book Company, 1966.

73. Ramanujam. B.V... — History of Vaishnavism in South India upto Ramanuja, Annamalai University, Annamalainagar, 1973.. First Edition.–